AF762614

ആലവായൻ

Alavayan
Novel

Perumal Murugan

Translation
Shafi Cherumavilayi

CHINTHA PUBLISHERS
Thiruvananthapuram

First Edition
July 2022

Second Edition
October 2022

Second Impression
May 2023

Third Edition
March 2024

Published
Chintha Publishers, Thiruvananthapuram

Printed at
Repro India Ltd, Mumbai

Cover Design
Vinod Mangoes

ISBN : 978-93-93468-24-6

CR - 3428 / 6840

Email: chinthapublishers@gmail.com
Website: www.chinthapublishers.com

A version is available at National Libraries
Kolkata, Mumbai, Chennai and Delhi

Distribution
DESHABHIMANI BOOKHOUSE
H O Thiruvananthapuram 695035

Branch
Head Office Kunnukuzhi • Statue Thiruvananthapuram
KSRTC Bus Terminal Thampanoor • Saphalyam Complex Thiruvananthapuram
KSRTC Bus Station Ernakulam • Machingal Lane Thrissur • IG Road Kozhikode
Mavoor Road Kozhikode • NGO Union Building Kannur
Central Bus Terminal Complex Thavakkara Kannur

ആലവായൻ

പെരുമാൾ മുരുകൻ

പരിഭാഷ

ഷാഫി ചെറുമാവിലായി

ചിന്ത പബ്ലിഷേഴ്സ്
തിരുവനന്തപുരം-695 035

പെരുമാൾ മുരുകൻ

തമിഴിലെ പ്രശസ്തനായ എഴുത്തുകാരൻ. 1966 ൽ ജനനം. പത്ത് നോവലുകൾ, നാല് കഥാസമാഹാരങ്ങൾ, മൂന്ന് കവിതാസമാഹാരങ്ങൾ, നാല് ലേഖനസമാഹാരങ്ങൾ, *കൊങ്കുവട്ടാരചൊല്ലകരാതി* എന്ന നിഘണ്ടുവും മറ്റനേകം തെരഞ്ഞെടുത്ത രചനകളും പ്രസിദ്ധീകരിച്ചിട്ടുണ്ട്. *നിഴൽമുറ്റം* എന്ന നോവൽ current show എന്ന പേരിലും *മാതൊരുഭാഗൻ* one part woman എന്ന പേരിലും, *കൂളമാതാരി* Seasons of the palm എന്ന പേരിലും ഇംഗ്ലീഷിലേക്ക് വിവർത്തനം ചെയ്യപ്പെട്ടു. *മാതൊരുഭാഗൻ, അർദ്ധനാരി* എന്നീ നോവലുകളടക്കം ഒട്ടുമിക്ക നോവലുകളും മലയാളത്തിലേക്ക് വിവർത്തനം ചെയ്യപ്പെട്ടിട്ടുണ്ട്. 2012 ലെ 'വിളക്കുവിരുത്' പുരസ്കാരം നേടി. തമിഴ് പ്രൊഫസറായി ജോലി നോക്കുന്നു.

ഷാഫി ചെറുമാവിലായി

കണ്ണൂർ ജില്ലയിലെ ചെറുമാവിലായി എന്ന ഗ്രാമത്തിൽ ജനനം. ഇരുപതു വർഷത്തോളമായി വിവർത്തനരംഗത്ത് സജീവം. തോപ്പിൽ മുഹമ്മദ് മീരാന്റെ *അനന്തശയനം കോളനി* എന്ന കഥാസമാഹാരത്തിന് 2010 ലെ 'നല്ലി ദിശൈ എടും' വിവർത്തനസാഹിത്യ പുരസ്കാരം ലഭിച്ചു. സമഗ്ര സംഭാവനയ്ക്ക് 2017 ൽ മഹാകവി ഉള്ളൂർ എസ് പരമേശ്വര അയ്യർ അവാർഡ് ലഭിച്ചു. കേന്ദ്ര സാഹിത്യ അക്കാദമിക്കുവേണ്ടി നാല് നോവലുകളും ഒരു കഥാസമാഹാരവും മലയാളത്തിലേക്ക് വിവർത്തനം ചെയ്തു പ്രസിദ്ധീകരിച്ചു. 12 നോവലുകളും 5 കഥാസമാഹാരങ്ങളും തമിഴിൽനിന്നും മലയാളത്തിലേക്ക് വിവർത്തനം ചെയ്ത് പ്രസിദ്ധീകരിച്ചിട്ടുണ്ട്. ഇപ്പോൾ കണ്ണൂരിലെ മുഴപ്പിലങ്ങാട് എന്ന സ്ഥലത്ത് താമസിക്കുന്നു.

വിലാസം : ഷാഫി ചെറുമാവിലായി
ആയിഷ മൻസിൽ
കണ്ണൻ വയൽ
പി ഒ മുഴപ്പിലങ്ങാട്
കണ്ണൂർ - 670662
ഫോൺ : 9747447327

പ്രസാധകക്കുറിപ്പ്

തമിഴ്നാട്ടിൽ കോളിളക്കം സൃഷ്ടിച്ച നോവലാണ് പെരുമാൾ മുരുകന്റെ *മാതൊരുഭാഗൻ*. അതിന്റെ തുടർച്ചയെന്നോണം എഴുതപ്പെട്ട കൃതിയാണ് *അർദ്ധനാരി*. ഒരാൾ തന്റെ ജീവിതം അവസാനിപ്പിച്ചാലും പിന്നെയുമത് ബാക്കിയാവുന്നതുപോലെ ഒരു നോവൽ തീരുമ്പോൾ അടുത്തൊന്നു തുടങ്ങുകയാണ്. തമിഴ്നാട്ടിന്റെ സവിശേഷ സാംസ്കാരിക പരിസരങ്ങളിലാണ് പെരുമാൾ മുരുകന്റെ കഥകൾ വേരൂന്നുന്നത്. കാളിക്ക് ആത്മഹത്യ ചെയ്യാൻ തോന്നുന്നിടത്താണ് *മാതൊരുഭാഗൻ* അവസാനിക്കുന്നതെങ്കിൽ കാളിയുടെ ആത്മഹത്യക്കുശേഷമുള്ള പൊന്നയുടെ ജീവിതമാണ് *ആലവായൻ*. ഒരേ ജീവിതത്തിന്റെ തന്നെ ഭിന്നാഖ്യാനങ്ങളായ *മാതൊരുഭാഗനും അർദ്ധനാരി*യും *ആലവായനും* തുടർച്ചകൾ പോലെ ഇടർച്ചകളുമുണ്ട്. ഓരോ നോവലും സവിശേഷമായി മറ്റൊന്നിൽനിന്നു ഭിന്നവുമാണ്. മറ്റുരണ്ടു നോവലുകൾ വായിച്ചിട്ടില്ലാത്തവർക്കും ഈ നോവൽ സ്വതന്ത്ര നോവൽ എന്ന നിലയിൽ വായിച്ച് ആസ്വദിക്കാനാവും. *ആലവായന്റെ* പരിഭാഷയ്ക്ക് അനുമതി നല്കിയ പെരുമാൾ മുരുകനും തമിഴിൽ പ്രസിദ്ധീകരിച്ച കാലച്ചുവടിനും ഞങ്ങളുടെ കടപ്പാട് അറിയിക്കുന്നു.

ചിന്ത പബ്ലിഷേഴ്സ്

ആമുഖം

മൂല്യക്കയറുകൾ

എന്റെ നോവലുകളിൽ പല പ്രത്യാഘാതങ്ങളും ഉടനടിയുണ്ടായത് *മാതൊരുഭാഗൻ* എന്ന നോവലിലാണ്. ആ നോവലിനെക്കുറിച്ച് തങ്ങളുടെ അഭിപ്രായങ്ങൾ പ്രകടിപ്പിച്ച പലർക്കും എന്നോട് ദേഷ്യമാണ്. പതിനാലാം നാൾ ഉത്സവത്തിന് പൊന്ന പോയത് അംഗീകരിക്കാനാവാതെയും അവസാനം കാളി ആത്മഹത്യ ചെയ്യുന്നതിലൂടെ അവസാനിക്കുന്നത് അംഗീകരിക്കാനാവാതെയുമാണ് ഈ ദേഷ്യം. ഒരാൾ "കാളി എന്തു മൈരിനാണ് മരിക്കേണ്ടത്? പൊന്നയാണ് മരിക്കേണ്ടത്. ഞാനായിരുന്നെങ്കിൽ പൊന്നയെ കൊന്നിരിക്കും" എന്നാണ് പറഞ്ഞത്. ഞാൻ ഞെട്ടിപ്പോയി. ലൈംഗികബന്ധം സംബന്ധിച്ച അഭിപ്രായങ്ങളിലും ആചാരങ്ങളിലും പഴയകാലം എത്രയോ ഉയർന്നതുപോലെ എനിക്കുതോന്നി. ഇത്തരം പ്രത്യാഘാതങ്ങൾ കാരണമായി ഈ നോവലിന്റെ അടുത്ത ഭാഗം എഴുതണമെന്നു തീരുമാനിച്ചു.

ആർ ഷൺമുഖസുന്ദരത്തിന്റെ *നാഗമ്മാൾ* എന്ന നോവൽ 1980 കളിലാണ് വായിച്ചത്. പിന്നെ ഗവേഷണാവശ്യത്തിനും അത് അച്ചടിച്ചു പുറത്തിറക്കേണ്ട ആവശ്യത്തിനുമായി പലതവണ വായിക്കേണ്ടി വന്നു. നാഗമ്മാൾ, അവളുടെ കുഞ്ഞ് മുത്തായാൾ, ഭർതൃസഹോദരൻ ചിന്നപ്പൻ, അവന്റെ ഭാര്യ രാമായി തുടങ്ങിയ നാലുപേരുള്ള കുടുംബം. നാഗമ്മ തനിക്ക് സ്വത്തുവേണം എന്ന് ആവശ്യപ്പെടുന്നതിനാലും അതിന് പിന്തുണ നേടുന്നതിനാലും നോവലിന്റെ അവസാനം ചിന്നപ്പൻ കൊല ചെയ്യപ്പെടുന്നു. ചിന്നപ്പന്റെ കൊലയ്ക്കുശേഷം ആ കുടുംബത്തിന്റെ അവസ്ഥ എന്തായിരിക്കും എന്ന ചിന്ത എനിക്കുണ്ടായി. രണ്ടു സ്ത്രീകൾ, ഒരു പെൺകുട്ടി. ഇവർ ആ നാട്ടിൽ എങ്ങനെ ജീവിച്ചിരിക്കും, അവർക്കിടയിലെ ബന്ധം എന്തായിരുന്നിരിക്കും. കൃഷിപ്പണികൾ എങ്ങനെ ചെയ്തി

രിക്കും തുടങ്ങിയവയെക്കുറിച്ച് പലതവണ ചിന്തിച്ചിട്ടുണ്ട്. ആ നോവലിന്റെ അടുത്തഭാഗം എഴുതിയാലോ എന്നും വിചാരിച്ചിരുന്നു.

ഭാരതിയാരുടെ *ചന്ദ്രികൈയിൽ കതൈ* എന്ന നോവലിൽ സംഭവിക്കുന്ന ഒരു മിശ്രവിവാഹത്തെ എടുത്തുകൊണ്ട് അതിന്റെ അടുത്തഭാഗമായി 'ഗോപാലയ്യങ്കാരിൻ മനൈവി' എന്ന ചെറുകഥ പുതുമൈവിത്തൻ എഴുതിയിരിക്കുന്നു. തന്റെ 'അഗ്നിപ്രവേശം' എന്ന ചെറുകഥയ്ക്കു വന്ന എതിർപ്പു കാരണമായി അതിന്റെ അവസാനം മാറ്റി *ചില നേരങ്ങളിൽ ചില മനിതർകൾ* എന്ന നോവൽ ജയാകാന്തൻ എഴുതി. അതിന്റെ തുടർച്ചയായി *ഗംഗൈ എങ്കെ പോകിറാൾ?* എന്ന നോവലും എഴുതി. എന്നാൽ ഒരാൾ എഴുതിയ നോവലിന്റെ അടുത്തഭാഗം മറ്റൊരാൾ എഴുതിയതായ എന്തെങ്കിലും മുൻ ഉദാഹരണം ഉണ്ടോ എന്നറിയില്ല. ആഗ്രഹിച്ചെങ്കിലും എന്തോ എന്റെ ആശ നിറവേറിയില്ല. മടിയാണ് കാരണം. ഇപ്പോൾ *മാതൊരുഭാഗൻ* നോവലിന്റെ തുടർച്ച ഏകദേശം *നാഗമ്മാളു*ടെ അടുത്ത ഭാഗം എഴുതുന്നതുപോലത്തെ ഒരു ശ്രമമാണ്.

മാതൊരുഭാഗൻ നോവൽ കാളിക്ക് ആത്മഹത്യ ചെയ്യാൻ തോന്നിക്കുന്നിടത്താണ് അവസാനിക്കുന്നത്. വൈക്കോൽ കൂനയിൽനിന്നും ചോളത്തണ്ടുകൾ കെട്ടിക്കൊണ്ടുവന്ന കയർ മുതുകിൽ തട്ടി. മുകളിലേക്കു നോക്കി. "പൂവരശിന്റെ കൊമ്പുകൾ ആകാശത്ത് വിശാലമായി പടർന്നിരുന്നു." എന്നതാണ് അതിലെ അവസാന വാചകങ്ങൾ. അവൻ ആത്മഹത്യചെയ്തിരിക്കാം. തരണം ചെയ്തുമിരിക്കാം. രണ്ടിനും സാദ്ധ്യതയുണ്ട്. കാളി മരിക്കരുതെന്ന് പലരും ആഗ്രഹിച്ചിരുന്നു. അതു നിറവേറ്റുന്ന വിധത്തിൽ *അർദ്ധനാരി* എഴുതിയിരിക്കുന്നു. കാളി ആത്മഹത്യ ചെയ്യാനുള്ള എല്ലാ കാരണങ്ങളും ഉള്ളതായി ഞാൻ വിശ്വസിക്കുന്നു. അതിനാൽ അങ്ങനെ അവൻ ആത്മഹത്യ ചെയ്തതിനുശേഷം പൊന്നയുടെ ജീവിതം എന്താകുന്നു എന്ന് ഈ നോവലായ *ആലവായൻ* വിവരിക്കുന്നു. *മാതൊരുഭാഗൻ*, *അർദ്ധനാരി* തുടങ്ങിയവ വായിക്കണം എന്ന നിർബ്ബന്ധം ഇല്ലാതെ ഇതു വായിക്കാം. ഇത് പൂർണ്ണമായ ഒരു നോവലാണ്.

പലരും ആഗ്രഹിച്ചതുപോലെ പൊന്നയെ കൊല്ലാൻ എനിക്കായില്ല. അതിനുള്ള കാരണം അവൾക്കില്ല. അവൾ ഈ സമൂഹത്തിൽ ഇനിയും എല്ലാ അംഗീകാരവും നേടി ജീവിക്കാൻ ആഗ്രഹിക്കുന്നവളാണ്. കാളിയുടെ കഴുത്ത് അവൻ സ്വീകരിച്ചിരിക്കുന്ന മൂല്യങ്ങളാണ് കയറായി ഇറുക്കിയിരിക്കുന്നത്. പൊന്നയ്ക്ക് ജീവിക്കാനുള്ള എല്ലാ സാഹചര്യങ്ങളുമുണ്ട്. പുരുഷൻ ഇല്ലാത്ത തന്റെ ലോകത്ത് സ്ത്രീക്ക് കിട്ടുന്ന സന്തോഷം, തന്റെ ലോകം സ്വയം കെട്ടിപ്പടുക്കുന്നതിൽ അവൾ കാട്ടുന്ന മിടുക്ക്, അവളിൽ ഒളിഞ്ഞുകിടക്കുന്ന പ്രവൃത്തിജ്ഞാനം, വെളിപാട് അങ്ങനെ പലതും ഈ നോവലിൽ രൂപംകൊണ്ടുവന്നിരിക്കുന്നു. എഴുതിതീർത്തതിനുശേഷം വായിച്ചുനോക്കിയപ്പോൾ ഒരു വിധത്തിൽ പൊന്ന

യെക്കാളും മാരായി പ്രാമുഖ്യം നേടിയിരുന്നു. ഇവർ രണ്ടുപേരോടൊപ്പം വേറെയും ചില സ്ത്രീകളും ഇടംനേടി ഈ നോവൽ സ്ത്രീകളുടെ ലോകത്തേക്ക് യാത്രചെയ്യാൻ ശ്രമിച്ചിരിക്കുന്നു.

എനിക്കിത് പുതിയ ശ്രമമാണ്. എത്രത്തോളം സാധിച്ചിരിക്കുന്നു എന്നറിയില്ല. എങ്കിലും വളരെക്കാലം തുണയില്ലാതെ തനിച്ച് കൃഷി ചെയ്ത് ജീവിച്ച എന്റെ അമ്മ, യൗവനത്തിൽത്തന്നെ വിധവയായി ആടും മാടുമായി അദ്ധ്വാനിച്ച് ഒരേയൊരു മകനെ വളർത്തിയ എന്റെ അമ്മായി തുടങ്ങിയവരുടെ ജീവിതം ഞാനറിയാതെതന്നെ ഇതിനകത്ത് വന്നു ചേർന്നിരിക്കുന്നതായി തോന്നുന്നു. അവരുടെ ലോകത്തെ ഇത്രയും വർഷങ്ങൾ കഴിഞ്ഞ്, അവരെ നഷ്ടപ്പെട്ടതിനുശേഷം മനസ്സിലാക്കാൻ ശ്രമിച്ചിരിക്കുന്നു എന്നത് ഒരുവിധത്തിൽ കുറ്റബോധമുണ്ടാക്കുന്നു.

ഈ നോവൽ ഇതോടെ അവസാനിക്കുന്നില്ല. ജീവിതം അവസാനിച്ചതിനുശേഷവും തുടർച്ച ഉണ്ടാവുകതന്നെയാണ് ചെയ്യുന്നത്. കാളി മരിച്ചു പോയാലും പൊന്നയുടെ ലോകത്ത് അവൻ ജീവിക്കുന്നു. അവൻ നല്കുന്ന സന്തോഷം അല്ലെങ്കിൽ ശല്യങ്ങൾ തുടരുന്നു. അങ്ങനെയുള്ളപ്പോൾ നോവൽ മാത്രം എങ്ങനെ ഒരിടത്ത് അവസാനിക്കും? മതി എന്ന് നിർത്തുന്നു. അത്രതന്നെ. ഈ നോവലിന്റെ അവസാനത്തിൽ നിന്നും മുളച്ച് രൂപംകൊള്ളുന്ന മറ്റൊരു ഭാഗം അല്ലെങ്കിൽ രണ്ടുഭാഗങ്ങൾ എഴുതുന്നതിനുവേണ്ടിയുള്ള സാദ്ധ്യതയുണ്ട്. അത് പൊന്നയുടെ ലോകത്ത് കാളിയെ നിലനിർത്തുന്നു; വലിയ മായനും ഇടം ലഭിക്കുമോ എന്നതു സംബന്ധിച്ചും. പൊന്നയും ആലവായനും* ഒരിക്കൽക്കൂടി കണ്ടുമുട്ടണം എന്ന ആഗ്രഹം എനിക്കുണ്ട്. കണ്ടുമുട്ടിയാലും ഇല്ലെങ്കിലും അവളുടെ ജീവിതം മുന്നോട്ടുപോകും. ആ പോക്കിനെ എഴുതാൻ സാധിക്കുമോ, ആവശ്യമാണോ എന്നത് അറിയില്ല. കാലമാണ് തീരുമാനിക്കേണ്ടത്.

•

മാതൊരുഭാഗൻ നോവലിനെക്കുറിച്ച് ഭൂരിഭാഗം വായനക്കാരുടെ അഭിപ്രായങ്ങൾക്ക് എതിർപ്പായി ഈ നോവൽ എഴുതിയിരിക്കുന്നു എന്നു പറയാം. കാളി ആത്മഹത്യ ചെയ്തു, പൊന്ന ജീവിക്കുന്നു. തങ്ങളെ ഇങ്ങനെ മാറാൻ അവസരം നല്കിയ വായനക്കാർക്ക് ആദ്യം നന്ദി.

രണ്ടു ഭാഗങ്ങളായി എഴുതാൻ പോകുന്നു എന്നു പറഞ്ഞപ്പോൾ അത്ഭുതം കൂറി ഇവയെ ആകാംക്ഷയോടെ കാത്തിരുന്നു എന്റെ ഭാര്യ ഏഴിലരശി, മകൾ ഇളംപിറൈ, മകൻ ഇളം ഭാരതി തുടങ്ങിയവർ. നോവൽ എഴുതുന്ന കാലത്ത് എന്റെ ഉത്തരവാദിത്വങ്ങളൊക്കെ അവർ ഏറ്റെടുത്തു ചെയ്തു; ഞാൻ കൂടെയില്ലെങ്കിലും അവർ അത് പ്രകടിപ്പിക്കാതെ സ്വതസിദ്ധമായെടുത്തു. അവർക്ക് നന്ദി പറയുന്നതിൽ സന്തോ

* ആലവായൻ = വലിയ വായുള്ളവൻ

ഷിക്കുന്നു.

ഈ നോവലിന്റെ ഭാഗങ്ങൾ ഇടയ്ക്കിടെ സമയം കിട്ടുമ്പോളൊക്കെ എഴുതിവന്നു. എങ്കിലും അവസാനം നന്നാക്കാൻ ബംഗളൂരു, സംഘം ഹൗസ് നല്കിയ writers living camp (2014) സഹായകമായി. അവർക്കും നന്ദി. ആ ക്യാമ്പിൽ പങ്കെടുക്കാൻ കാരണമായിരിക്കുകയും നോവൽ നന്നായി പ്രസിദ്ധീകരിച്ച കാലച്ചുവട് കണ്ണനും നന്ദി. നോവലിന്റെ നിർമ്മിതിക്ക് നന്നായി അദ്ധ്വാനിച്ച കാലച്ചുവട് രത്നകുമാരി തുടങ്ങി ജോലിക്കാർക്കും നന്ദി.

എന്റെ അമ്മായിയുടെ പേര് പൊന്നായി എന്നാണ്. യൗവനത്തിൽത്തന്നെ ഭർത്താവ് നഷ്ടപ്പെട്ടവർ. എന്നിട്ടും തനിച്ചുനിന്ന് അവർ ജീവിതത്തെ അഭിമുഖീകരിച്ച വിധം എന്നെ അത്ഭുതപ്പെടുത്തിയിരിക്കുന്നു. എനിക്കു മാത്രമല്ല എന്റെ ഭാര്യയ്ക്കും കുട്ടികൾക്കും അവരെ ഇഷ്ടമാണ്. 'അണിമൂർ അമ്മായി' എന്ന് സ്നേഹത്തോടെ വിളിക്കും. ഇതുവരെയും അമ്മായിക്കായി ഒരു പുസ്തകവും സമർപ്പിച്ചിട്ടില്ല. ശരിയായ അവസരത്തിനുവേണ്ടി കാത്തിരുന്നു. ഈ നോവൽ ഓർമ്മകളിൽ ജീവിക്കുന്ന അമ്മായിക്ക് കാണിക്കയായർപ്പിക്കുന്നു.

•

"അപ്പാ, ദൈവങ്ങളേ, തങ്ങളുടെ സമുദായത്തിന് ഒരു നിവേദനം. ഈ നോവൽ എന്നല്ല; എന്റെ സൃഷ്ടികൾ, എഴുത്തുകൾ എല്ലാറ്റിന്റെയും കളം തമിഴകത്തുള്ള ഗ്രാമങ്ങളല്ല. എന്തിന്, ഈ ലോകത്തെക്കുറിച്ചു തന്നെ ഞാൻ എഴുതിയിട്ടില്ല. ഞാൻ എഴുതുന്നതെല്ലാം അസുരലോകത്തെക്കുറിച്ചാണ്. എന്റെ എഴുത്തിൽവരുന്ന മനുഷ്യരെല്ലാവരും അസുരന്മാരാണ്. അവരെല്ലാവരും അസുരജാതിക്കാർ. അവർ സംസാരിക്കുന്നത് അസുരഭാഷ. ഈ ലോകത്ത് വസിക്കുന്ന ആരെയെങ്കിലും കുറിക്കുകയോ ഏതു ജാതിയെയോ, സ്ഥലത്തെയോ സൂചിപ്പിക്കുന്നതായി തോന്നിയാൽ അത് മായയാണ്. അതിനാൽ ദയവുചെയ്ത് മായയിൽനിന്നും മോചിതരാകൂ എന്ന് അപേക്ഷിക്കുന്നു.

ബംഗളൂരു പെരുമാൾ മുരുകൻ

29-11-14

ഒന്ന്

പൊന്നായി പൂവരശ് മരത്തെ തലയുയർത്തി നോക്കി. സൂര്യകിരണങ്ങൾ ഇലകളിൽ തട്ടിച്ചിതറി. ഇളവെയിലിൽ മരം തന്നെ ശുദ്ധമായി കാണിച്ചു. കാളി മരിച്ചതിനുശേഷം കുടിലിൽനിന്നും പുറത്തേക്കു വന്നയുടനെ കണ്ണ് മരത്തിലേക്കാണ് പോകുന്നത്. പതിവുപോലെ കണ്ണ് ആ മരക്കൊമ്പിനെ ഉഴിഞ്ഞു. വെട്ടപ്പെട്ട കൈയുടെ ചെറിയ ബാക്കിഭാഗം കെട്ടപ്പെട്ട് തോളിൽനിന്നും നീണ്ടുകിടക്കുന്നതുപോലെ അത് കാണപ്പെട്ടു. കൈവാൾകൊണ്ട് അറുത്ത വട്ടത്തിലുള്ള പാട്. കൈപോലെ അത് നീണ്ടു വളർന്നിരുന്നു. കുട്ടികൾ മരത്തിൽ കയറിയാൽ ആ കൊമ്പിൽ പിടിച്ച് കൈമാറ്റിമാറ്റി തൂങ്ങിക്കൊണ്ട് മുന്നോട്ടും പിന്നോട്ടും ആടുകയും പിന്നെ കൈവിട്ടിട്ട് ചാടുന്നതും ഒരു കളിയാണ്.

ഈട്ടിപോലെ ശരീരം നീട്ടി ഒറ്റക്കുതിപ്പിന് കാളി മരക്കൊമ്പിൽ പിടിച്ച് തൂങ്ങും. അവിടെനിന്നും കുതിച്ചുചാടും. "കുട്ടികളില്ലാത്ത വീട്ടിൽ കിഴവി തുള്ളിച്ചാടുന്നു" എന്ന് അവൾ കളിയാക്കും. മരത്തിൽ അവന് ഇഷ്ടപ്പെട്ട കൊമ്പ് അതാണ്. "വലിയ പാമ്പ് നീണ്ടുകിടക്കുന്നതു പോലെയുണ്ട് നോക്ക്" എന്ന് അവൻ പറയും. "ഇഴഞ്ഞിട്ട് അത് കടിക്കാൻ വരാൻ പോകുന്നു." അവൾ പറയും. "എത്ര പ്രയാസങ്ങൾ നല്കിയാലും മരം താങ്ങിക്കൊള്ളും. മനുഷ്യനാണ് ചെറിയ പ്രയാസം പോലും താങ്ങാനാവാത്തത് കുട്ടി." എന്ന് മരത്തിനനുകൂലമായവൻ സംസാരിക്കും. പറഞ്ഞതുപോലെ മരം എല്ലാറ്റിനെയും താങ്ങിയിരിക്കുന്നു. അവനാണ് താങ്ങാനാവാതിരുന്നത്. എന്തോ മരത്തെയും അവനെയും വേർപിരിച്ചു കാണാൻ അവളെക്കൊണ്ടായില്ല. അതുകൊണ്ടാണ് മരത്തെ വെട്ടരുതെന്ന് അവൾ പറഞ്ഞത്.

ആരൊക്കെയോ വന്ന് പറഞ്ഞുനോക്കി. അമ്മായിഅമ്മ കൂടി "ആളേ

പോയി. മരം ഇരുന്നിട്ട് എന്താവാനാണ് കെട്ടിയോനെ തിന്നവളെ" എന്നവർ പറഞ്ഞു. "മരത്തിൽ തൂങ്ങി മരിച്ചാൽ ആ മരത്തെ ബാക്കി വയ്ക്കരുത്. അത് ഇനിയും, ഇനിയും എന്ന് ബലി ആവശ്യപ്പെട്ടുകൊണ്ടിരിക്കും." എന്ന് അച്ഛൻവന്ന് അനുകമ്പയോടെ തലചീകിക്കൊണ്ടു പറഞ്ഞു. "മരത്തിൽ വന്നിരുന്നിട്ട് ആത്മാവ് ഇവിടെ ചുറ്റിക്കറങ്ങും. പെട്ടെന്നൊന്നും മുകളിലോട്ട് പോവില്ല." എന്നും പറഞ്ഞു. അതിനും അവൾ അയഞ്ഞില്ല. മരത്തിൽ കയറിയിരിക്കുന്ന സംഭവങ്ങളിൽ അവന്റെ ഓർമ്മകൾ നിറഞ്ഞിരിക്കുന്നതിനെ അവളെക്കൂടാതെ മറ്റാരും അറിഞ്ഞിട്ടില്ല. അതിനടിയിൽ കിടക്കുന്ന കട്ടിൽ എല്ലാവർക്കും വെറും കയർക്കൂമ്പാരം. അവൾക്ക് അവനോടൊപ്പം കഴിഞ്ഞിരുന്ന നിമിഷങ്ങളുടെ സന്തോഷമാണ്. കൊമ്പ് മുറിക്കാൻ കൂടി അവൾ സമ്മതിച്ചില്ല. എന്നാൽ അതിനെങ്കിലും സമ്മതിക്കേണ്ടി വന്നു. അല്ലെങ്കിൽ മരത്തെ രക്ഷിക്കാനാവില്ല.

ഒട്ടി വളർന്ന് ഉയരത്തിലേക്കു പോയ കൊമ്പും ഇതും ഇണയായതിനാൽ മുറിക്കാനാവില്ല. അല്പം തള്ളിയാണ് മുറിച്ചത്. വെട്ടിയ കൊമ്പിൽ ഒരു കൊമ്പു മുറിച്ചുകൊണ്ടുപോയി പാടത്തിന്റെ ഒരു മൂലയ്ക്ക് നട്ടു. സന്ധ്യമയങ്ങിയ നേരത്ത് പിന്നാലെ അമ്മ ഒച്ചയിട്ടുകൊണ്ട് ഓടിവന്നപ്പോൾ ശ്മശാനത്തിൽ പോയി അവനെ എരിച്ച ചാരം മടിനിറയെ വാരിക്കൊണ്ടു വന്നു. അതിൽ ഒരുപിടി കൊമ്പുനട്ട കുഴിയിൽ ഇട്ടു മൂടി. ബാക്കിയുണ്ടായിരുന്ന ചാരം പാടത്തു മുഴുവൻ വിതറി. അതിനകം അന്വേഷിച്ചുകൊണ്ട് പാടത്തിന്റെ ഭാഗത്തേക്കുവന്ന അമ്മായി അമ്മ മാരായി "മരിച്ചവന്റെ ഓർമ്മയിൽ മരം നട്ടുവച്ചാൽ എഴുന്നേറ്റുവരാൻ പോകുന്നു. ഇവൾക്ക് കിറുക്കു പിടിച്ചിരിക്കുന്നു. ഉള്ള ഒരു പൂവരശ് നമ്മളെ പാടുപെടുത്തുന്നത് മതി. പാടം മുഴുവൻ പൂവരശ് നിറയണോ" എന്നവൾ പറഞ്ഞു. കൊമ്പ് പിടുങ്ങി മാരായി എവിടേക്കോ എറിഞ്ഞു.

മരം നട്ടുവച്ചാൽ മരം നട്ടുവച്ചാൽ
മരിച്ചവൻ എഴുന്നേറ്റു വരുമോ
മാരായിയുടെ മകനാണ് താനെന്ന് ഉറപ്പു തരുമോ
കൊമ്പ് നട്ടുവച്ചാൽ കൊമ്പ് നട്ടുവച്ചാൽ
മരിച്ചവൻ എഴുന്നേറ്റ് ശരശരാന്ന് വരുമോ
പൊന്നായിയുടെ ഭർത്താവാണെന്ന സന്തോഷം തരുമോ

എന്ന് അവൾ പാടി. മാരായി വിചാരിക്കുമ്പോഴൊക്കെ അലമുറയിടും. പാതിരാവിൽ അവളുടെ ശബ്ദം ഉയർന്ന് കരച്ചിലോടുകൂടി ഗ്രാമം മുഴുവൻ പോയിച്ചേരും. ആരെങ്കിലും പിറ്റേന്നുവന്ന് പാടിത്തന്നെ അലിയിക്കണം. "അത്രയും വലിയ രൂപത്തെ മനസ്സിൽനിന്നും എളുപ്പത്തിൽ എടുത്തുകളയാനാകുമോ?" എന്നുപറഞ്ഞ് ആശ്വസിപ്പിച്ചിട്ടുപോകും. ചില നേരത്ത് ദേഷ്യത്തോടെയാണെങ്കിലും പൊന്ന ഒന്നും പറയില്ല. തനിക്ക് ഭർത്താവ് നഷ്ടപ്പെട്ട ദുഃഖം. അവൾക്ക് ഭർത്താവും പോയി പോറ്റി വളർത്തിയ മകനും പോയതിന്റെ രണ്ട് ദുഃഖം.

അന്ന് പൊന്ന വിവരമറിഞ്ഞ് ഓടിവരുമ്പോഴേക്കും മരത്തിൽനിന്നും

കയററുത്ത് ശവം താഴെയിറക്കി കട്ടിലിൽ കിടത്തി വെളുത്ത തുണി കൊണ്ട് മൂടിയിരുന്നു. അവളെ പലരും തടഞ്ഞെങ്കിലും കുതറിക്കൊണ്ട് ഓടിപ്പോയി മൂടിയിരുന്ന വെള്ളത്തുണി വലിച്ചെടുത്ത് മുഖത്തേക്കു നോക്കി. അത് കാളിയല്ല. മറ്റാരോ ആണ്. എന്തോ കണ്ണുകൾ തുറിച്ച് ഘോരമായി അവളെ നോക്കി. പല്ലുകൾ കടിച്ച് നാക്ക് പുറത്തേക്ക് നീണ്ടിരുന്നു. കടിച്ച നാവിൽ ഉറച്ചുപോയ രക്തം. ചുണ്ടുകൾ പിളർന്ന് വീങ്ങിപ്പോയിരുന്നു. കോടിപ്പോയ മുഖം. കുടുമ അഴിഞ്ഞുകിടന്നിരുന്നു. ഇത്രയും ഭീകരത അവൾ കണ്ടിട്ടേയില്ല. അതും അവൾ ആശയോടെ ആസ്വദിച്ച മുഖം. "അയ്യോ" എന്നലറിക്കൊണ്ടവൾ ബോധംകെട്ടുവീണു.

ബോധം വന്നപ്പോൾ ശവം എടുക്കാനുള്ള തയ്യാറെടുപ്പായിരുന്നു. പാടത്തുതന്നെ കുഴിവെട്ടി അടക്കംചെയ്യാനവൾ അലറി. അവളുടെ ചേട്ടൻ മുത്തു വന്ന് "അതൊന്നും വേണ്ട മോളേ, പാടത്തിനടുത്തേക്ക് പോകുമ്പോൾ ഒക്കെ അവന്റെ ഓർമ്മയായിരിക്കും." എന്നു പറഞ്ഞു. അവന്റെ കഴുത്തിലിട്ടിരുന്ന തോർത്തിന്റെ ഇരുതുമ്പും കൂട്ടിപ്പിടിച്ചുകൊണ്ട് "എന്റെ ദൈവത്തെ തൊലച്ചുകളഞ്ഞല്ലോ... നീ നന്നായിരിക്കുമോ... നീ നന്നായിരിക്കുമോ..." എന്നുപറഞ്ഞ് അവന്റെ മുഖത്തും നെഞ്ചത്തും വേഗം വേഗം കുത്തി. ആരൊക്കെയോ വന്ന് അവളെ പിടിച്ചുമാറ്റി മുത്തുവിനെ വിടുവിച്ചു. "എന്റെ ദൈവത്തെ തൊലച്ചല്ലോ." എന്ന ശബ്ദം പെരുകി അവന്റെ നെഞ്ചിൽ അടിച്ചുകൊണ്ടിരുന്നു. അവൻ വിതുമ്പിക്കരഞ്ഞു കൊണ്ട് മരംപോലെ അങ്ങനെനിന്നു.

അവളുടെ വാക്കുകൾക്ക് ആരും വില നല്കിയില്ല. ശ്മശാനത്തിലേക്കു കൊണ്ടുപോയി കത്തിച്ചു. 'ഒക്കെ ജീവിച്ചുതീർത്ത് പോയതാണോ മണ്ണിൽ അടക്കംചെയ്യാൻ? ജീവിച്ചുകൊണ്ടിരിക്കെ വിഡ്ഢിത്തം കാണിച്ച് പിടഞ്ഞു പിടഞ്ഞു മരിച്ചവനെ കത്തിച്ചാലാണ് നല്ലത്" എന്ന് പിന്നീട് പലരും പറഞ്ഞ് അവളെ ആശ്വസിപ്പിച്ചു. എങ്കിലും അവൾക്ക് വെറുതെയിരിക്കാനായില്ല. പൂവരശിന്റെ കൊമ്പുനട്ടത് മാരായി പിഴുതെറിഞ്ഞെങ്കിലും അവിടെയിട്ട അവന്റെ ചാരത്തിനുമുകളിൽ നല്ലൊരു കല്ല് തേടിയെടുത്ത് നാട്ടിവച്ചു. ശ്മശാനത്തിൽ കൊണ്ടുപോയി കത്തിച്ചാൽ അവന്റെ ഓർമ്മകളെയും കത്തിച്ചുകളയാനാകുമോ. പൂവരശിന്റെ കൊമ്പ് പിഴുതെറിഞ്ഞാൽ മറ്റൊന്നും ഇല്ലേ? പാടം മുഴുവൻ കിടക്കുന്ന കല്ലുകളിൽ അവന്റെ മുഖം തെളിയുന്നത് ആരെക്കൊണ്ട് മാറ്റാനാവും?

പാടത്തിനടുത്തേക്ക് പോകുമ്പോഴൊക്കെ അവൾ കല്ലിനെ നോക്കും. "എന്നെ ഇങ്ങനെ തനിച്ചാക്കിയിട്ട് പോയല്ലോ, ഇത് നിങ്ങൾക്കുതന്നെ നല്ലതാണോ" എന്നവൾ ചോദിക്കും. "ശ്ശെടാ ഒരു വാക്ക് ഇതിനെക്കുറിച്ച് പറഞ്ഞിരുന്നെങ്കിൽ ഞാൻതന്നെ പോയേനെയല്ലോ. നിങ്ങളെന്തിനാണപ്പാ മരിക്കണം? നിങ്ങൾ എന്തു ചെയ്തു? നിങ്ങൾക്കിഷ്ടപ്പെട്ടതുപോലത്തെ ഒരു കുഞ്ഞിനെ പ്രസവിച്ചു തരാനായി ഞാനാണല്ലോ കെട്ടഴിഞ്ഞു പോയത്. നിങ്ങളോട് എല്ലാം ചോദിക്കുമായിരുന്നല്ലോ. ഇതു ചോദിക്കാതെ പോയല്ലോ. ചോദിക്കുന്നവരുടെയൊക്കെ വാക്കുകേട്ട് നിങ്ങ

ളുടെ വിചാരവും ഇതുതന്നെയായിരിക്കുമെന്നു കരുതി. ദൈവമേ, ഇങ്ങനെ പോയവളായ നിന്നെ ഇനിയെനിക്ക് വേണ്ടെന്ന് പറഞ്ഞ് എന്നെ ഒഴിവാക്കാമായിരുന്നില്ലേ. മറ്റൊരുത്തിയെ കെട്ടുമെന്നു പറഞ്ഞുപറഞ്ഞ് എന്നെ കരയിക്കുമായിരുന്നില്ലേ. അങ്ങനെ യഥാർത്ഥമായും ഒരുവളെ കെട്ടിക്കൊണ്ടുവന്ന് ജീവിക്കാമായിരുന്നില്ലേ. ഒന്നിനും വഴിയില്ലാതെ ഇങ്ങനെ മരിക്കണമായിരുന്നോ? എന്നെയും കൂട്ടിക്കൊണ്ടുപോ. നിങ്ങൾ തൂങ്ങിയ കൊമ്പ് വെട്ടിക്കളഞ്ഞാലും പൂവരശമരത്തിൽ ഇനിയും കൊമ്പില്ലേ? നിങ്ങളുടെ കാലു പിടിച്ചിട്ട് നിങ്ങൾ പോയിടത്തേക്ക് ഞാനും വരുന്നു" എന്ന് കല്ലിലേക്ക് നോക്കി അവൾ സംസാരിക്കും.

അപ്പോഴൊക്കെ അവൾക്കു പിന്നാലെ ആൾക്കാർ പിന്തുടർന്നുകൊണ്ടിരുന്നു. ഇങ്ങനെ വല്ലതും ചിന്തിച്ചേക്കുമോ എന്നു പേടിച്ച് മാരായിയും വീട്ടുകാരും ഒരു നിമിഷംപോലും അവളെ വിട്ട് നീങ്ങാറില്ല. വെളിക്കു പോകുമ്പോൾക്കൂടി പിന്നാലെ വന്നുനില്ക്കും. രാത്രി കിടക്കുമ്പോൾ ഒപ്പം കിടക്കും. "ക്ഷോഭം വേണം. ജീവൻ കളയാൻ വണ്ണം ഇങ്ങനെ എന്താണ് ക്ഷോഭം? ലോകത്ത് ദിനവും ഓരോരുത്തരെ തേടിപ്പോകുന്നവളൊക്കെയുണ്ട്. അവളുടെ ഭർത്താക്കന്മാരൊക്കെ ഞാനൊന്നുമറിഞ്ഞില്ലേ രാമനാരായണാന്നും പറഞ്ഞുനടക്കുന്നു. ഇവനെപ്പോലെ ഒരുത്തനേം കണ്ടിട്ടില്ലപ്പാ." എന്ന് അവളുടെ അമ്മ നല്ലായി പറഞ്ഞു. അവളെ സന്തോഷിപ്പിക്കാനാണ് ഈ സംസാരം. എല്ലാവരും ചേർന്ന് പദ്ധതിയിട്ട് കാളിയെ കൊന്നിട്ട് ഇപ്പോൾ അവന്റെ മേൽ പഴിചാരുന്നു.

ചടങ്ങുകളൊക്കെ കഴിഞ്ഞ് അവളെ സ്വന്തം വീട്ടിലേക്ക് കൂട്ടിക്കൊണ്ടു പോകട്ടെയെന്ന് അച്ഛൻ ചോദിച്ചു. മാരായി ഒന്നും പറയാതെ കരഞ്ഞു. എല്ലാവരും നിശ്ശബ്ദരായി ഇരുന്നു. ഒരുവിധം സമനില വീണ്ടെടുത്ത് "ഞാൻ തന്നെ ഒറ്റയ്ക്ക് കെടന്ന് ചാകണം. എന്റെ തലയിലെഴുത്ത് അങ്ങനെയാണ്. അവൾ അവിടേക്ക് വന്നാൽ ചേട്ടന്റെ കുഞ്ഞിന്റെ മുഖം കണ്ടിട്ടെങ്കിലും സമാധാനിക്കും. കൂട്ടിക്കൊണ്ടു പോയിക്കോളൂ. എന്നവൾ സമ്മതം നല്കി. കാളിയുടെ ചില കൂട്ടുകാരും അവളെ കൂട്ടിക്കൊണ്ടു പോകാൻ ഒത്താശ ചെയ്തു. "മക്കളും കുട്ട്യോളും ഉണ്ടോ? ഇനി മുതൽ അവൾക്ക് ജനിച്ച വീടുതന്നെ ശരണം. അതാണ് ആചാരം." അവർ പറഞ്ഞു. "അവൾക്കു ജീവിക്കാൻവേണ്ടി എന്താണ് ചെയ്യുക? ഈ പാടത്ത് പറ്റുന്നതൊക്കെ ചെയ്തിട്ട് ഇവിടെത്തന്നെ കെളവിക്ക് തുണയായി ഇരിക്കട്ടെ. കെളവിയെ നോക്കാനും ഒരാൾ വേണ്ടേ." എന്ന് ചിലർ പറഞ്ഞു.

അവന്റെ ചങ്ങാതിമാർ ഇതിനിടയിൽ പലതരത്തിൽ സംസാരം മാറ്റിവിട്ടിരുന്നു. അവൾക്ക് നാട്ടിൽ പനങ്കാട്ടിൽ കറുപ്പണ്ണനുമായി വളരെ നാളുകളായി ബന്ധമുള്ളതായും ഇപ്പോൾ അത് കാളി സ്വന്തം കണ്ണുകൊണ്ട് കണ്ടു എന്നും ആ അവജ്ഞ താങ്ങാനാവാതെയാണ് ഈ തീരുമാനത്തിലെത്തിയതെന്നും സംസാരം മാറ്റിയിരുന്നു. ഇതു ചോദിച്ച കാളിയെ അടിച്ചുകൊണ്ടുവന്ന് മുത്തുവാണ് മരത്തിൽ കെട്ടിത്തൂക്കിയതെന്നും

പറഞ്ഞു. കുട്ടികൾ ഇല്ലാത്തതിനാൽ മുത്തു സ്വത്ത് കൈക്കലാക്കാൻ പദ്ധതിയിട്ടിരുന്നു എന്നും പറഞ്ഞു. ചോദിച്ചവരോടൊക്കെ ഒന്നും പറയാതെ കറുപ്പണ്ണൻ വെറുതെ ചിരിച്ചു. അപ്പോൾ എവിടെ ഇരിക്കണമെന്ന പ്രശ്നം തന്നെ അവൾക്കു തോന്നിയില്ല. എവിടെയും ഇരിക്കരുത് എന്നാണ് അവൾ വിചാരിച്ചത്. അവനോടൊപ്പം പോയിച്ചേരുന്നതാണ് ശരി. അവനില്ലാത്ത ലോകത്ത് ഇനിയെന്താണ് ജോലി? എല്ലാം അവനാണെന്നു കരുതിയിരുന്നവളല്ലെ ഒരു നിമിഷം ചിന്തിക്കാതെ പോയിക്കളഞ്ഞില്ലെ.

ഇരുന്നിടത്തു തന്നെ അവൾ കണ്ണീരൊഴുക്കിക്കൊണ്ട് ഇരുന്നു. അവളെ എഴുന്നേല്പിച്ച് രണ്ടു വായ് ഭക്ഷണം കഴിപ്പിക്കുമ്പോഴേക്കും നല്ലായിക്ക് മതിയായിപ്പോയി. അമ്മയും ഇടതടവില്ലാതെ എന്തെങ്കിലുമൊക്കെ സംസാരിച്ചുകൊണ്ടേയിരുന്നു. അവളുടെ മനസ്സിലേക്ക് അമ്മയുടെ വാക്കുകൾ ഇറങ്ങിയതേയില്ല. അവൾ ഇനി എവിടെ താമസിക്കും എന്ന് ഉൽക്കണ്ഠപ്പെട്ട് എല്ലാവരും സംസാരിച്ചുകൊണ്ടിരുന്നപ്പോൾ ഗണിച്ചു നോക്കാനവർ പോയി. ചടങ്ങുകളൊക്കെ കഴിഞ്ഞതിനുശേഷം കരട്ടൂർമലയിൽ പോയി ശിവനേയും പാർവ്വതിയേയും നമസ്കരിച്ചിട്ട് വന്നതിനു ശേഷമേ അവരവരുടെ ജോലി ചെയ്യാവൂ. ഒരുവേള ബാലായ്മ ഉണ്ടെങ്കിൽ അത് കഴിയുന്നതുവരെ മലയിലേക്ക് പോകാനും പാടില്ല. ശുഭകാര്യങ്ങൾക്കും എവിടേയും പോകാനും പാടില്ല.

പുളിങ്കുരു കുലുക്കി രാശി നോക്കിയ ഒടക്കാട് വലിയ മീശ മുത്തശ്ശൻ "മൂന്നുമാസം ബാലായ്മയാണ്. നാലു തവണ നോക്കി. ശൂരനായിരുന്ന ആളുടെ ആത്മാവ് അത്രവേഗം അടങ്ങുമോ? മരിച്ച ദിവസം മുതൽ മൂന്നുമാസം എണ്ണിക്കോ. അതിനുശേഷം മലയ്ക്കു പോയി നമസ്കരിച്ചിട്ട് നമ്മുടെ മാരിയായി കോവിലിൽ ഒരു വഴിപാട് കഴിച്ചതിനുശേഷം എന്തെങ്കിലും ചെയ്തോളൂ." എന്നദ്ദേഹം പറഞ്ഞു. ഗ്രാമത്തിൽ മീശ മുത്തശ്ശന്റെ രേഖ മറികടക്കാറില്ല. എന്തായാലും ഇരിക്കട്ടെയെന്ന് പൊന്നയുടെ അച്ഛൻ കൂനപ്പാളയത്തുച്ചാമിയാടിയുടെ അടുത്തുപോയി നോക്കി. ചാമിയാടി എരിക്കിൻ പൂവിൽ കുറി നോക്കുന്നവരാണ്. പൂവ് വാരി നിലത്തേക്ക് വീശും. നില്ക്കുന്ന പൂക്കൾ, വീഴുന്ന പൂക്കൾ ഒക്കെ നോക്കി രാശി പറയും. അദ്ദേഹവും മൂന്നുമാസം ബാലായ്മയാണെന്നു പറഞ്ഞു. ഒപ്പം പാതിയിൽ പോയ ജീവനാണ്. ആത്മാവ് വരും ശ്രദ്ധിച്ചോളൂ. മറ്റൊരു ജീവനും കൊണ്ടുപോയാലേ അടങ്ങൂ. അവളെ നല്ലോണം ശ്രദ്ധിച്ചോളണം." എന്നു പറഞ്ഞു.

ബാലായ്മ തീരുന്നതുവരെ പൊന്ന അവിടെത്തന്നെ കഴിയണം. ചെറുകുടിലിൽ പോയി ഇരിക്കാം എന്നു പറഞ്ഞിട്ട് പൊന്ന സമ്മതിച്ചില്ല. തൊണ്ടുപട്ടിയിൽത്തന്നെ താമസിക്കാൻ അവൾ ഇഷ്ടപ്പെട്ടു. അതും നന്നായി. ആടുമാടുകളെ നോക്കാനും പറ്റി. മൂന്നുമാസം വരെ അമ്മയും അവളുടെ കൂടെ തന്നെയിരുന്നു. ആദ്യമൊക്കെ ഗ്രാമത്തിലെ വീട്ടിൽ പോയി ചോറുണ്ടാക്കിക്കൊണ്ടുവന്ന നല്ലായി അതിനുശേഷം ഓരോ

സാധനങ്ങളായി തൊണ്ടുപട്ടിയിലേക്ക് എടുത്തുകൊണ്ടുവന്ന് അവിടുന്നു തന്നെ ഉണ്ടാക്കി. മാരായിക്ക് ജോലി ചെയ്യാതെയിരിക്കാനാവില്ല. എന്തെങ്കിലും ചെയ്തുകൊണ്ടേയിരിക്കും. പൊന്ന ഒന്നും ചെയ്തില്ല. അവൾക്ക് സ്വബോധം ഇല്ല. അമ്മായി അമ്മയും അമ്മയും കൺകൊത്തിപ്പാമ്പിനെപ്പോലെ അവളെ ശ്രദ്ധിച്ചുകൊണ്ടേയിരുന്നു.

തൊണ്ടുപട്ടിയിൽ ഏതെങ്കിലുമൊരിടത്ത് അവൾ ഇരിക്കും. അതിനകത്ത് ഇരിക്കുന്നത് കാളിയുടെ മടിയിലും മാറിലും കിടക്കുന്നതുപോലെ അവൾക്കു തോന്നും. ഇടയ്ക്കിടെ പൂവരശമരത്തിന്റെ കൊമ്പിലേക്ക് നോട്ടം പായും. വെട്ടപ്പെട്ട ചില്ല പെട്ടെന്ന് വളർന്ന് പഴയതുപോലെ നില്ക്കും. അതിൽ കയറിന്റെ കുരുക്ക് കാണപ്പെടും. അടുത്ത നിമിഷം കാളിയുടെ ശവം നീളും. അവസാനമായി കിടത്തിയിരുന്ന ആ ഭീകരതയെ എടുത്തു നിർത്തിയ രൂപം. അഴിഞ്ഞ കുടുമ നീണ്ട് അതുമാത്രം ചില സമയത്ത് കാറ്റിൽ പറക്കും. അല്പനേരത്തിൽ കൂടുതൽ അതുകാണാനാവില്ല. ഭയവും ആക്രോശവും ഒന്നുചേരവെ കരച്ചിൽ വരും. അവൻ മരിച്ചതിനെക്കാളും ഇങ്ങനെ ഭീകരകാഴ്ച നല്കിയിട്ടു പോയതാണ് വലിയ ശിക്ഷ എന്നുതോന്നും. ദിവസവും കണ്ടുകണ്ട് ശീലമായി പിന്നെ ആ ഭീകരതയോട് സ്വാഭാവികമായി അവൾ സംസാരിക്കുവാൻ തുടങ്ങി. മരത്തിന്റെ ഭാഗത്തേക്ക് നോട്ടം തിരിക്കരുതെന്ന് തീരുമാനിച്ചുകൊണ്ട് കുടത്തിലുണ്ടായിരുന്ന വെള്ളംകോരി മുഖത്തേക്കടിച്ചു. ചാരം തൊട്ട് പല്ലുതേച്ചു. അവൾക്ക് ഓക്കാനം വന്നു.

ഈ ഓക്കാനമാണ് പൊന്നയെ പിടിച്ചു വച്ചിരിക്കുന്നത്.

രണ്ട്

വെള്ളപ്പുടവയിൽ പൊന്നയെ കാണാൻ സഹിച്ചില്ല. അവളറിയാതെ നല്ലായി മൂക്കുചീന്തിക്കൊണ്ടിരുന്നു. തന്റെ ജീവിതം പോലെ തന്നെ മരുമകളുടെ ജീവിതവും ആയിപ്പോയല്ലോ എന്ന തീരാദുഃഖമാണ് മാരായിക്ക്. തനിക്കെങ്കിലും ഒറ്റയ്ക്ക് ഒരു മകൻ ഉണ്ടായി ഇത്രയും നാൾ വരെ ജീവിക്കാൻ ഒരു പിടിവള്ളി നല്കിയിരുന്നു. അവൾക്ക് അതും ഇല്ല. പൊന്ന ഏതെങ്കിലും ഒരു കട്ടിലിൽ പഴന്തുണിക്കെട്ടുപോലെ കിടക്കും. അല്ലെങ്കിൽ മരത്തെ നോക്കിക്കൊണ്ട് കല്ലിൽ ചാരിയിരിക്കും. അവളുടെ അമ്മ നേരാനേരം പ്ലെയിറ്റിൽ ചോറെടുത്തു കൊണ്ടുവന്ന് നീട്ടി നിർബ്ബന്ധിച്ച് തീറ്റിക്കും. കുഞ്ഞാണെങ്കിൽ തല്ലിത്തീറ്റിക്കാം. ഇവളെ എന്തു ചെയ്യും?

അവർ രണ്ടുപേരും ഇല്ലെങ്കിൽ പശുക്കിടാങ്ങളെയും ആടുകളെയും സംരക്ഷിക്കാനാവില്ല. എല്ലാറ്റിനെയും വില്ക്കാമെന്നവർ വിചാരിച്ചു. ബാലായ്മ കഴിഞ്ഞ് മലയ്ക്കുപോയി വന്നിട്ടു നോക്കാം എന്നുപറഞ്ഞ് മുത്തുവും അച്ഛനും കാത്തിരുന്നു. അച്ഛൻ ഈരണ്ടു ദിവസം കൂടുമ്പോൾ വന്ന് ഒരു രാത്രി താമസിച്ചിട്ടു പോകും. അല്പം കള്ള് മോന്തും. പൊന്നയെ നോക്കി കുറച്ചുനേരം കരയും. പിന്നെ അങ്ങനെതന്നെ കിടന്നുറങ്ങും. ഓരോ തവണയും. “പൊന്നു നിന്നെ ഈ കോലത്തിൽ കാണാനാണോ തോളത്തിട്ട് വളർത്തിയത്. രതിമന്മഥന്മാരെപ്പോലെയല്ലെ രണ്ടുപേരും കഴിഞ്ഞിരുന്നത്. കുഞ്ഞില്ലാതിരുന്നിട്ടും എനിക്കു നീയും നിനക്ക് ഞാനും ആയിരുന്നിട്ടല്ലെ കഴിഞ്ഞിരുന്നത്. അതിനിടയ്ക്ക് ഞങ്ങളൊക്കെ ചേർന്ന് അതും നശിപ്പിച്ചുകളഞ്ഞല്ലോ. ഭാര്യയും ഭർത്താവുമായാൽ ഇങ്ങനെയിരിക്കണമെന്നു പറഞ്ഞ് മാലോകരുടെ കണ്ണേറും കൊണ്ടു. എന്റെ

രാജാത്തി ഉണ്ടായിരുന്ന കാലം മുഴുവൻ സന്തോഷത്തോടെയാണ് കഴിഞ്ഞത്. അതും ചിന്തിച്ചുകൊണ്ട് കാലം കഴിക്കുകയാണോ ചെയ്യുന്നത്. നിനക്ക് ഒരു കുറവും വരാതെ നമ്മൾ നോക്കിക്കൊള്ളും." എന്ന് എന്തൊക്കെയോ സംസാരിക്കും.

"വേദനിച്ചിരിക്കുന്ന മോളോട് എന്തു സംസാരിക്കണമെന്നറിയില്ലേ ഈ മനുഷ്യന്. മിണ്ടാതെ ഉറങ്ങ്." എന്ന് നല്ലായി വഴക്കു പറയും. മുത്ത് ആഴ്ചയിൽ ഒരു ദിവസം വരും. അവൻ നെഞ്ചിൽ കുത്തിക്കരഞ്ഞതിനു ശേഷം ഇതുവരെ ഒരു വാക്കുപോലും സംസാരിച്ചിട്ടില്ല. "എന്റെ ദൈവത്തെ തൊലച്ചല്ലോ." എന്ന പൊന്നയുടെ ശബ്ദം അവന്റെ കാതുകളിൽ അങ്ങനെതന്നെ തങ്ങി നില്ക്കുന്നു. അത് ഏതു നേരത്ത് അവനെ ഉണർത്തും എന്നറിയില്ല. കാളിയുടെ മരണം തന്നാലാണെന്ന് കരുതി അവൻ തളർന്നു കിടന്നു. കഴിയാവുന്നിടത്തോളം അവനറിയാതെ ഇത് ചെയ്യണമെന്നവൻ വിചാരിച്ചിരുന്നു. അന്ന് പുലർച്ചയ്ക്ക് എഴുന്നേറ്റിരുന്നെങ്കിൽ കാളിയെ കൊലയ്ക്ക് കൊടുക്കില്ലായിരുന്നു. എന്തെങ്കിലുമൊക്കെ പറഞ്ഞ് നിർത്താമായിരുന്നു. മദ്യലഹരിയിൽ കിടന്നുറങ്ങിപ്പോയി. അല്പം ശ്രദ്ധയോടെയിരുന്നിരുന്നെങ്കിൽ അവനെ രക്ഷിക്കാമായിരുന്നല്ലോ എന്നു ചിന്തിച്ച് താൻചെയ്ത തെറ്റിനാൽ എല്ലാം നശിച്ച് ജീവനും പോയല്ലോയെന്ന് അവൻ വിലപിക്കാത്ത നേരമില്ല. കുട്ടികളില്ലാതെ ഇരുവരും അനുഭവിക്കുന്ന ദുഃഖം കണ്ടു സഹിക്കാനാവാതെയാണ് അവൻ ഈ ഏർപ്പാടിന് മുതിർന്നത്. പൊന്ന, അനിയത്തി അവളോട് അത്രയ്ക്ക് സ്നേഹമാണ്. എന്നാൽ കാളിയുമായാണ് അവന് കൂടുതൽ അടുപ്പം. ഇരുവരും കാടുംമേടുമൊക്കെ ചുറ്റിത്തിരിഞ്ഞവരാണ്. എല്ലാം വിട്ടിട്ട് തൊണ്ടുപട്ടിയേ ഗതി എന്ന് അവൻ ആയത് സഹിക്കാനായില്ല. മുത്തുവന്നാൽ അമ്മയോടു മാത്രം രണ്ടു വാക്ക് സംസാരിച്ചിട്ട് പൂവരശിന്റെ ചുവട്ടിൽ കട്ടിൽ ഇട്ടിട്ട് കിടക്കും. ഉറങ്ങുകയാണോ അല്ലയോ എന്ന് അറിയില്ല. പുലർച്ചെ വേഗം എഴുന്നേറ്റ് ആരോടും പറയാതെ പോകും. അവൻ പൊന്നയ്ക്ക് മുഖം കാണിക്കുകയേ ഇല്ല.

ആദ്യമാസത്തിൽ സ്വന്തക്കാരിൽ ഓരോരുത്തർ വന്ന് രാത്രി തങ്ങി സംസാരിച്ചിട്ടു പോകും. മരണം നടന്ന വീട്ടിൽ എല്ലാവരും സ്വാഭാവിക നിലയിലേക്കെത്തുന്നതുവരെ ഇങ്ങനെ വന്ന് സംസാരിച്ചിട്ടു പോകുന്നത് പതിവാണ്. എല്ലാ ദുഃഖങ്ങളേയും സംസാരത്തിൽ അലിയിച്ചു കളയും. മാരായിയുടെ അമ്മായി വകയിലുള്ള ഒരു വൃദ്ധ ചീൻറാ പട്ടിയിൽനിന്നും വന്ന് മൂന്നു ദിവസം താമസിച്ചിരുന്നു. എൺപത് കടന്ന പ്രായം. അല്പം കൂന് വന്നതുപോലെ നടന്നതല്ലാതെ മറ്റൊരു കുഴപ്പവും ഇല്ല. അവർക്ക് കോഴിയുടെ ഉറക്കമാണ്. കണ്ണടച്ചാൽ ഒരു നിമിഷം വായ് തുറന്ന് കൂർക്കം വലി വരും. അടുത്ത നിമിഷം ഉണരും. രാവും പകലും വിടാത്ത സംസാരമാണ്. മാരായിക്ക് ആ വൃദ്ധ വന്നത് തന്റെ കുട്ടിക്കാലത്തെ കഥകൾ

സംസാരിക്കാനും വഴിയായി. കാളി തൂങ്ങാൻ കുട്ടികളില്ലാത്തതാണ് കാരണം എന്നാണ് എല്ലാവരോടും പറഞ്ഞിരിക്കുന്നത്.

ചോദിക്കുന്നവരോടൊക്കെ മാരായി ഇങ്ങനെ പറയും. "കുട്ടികൾ ഇല്ലാത്തതിന് നടത്താത്ത പ്രാർത്ഥനകൾ ഇല്ല. നോക്കാത്ത ചികിത്സയും ഇല്ല ഒരു ദൈവവും കണ്ണു തുറന്നില്ല. അതിന്റെ വ്യസനമാണ് അവന്. ഒന്നോ രണ്ടോ വർഷം കൂടി നോക്കിയിട്ട് മറ്റൊരു കല്യാണം കഴിച്ചു കൊടുക്കാമെന്നായിരുന്നു വിചാരിച്ചിരുന്നത്. അതിനിടയ്ക്ക് അന്ന് മാമിയുടെ വീട്ടിൽ കാട്ടുപ്പട്ടിക്കുപോയി. ദൈവം മലകയറുന്നു. കോഴിയെ അറുക്കും. ഭക്ഷണം കഴിച്ചിട്ടു പോകാം എന്ന് വന്നുക്ഷണിച്ചിട്ട് പോയിരുന്നു. എങ്ങോട്ടു പോയാലും ജനങ്ങൾ കുട്ടികൾ ഇല്ലേ ഇല്ലേന്ന് ചോദിക്കുന്നു എന്നുപറഞ്ഞ് നല്ലതിനും കെട്ടതിനുമൊന്നും എങ്ങോട്ടും പോകാറില്ല. അവളും അങ്ങനെ തന്നെയാണ്. ഞാനാണ് നാളെ മരിച്ചുപോയാൽ എടുത്തു കൊണ്ടുപോകാൻ നാലാൾ വരണമല്ലോ എന്നു കരുതി നല്ലതിനു പോയില്ലെങ്കിലും മരണവീട്ടിൽ പോയിട്ടു വരും.

അന്നും മറ്റെങ്ങും പോയില്ല. മാമിയുടെ വീട്ടിലേക്ക് തന്നെയാണ് പോയത്. അതും തേര് നോമ്പിനുകൂടി രണ്ടു വർഷമായി അങ്ങോട്ടു പോകുന്നതും നിർത്തിയിരുന്നു. മച്ചുനൻ ഇവന് ചെറുപ്പം മുതലേയുള്ള ചങ്ങാതിയാണ്. അവൻ വന്ന് ഞങ്ങളുടെ വീട്ടിലേക്ക് പോലും വരാതിരുന്നാലെങ്ങനാ മാപ്പിളേ എന്ന് കെഞ്ചുന്നതുപോലെ വിളിച്ചപ്പോൾ, ശരി, ഈ വർഷം വരാമെന്നു പറഞ്ഞിട്ട് പോയി. പോയവൻ അങ്ങനെതന്നെ നേരെ വീട്ടിലേക്ക് പോയാൽ പോരായിരുന്നോ. ഇടയിൽ ബാല്യകാല ചങ്ങാതിമാരെ കണ്ടിരിക്കുന്നു. എല്ലാവരും കരട്ടൂർക്കാരായ പിള്ളേര്. അവരുടെ കൂടെക്കൂടി എവിടെയോ ചാരായം കിട്ടുമെന്നു പറഞ്ഞ് കുടിക്കാൻ പോയി. അവനാണെങ്കിൽ ചങ്ങാതിമാർ ധാരാളം ഉണ്ടുതാനും. എന്തൊക്കെയോ സംസാരിച്ചുകൊണ്ടിരുന്നപ്പോൾ ഏതോ ഒരു നായിന്റെ മോൻ വകതിരിവില്ലാത്തവൻ എല്ലാം വായ് തുറന്നു പറയരുതെന്നു പറഞ്ഞത്രെ. സംസാരം മൂക്കുമ്പോൾ നാലു നായ്ക്കൾ നാലും പറയും. ഇപ്പോൾ പോലും തൂറുന്നിടത്തും മൂത്രം ഒഴിക്കുന്നിടത്തും ഒക്കെ സൊറ പറഞ്ഞിരിക്കുന്ന നായ്ക്കൾ എന്തൊക്കെയോ പറയുന്നത്രെ. നായയുടെ വായ് കെട്ടാൻ പറ്റുമോ?

"ലഹരിയിൽ മാമിയുടെ വീട്ടിലേക്ക് പോകേണ്ടതുകൂടി മറന്നിട്ട് നേരെ ഇവിടെ വന്നവൻ പൂവരശ് മരച്ചുവട്ടിൽ തലയും കുമ്പിട്ട് ഇരുന്നു. രണ്ടുപേരും അവിടെ ഇല്ല. പശുക്കൾക്ക് തീറ്റ കൊടുത്ത് രണ്ടു കുട്ട ചാണകം കിട്ടിയാൽ വാരിയിട്ടിട്ട് പോകാമെന്നു കരുതി ആ സമയത്ത് ഞാൻ വന്നു. ഇരിക്കുന്നവനെക്കണ്ട് എന്തു പറ്റിയെടാ എന്നു ചോദിച്ചു. ഒന്നും പറഞ്ഞില്ല. എന്തൊക്കെയോ ചോദിച്ചതിനു ശേഷമാണ് ഇതു പറഞ്ഞത്. ദൈവമേ നമ്മളെയാണല്ലോ ജനങ്ങൾ മുഴുവൻ സംസാരിക്കു

ന്നത്. ഈ ജനങ്ങൾക്ക് സംസാരിക്കാനായി നമ്മളെ ഉള്ളോ. ഇതെന്താ പുതിയതാണോ വിട്ടു തള്ള്. ചിലർക്ക് മക്കളില്ല. ചിലർക്ക് വാരിക്കോരി മക്കൾ. ഒക്കെ ദൈവത്തിന്റെ കളിയാണെന്ന് നല്ല വിധത്തിൽ പറഞ്ഞു. അവൻ എല്ലാം കേട്ടിരുന്നു. ശരി നീ പോയി കിടന്നോളൂ. ബാക്കിയൊക്കെ ഞങ്ങൾ നോക്കിക്കൊള്ളാം എന്നു പറഞ്ഞു. അവൻ ശരിയെന്നു പറഞ്ഞു. ഞാനും വിശ്വാസത്തോടെയിരുന്നു. കുറച്ചു സമയംകൂടി സംസാരിച്ചുകൊണ്ടിരുന്നെങ്കിൽ അവന്റെ പോക്ക് മനസ്സിലാക്കാമായിരുന്നു. അതിനുള്ളിൽ എനിക്ക് ജോലിയുടെ ഓർമ്മ വന്നു. ജോലിയെക്കുറിച്ചു ചിന്തിച്ചിട്ട് എന്റെ കൊച്ചനെ അന്യായമായി തൊലച്ചുകളഞ്ഞല്ലോ. ആ ഭാഗത്തുനിന്നും ചാണകം വാരിക്കൊണ്ടിരുന്നു. ഇവിടെ കഴുത്തിൽ കുരുക്കിട്ടിരിക്കുന്നു. ഇരുട്ടിൽ എനിക്കൊന്നും കാണാനായില്ല. ഈ പൂവരശിന്റെ കൊമ്പിലാണ് തൂങ്ങിയത്. കണ്ണടച്ചു തുറക്കുന്ന നേരമേ ആയിട്ടുള്ളൂ. എന്തോ ശബ്ദം കേട്ട് വന്നു നോക്കുമ്പോൾ ആളെ കാണാനില്ല. കുടിലിനകത്തേക്കു ചെന്ന് കാളീപ്പാ കാളീപ്പാന്ന് വിളിച്ചുനോക്കി. അങ്ങനെയാണ് വിളിക്കാറ്. ഞങ്ങളുടെ കുലദൈവത്തിന്റെ പേരാണ് അവനിട്ടിരുന്നത്. വിളിച്ച വിളിക്ക് മറുപടിയേ വന്നില്ല. എന്താ ഏതാന്ന് ഒരുചിന്ത. അപ്പോഴേക്കും ഇങ്ങനെ ചെയ്തിരിക്കുമെന്നു കരുതിയിരുന്നില്ല. ആൾ അവന്റെ അച്ഛനെപ്പോലെ മുരടനാണ്. വീണ്ടും കുടിക്കാൻ പോയിരിക്കുമെന്നു വിചാരിച്ചു.

ഈ കുടിയാണ് അവന്റെ ബലം. കള്ളാണ് കുടിക്കുക. ചാരായം എപ്പോഴെങ്കിലുമേ വായിൽ വെയ്ക്കൂ. ഇപ്പോൾ കള്ളിന്റെ സമയമാണല്ലോ. അതാണ് വീണ്ടും പോയത്. അങ്ങനെതന്നെ മാമിയുടെ വീട്ടിൽ പോയി തിന്നിട്ടു വരുമോ എന്തോ എന്നു ചിന്തിച്ച് പുറത്തേക്കു വന്നു. ഇറങ്ങുമ്പോൾ കട്ടിളയിൽ തലയിടിക്കുമോ എന്ന പേടിയോടെ അല്പം തലയുയർത്തി നോക്കി. പൂവരശ മരത്തിൽ കാല് തൂങ്ങുന്നു. അപ്പാ കുടുംബം നശിപ്പിച്ചല്ലോന്നും അലറിക്കൊണ്ട് ഓടിച്ചെന്നു. എനിക്ക് എത്തുന്നില്ല. വെളിയിലിറങ്ങി ഒച്ചവച്ച് നാലാളെ കൂട്ടിക്കൊണ്ടു വരുമ്പോഴേക്കും ശ്വാസം നിലച്ചിരുന്നു. നമ്മുടെ ആൾക്കാർ കാട്ടിൽ അങ്ങുമിങ്ങുമാണ് ഉള്ളത്. അടുത്താണെങ്കിൽ വേഗംതന്നെ ജനങ്ങൾ വന്നിരിക്കും. ആളെ രക്ഷിക്കുകയും ചെയ്യും. അവന് അത്രയും കാലമേ ഉള്ളൂന്ന് തലയിൽ എഴുതിയിരിക്കും. ആ ശ്വാസം നിലയ്ക്കുന്നതിനുള്ളിൽ എന്തൊക്കെ ചിന്തിച്ചിരിക്കും. എത്ര പിടഞ്ഞിരിക്കും. ഇങ്ങനെ പാതിയിൽ പോയിച്ചേരാനാണോ മാറത്തും തോളത്തും ഇട്ട് വളർത്തിയത്? കാറ്റിനും മഴയ്ക്കും കാണിക്കാതെ, വെയിലത്തും മഞ്ഞത്തും പോകാതെ മടിയിൽക്കെട്ടി വളർത്തിയതല്ലേ എന്റെ മുത്തിനെ... ഇങ്ങനെ വിട്ടിട്ട് പോയിക്കളഞ്ഞല്ലോ."

ആര് ചോദിച്ചാലും ഇത് അങ്ങനെ തന്നെ പിശകാതെ മാരായി പറ

ഞ്ഞു. പറഞ്ഞു പറഞ്ഞ് അത് മനഃപാഠമായിരിക്കുന്നു. ചീൻറാപ്പട്ടി കിഴവിയാണ് വായ് തുറന്ന് ചോദിച്ചത്. "എടീ... മോളേ മാരാ... നീ ഇങ്ങനെ പറയുന്നു. നാട്ടുകാർ അങ്ങനെയാണോ പറയുന്നത്? കെട്ടിയോള് തല തിരിഞ്ഞോള്. എവൾ എന്തെങ്കിലും പറഞ്ഞിരിക്കും. അവൾക്കെന്തോ ബന്ധമുണ്ടു പോലും. അവനാണ് ചാവടി സുബ്ബൂട്ടൻ എന്ന് പറയാത്ത ആൾക്കാരേ ഇല്ല. ഞാൻ കാതുകൊണ്ട് കേട്ടതാണ്. രണ്ടാഴ്ചയായി ചന്തയിൽ പോലും ഇതാണത്രെ സംസാരം."

"എന്നെക്കാളും ഇരുപത് മുപ്പത് വയസ്സിന് മൂത്ത കിഴവിയാണ് നിങ്ങൾ. നിങ്ങൾക്കറിയില്ലെ നാട് ഓരോന്നും പിറുപിറുക്കും. ഒന്ന് നാലാക്കും. ഓരോ വീട്ടിലും നടക്കുന്നത് എന്താണെന്ന് കയറി നോക്കുന്നുണ്ടോ? എന്റെ മരുമകൾ അഹങ്കാരി തന്നെയാണ്. അവനെപ്പോലെ എല്ലാം പൊറുക്കില്ല. അവൻ എല്ലാം കേട്ടിട്ട് മനസ്സിൽ വയ്ക്കും. ഊമയെപ്പോലെ ഇരിക്കും. ഇവൾ അങ്ങനെയല്ല. എന്താണെങ്കിലും നേർക്കുനേർ ചോദിക്കും. അതല്ലാതെ അവൾ തങ്കമാണ്. അവളെക്കുറിച്ചെന്തെങ്കിലും പറഞ്ഞാൽ നാവ് പുഴുത്തുപോകും. അവനെ കൊന്നിട്ട് അവൾ ജനിച്ച വീട്ടിൽ പോയി ആശ്വാസത്തോടെ ചോറ് തിന്നാൻ വിചാരിക്കുമോ? പറയുന്നവരെ കാണിച്ചുതാ. മരക്കട്ടയിൽ വച്ച് ഞാൻ തറിക്കും." എന്ന് മാരായി ആവേശത്തോടെ പറഞ്ഞു.

കാളിയുടെ മാമൻ വീട് ഇപ്പോൾ കൂടുതൽ അടുപ്പം കാണിച്ചു. രണ്ട് മാമന്റെ ഭാര്യമാരും ഒരു രാത്രി വന്നിരുന്നു. വരുന്ന ആരോടും പൊന്ന ഒന്നും സംസാരിക്കില്ല. അവരായിട്ട് സംസാരിച്ചാൽ തലകുമ്പിട്ട് കേട്ടു കൊണ്ടിരിക്കും. മുറ്റത്ത് സംസാരം കേട്ടിരുന്നു. ഒന്നിനിരിക്കാനായി പൊന്ന പുറത്തേക്കു വന്നു. അവൾ കേൾക്കാൻ വേണ്ടിയോ എന്തോ "അവരവർ ചെയ്യുന്ന വിന വെറുതെ വിടുമോ? ആടിന്റെ വാല് അളന്നിട്ടാണോ ദൈവം വച്ചിരിക്കുന്നത്." എന്ന് രണ്ടാമത്തെ മാമന്റെ ഭാര്യ പറഞ്ഞു. അവളുടെ അർത്ഥംവച്ചുള്ള സംസാരം പൊന്നയ്ക്ക് നന്നായി മനസ്സിലായി. മുമ്പത്തെപ്പോലെ ആയിരുന്നെങ്കിൽ ആട്ടിന് വാല് അളന്നിട്ടാണ് വച്ചിരിക്കുന്നത്. എരുമയ്ക്ക് എന്താണ് നീളത്തിൽ വച്ചിരിക്കുന്നത്? ചാണകവും മൂത്രവും വാരി തന്റെ ദേഹത്തുതന്നെ അടിക്കാൻ എന്ന് പറഞ്ഞിരിക്കും. ഒന്നും മിണ്ടാതെ അകത്തു വന്നിരുന്ന് അവൾ കരഞ്ഞു. "ഞാൻ വിനപിടിച്ചവളാണോ? നീ പറയ്. ഇങ്ങനെ കണ്ടവരുടെയൊക്കെ വാക്ക് കേൾക്കാൻ വിട്ടിട്ട് പോയില്ലെ. ഇത് ന്യായമാണോ പറയ്?" എന്ന് കാളിയെ നോക്കി ചോദിച്ചു. എന്തു ചോദിച്ചാലും മറുപടിയാണോ പറയുക? ഒരു കോടിയ ചിരി ചിരിക്കും. അത്രതന്നെ.

അവന്റെ രണ്ടാമത്തെ മാമന്റെ ഭാര്യ രാസായിക്ക് പൊന്നയോട് ഇത്രയ്ക്കും ദേഷ്യം ഉണ്ടാവാൻ കാരണം ചന്തയിൽ നടന്ന ഒരു വിഷയമാണ്. ചന്തയിൽ ഒരിക്കൽ ഇരുവരും കണ്ടുമുട്ടാനിടയായി. പൊന്ന ഇരു

പത് കോഴിമുട്ട കൊണ്ടുപോയിരുന്നു. ഒരു മുട്ടയുടെ വില ആറ് കാശ്. വിറ്റാൽ ഒരു രൂപയും ഇരുപതു പൈസയും കിട്ടും. അത് ചന്തയിലെ ചെലവിനാകും. മുട്ട വിലയ്ക്ക് കൊടുക്കാൻ പോവുകയാണെന്നു മനസ്സിലാക്കിയ രാസായി പറഞ്ഞു. 'ഞങ്ങളുടെ വീട്ടിലെ കോഴികളൊക്കെ രോഗം വന്ന് ചത്തുപോയി. മരുന്നിനുകൂടി മുട്ടയില്ല. ചന്തയിൽ മുട്ട കിട്ടിയാൽ വാങ്ങിയിട്ടു വായെന്ന് അവിയപ്പൻ പറഞ്ഞു.' പൊന്ന വില്ക്കാൻ കൊണ്ടുവന്ന മുട്ടകൾ തനിക്ക് തരണം എന്ന് നേരിട്ട് ചോദിക്കാതെ ഇങ്ങനെ അറിയിച്ചു. നേരിട്ടു ചോദിച്ചാൽ നാലഞ്ചു മുട്ടകൾ കൊടുത്തിട്ട് ചന്തച്ചെലവുകൾ കുറയ്ക്കുമായിരുന്നു. തനിക്കും എന്തോ പങ്കുള്ളഭാവനയിൽ ചോദിച്ചത് പൊന്നയ്ക്ക് ഇഷ്പ്പെട്ടില്ല. "മുട്ടയ്ക്ക് ആറു പൈസ കിട്ടും. നിങ്ങൾക്ക് വേണമെങ്കിൽ അഞ്ചു പൈസ തന്നിട്ട് എടുത്തോളൂ." എന്നവൾ പറഞ്ഞു. അവളുടെ മുഖം ചുരുങ്ങിപ്പോയി.

ആരോടൊക്കെയോ പറഞ്ഞത്രെ, "കുട്ടികളില്ലാത്ത സ്വത്ത്, നാലു മുട്ട കൂടി തരില്ലത്രെ, നാളെ ഇവൾ നാറിക്കിടക്കുമ്പോൾ ആരാണ് വന്ന് നോക്കാൻ പോകുന്നത്?" അതിന് പൊന്ന ഇങ്ങനെ പറഞ്ഞു." എനിക്കെന്താണ് മക്കളില്ലാത്ത സ്വത്ത്. ചോറ് ഇട്ടുകൊടുത്താൽ ആയിരം കാക്കകൾ വന്നിരിക്കും. അവളുടെ തീട്ടം വാരാൻ അവളെ പെറ്റ അമ്മ പോലും വരൂല്ല." അത് എപ്പോഴോ നടന്ന സംഭവം. ഇപ്പോഴും അത് മനസ്സിൽ വച്ചിട്ട് ഇപ്പോളത് കാണിക്കുന്നു. കാലം ദുഷ്ടന്മാരെയൊക്കെ നന്നായി വച്ചിരിക്കുന്നു. ദുഷ്ടത്തരം ഇല്ലാത്തവരെയാണ് ക്രൂശിക്കുന്നത്.

പൊന്നയുടെ ഏട്ടത്തി പവളായി ഒരു ദിവസം വന്നു. അവൾക്ക് കിഴവികളോട് സംസാരിക്കാൻ ഒന്നും ഇല്ല. പൊന്നയുടെ കൂടെയാണ് ഇരുന്നത്. രാത്രി അവളുടെ കൂടെ കിടന്നു. ഏടത്തിയോടും സംസാരിക്കുവാൻ പൊന്നയ്ക്ക് ഒന്നും ഇല്ല. അവളുമായി സംസാരം നിന്നിട്ട് എത്രയോ നാളുകളായിരിക്കുന്നു. സ്വന്തം വീട്ടിലേക്ക് പൊന്ന ചെന്നാൽ ചേട്ടത്തി അവരുടെ വീട്ടിലേക്ക് പോകും. എപ്പോഴോ വായറിയാതെ ചോദിച്ചുപോയ ഒരു വാക്കാണ് ഈ അകലം ഉണ്ടാക്കിയത്. പവളായി ഗർഭിണിയായിരുന്നപ്പോൾ "നിങ്ങൾക്ക് ഇഷ്ടപ്പെട്ടത് പറയ് ഏട്ടത്തീ, ഞാൻ ഉണ്ടാക്കിത്തരാം." എന്ന് പൊന്ന പറഞ്ഞു. അവൾക്കും മുൻപേ വിവാഹിതയായി ഇനിയും കുട്ടികളുണ്ടാകാത്ത പൊന്നയുടെ കൈകൊണ്ട് ഉണ്ടാക്കിയത് തിന്നാമോ എന്ന് മടിച്ചിട്ടോ എന്തോ "അതൊന്നും വേണ്ട. ഞാനെന്താ നാവ് മരിച്ചിട്ടാണോ കിടക്കുന്നത്. വേണമെങ്കിൽ ഉണ്ടാക്കിത്തരാൻ എന്റെ വീട്ടിലും ആളുണ്ട്." പവളായി പറഞ്ഞു.

പൊന്നയ്ക്ക് ദേഷ്യം വന്നു. "നിങ്ങളുടെ വീട്ടിൽ ആൾ ഇല്ലാതെയാണോ ഇരിക്കുക? ആളുണ്ടെങ്കിൽ അവിടെ നിന്നുതന്നെ കുഞ്ഞിനെയും വാങ്ങാം അല്ലേ? എന്തിനാണ് എന്റെ ചേട്ടനെ തേടിവന്നത്?" എന്ന് പൊന്ന ചിരിച്ചുകൊണ്ട് പരിഹാസത്തോടെ ചോദിച്ചു. എന്നാൽ

പൊന്നയുടെ വാക്ക് നിലച്ചുപോയി. ഏടത്തി എന്താണ് പറഞ്ഞതെന്ന് ആർക്കും അറിയില്ല. "എന്റെ വീട്ടിൽ നിന്നും വന്ന് കട്ടിച്ചോറ് കെട്ടിക്കൊണ്ട് മുറപോലെ കൂട്ടിക്കൊണ്ടുപോവും" എന്നു പറഞ്ഞു. "അതിന് ചോറ് മാത്രം അവിടെ നിന്ന് വേണോ ഇടയ്ക്കിടെ കുഞ്ഞിനെയും നിന്റെ ജേഷ്ഠാനുജന്മാരിൽ നിന്നും വാങ്ങേണ്ടതല്ലേ. എന്റെ ചേട്ടനെ എന്തിനാണ് കല്യാണം കഴിച്ചത് എന്ന് ചോദിക്കുന്നു" എന്ന് എല്ലാവരോടും അവൾ പറഞ്ഞു. വയറ്റുകന്നിയോട് ഒരു വാക്ക് പറയാൻ എങ്ങനെയാണിവൾക്ക് വായ് വരുന്നത്. പെറ്റ് ജീവിച്ചിരുന്നെങ്കിലേ പ്രിയം അറിയൂ. എന്ന് പൊന്നയെ കുറ്റപ്പെടുത്തിക്കൊണ്ട് സംസാരിച്ചു. "അതെ എനിക്കാണ് വാക്കുകൾ വരുന്നത്. അവൾ ഊമയാണ്. അവൾക്ക് വാക്കുകൾ വരില്ല." എന്നു മാത്രം പറഞ്ഞിട്ടവൾ നിശ്ശബ്ദയായി.

അവളുടെ മകന് ഇപ്പോൾ ഏഴെട്ടു വയസ്സുണ്ടാകും. ഇപ്പോൾ അവൾക്കും ക്ഷമയും ഉത്തരവാദിത്വവും വന്നുചേർന്നിരിക്കുന്നു. ഇവിടെ വന്ന് രാത്രി താമസിച്ചപ്പോൾ പവളായി ഉത്തരവാദിത്വമുള്ളവളെപ്പോലെ സംസാരിച്ചു. "ഇങ്ങോട്ട് നോക്ക് പൊന്നാ. എന്തോ നടന്നത് നടന്നു. നിന്റെ ചേട്ടനും നശിച്ചവനെപ്പോലെ അലഞ്ഞു നടക്കുന്നു. ദിവസം മുഴുവൻ കുടി തന്നെയാണ്. ഉടനെ പൊന്ന അതുകൊണ്ടാണ് നിന്റെ ഭർത്താവ് ഉത്തമനായ പുരുഷനാണെന്ന് പറയാൻ പറഞ്ഞിട്ട് നിങ്ങളെ അയച്ചതാണോ?" എന്ന് പെട്ടെന്ന് ചോദിച്ചു. എന്നാൽ ഏടത്തിക്ക് ദേഷ്യം വന്നതേയില്ല.

"എന്റെ മുഖത്ത് നോക്കി സംസാരിക്കുന്നേയില്ല. നീ പോയി എന്തെങ്കിലും പറഞ്ഞാൽ വീണ്ടും ദേഷ്യപ്പെടും. പോകണ്ടെന്നാണ് പറഞ്ഞത്. ഞാൻ മനസ്സു കേൾക്കാതെ വന്നതാണ്. ഞാൻ നിന്നെ ഒന്നും പറയില്ല. ആരുടെ മേലാണ് തെറ്റ് എന്ന് ഇപ്പോൾ ചിന്തിച്ചിട്ട് എന്തു ചെയ്യാനാ? ഒരു മനുഷ്യൻ ഇങ്ങനെ ജീവൻ കളയും എന്ന് ആര് കണ്ടു. തേര് നേർച്ചയിൽ ആയിരം നടക്കുന്നു. ഇങ്ങനെയാണെങ്കിൽ കൊല്ലത്തിൽ ആയിരം ശവങ്ങൾ വീഴുമല്ലോ. നിന്നോട് അത്രയ്ക്ക് ഇഷ്ടമാണ് അയാൾക്ക്. എന്തും അളവോടെയാണെങ്കിൽ പ്രശ്നമില്ല. ശരി, വിട്. നിന്റെ കഷ്ടത്തെ എനിക്ക് വാങ്ങാനാവില്ലല്ലോ. അതിനു പകരമായി മറ്റൊന്ന് നല്കാനും ആവില്ല. ഇനി നിന്റെ ഇഷ്ടംപോലെയിരിക്ക് എന്ന് പറയാനാണ് വന്നത്. അവിടെ വന്ന് താസിച്ചാലും ശരി, എന്നെയോർത്ത് എന്തുപറയും എന്ന് പ്രയാസപ്പെടേണ്ട. നീ വന്നാൽ എനിക്കൊരു തുണയാണ്. എന്റെ മകന് കളിക്കാൻ മറ്റൊരു കുട്ടി വന്നിരിക്കുന്നു എന്ന് വിചാരിച്ചോളും.

നിനക്ക് ഇവിടെ കഴിയാനാണിഷ്ടമെങ്കിൽ കഴിഞ്ഞോളൂ. ഞങ്ങൾ ഇടയ്ക്കിടെ വന്നുകണ്ടിട്ടു പൊയ്ക്കോളാം. ഒരിക്കലും നിന്നെ കൈ ഒഴിയുകയില്ല. നിന്റെ സ്വത്തിൻമേൽ ധാരാളം പേർക്ക് കണ്ണുണ്ട്. എനിക്ക് ആ വിചാരമൊന്നുമില്ല. എനിക്ക് ഒരേയൊരു മകനാണ്. തുണയ്ക്ക് മറ്റൊ

ന്നിനെക്കൂടി വേണമെന്ന് ഞാൻ വിളിക്കാത്ത ദൈവങ്ങളില്ല. അപ്പോഴാണ് നിന്റെ വിഷമം എനിക്കു മനസ്സിലായത്. ഒന്നിനെ വച്ചിരിക്കുന്ന എന്നെ ത്തന്നെ ഒന്നുപെറ്റവൾ എന്നാണ് പറയുന്നത്. നിന്നെ എന്തൊക്കെ പറ ഞ്ഞിരിക്കും. ഉള്ള സ്വത്ത് ആ ഒന്നിന് മതി. ഞങ്ങൾ പാടുപെട്ട് ജീവിക്കു ന്നു. നിന്റെ ചേട്ടനെ നിനക്കറിയാമല്ലോ. കണ്ട മുക്കിലും മൂലയിലും വീണു കിടന്നിട്ട് എഴുന്നേറ്റു വരുന്ന ആളാണ്. അവിടെയും ഇവിടെയും മാറി മാറി ഇരുന്നാലും ശരി ആരെങ്കിലും പറയുന്നതൊന്നും കേൾക്കണ്ട. നിനക്ക് ശരിയെന്നു തോന്നുന്നത് ചെയ്യ്. എന്നാൽ ജീവൻ വെടിയണം എന്നുമാത്രം ചിന്തിക്കരുത്. പോയവനെക്കുറിച്ചു മാത്രം ചിന്തിക്കരുത്. ഞങ്ങളെക്കുറിച്ചും അല്പം ചിന്തിച്ചു നോക്ക്. നീയും പോയിക്കഴിഞ്ഞാൽ ഞങ്ങൾ സന്തോഷത്തോടെയിരിക്കുമോ? ഇപ്പോൾത്തന്നെ നിന്റെ ചേട്ട നെക്കുറിച്ചോർത്താൽ എനിക്ക് ഭയമായിരിക്കുന്നു. എന്തെങ്കിലും ഒന്നു പറ്റിയാൽ പിന്നെ അദ്ദേഹം എന്താകും. ഞങ്ങളെല്ലാം കാലാകാലം നിന്നെ ക്കുറിച്ചോർത്ത് ചാകണം, ആ അവസ്ഥയിലേക്കു മാത്രം ഞങ്ങളെ എത്തി ക്കരുത് പൊന്നാ." എന്ന് അവൾ പറഞ്ഞു.

മനസ്സ് തകർന്ന് 'ഏടത്തീ' എന്ന് വിളിച്ച് കരഞ്ഞുകൊണ്ട് പൊന്ന അവളുടെ മടിയിലേക്ക് തല ചായ്ച്ചു. പവളായി വാത്സല്യത്തോടെ അവ ളുടെ തലമുടിയിൽ തലോടി. കഷ്ടം വരുമ്പോഴാണ് ആരൊക്കെ നമുക്ക് ഉണ്ടെന്ന് മനസ്സിലാവുന്നത്. കഷ്ടം ആശ്വാസം പകരുന്നത് തലോടുന്ന കൈകളുടെ ചലനം കാണിച്ചുതരുന്നു. വാക്കുകളുടെ മതിപ്പിനെ മനസ്സി ലാക്കിത്തരുന്നു. ഇടവേളകളെ കുറയ്ക്കുന്നു. വർഷങ്ങളായി മിണ്ടാതെയിരുന്നവളാണ് പവളായി. ഇപ്പോൾ അമ്മയിൽ നിന്നുപോലും കിട്ടാത്ത ആശ്വാസം അവളിൽ നിന്നും പൊന്നയ്ക്ക് ലഭിച്ചു. അന്നാണ് ചേട്ടനെക്കുറിച്ച് അവൾ അല്പം ചിന്തിക്കാൻ തുടങ്ങിയത്. ഈ ഏർപ്പാട് കാളിക്ക് അറിയില്ല എന്നതുമാത്രം അവൻ പറഞ്ഞിരുന്നാൽ മതിയായി രുന്നു. അവനെ സമ്മതിപ്പിക്കാനാവില്ല എന്ന് വിചാരിച്ചിരിക്കുന്നു. എങ്ങനെ ആയാലും സമ്മതം വാങ്ങിയിരിക്കാം. ഇല്ലെങ്കിൽ ഈ ഏർപ്പാടുതന്നെ വിട്ടേക്കാമായിരുന്നു.

ഇതിൽ മുത്തുവിനു മാത്രമല്ല, അമ്മയ്ക്കും അമ്മായിഅമ്മയ്ക്കും പങ്കുണ്ടാവും. ചേട്ടനോട് പൂർണ്ണമായും ക്ഷമിക്കാൻ അവൾക്കായില്ല. എങ്കിലും ചങ്ങാതിയേയും അനിയത്തിയുടെ ഭർത്താവിനെയും ഒരുമിച്ച് നഷ്ടപ്പെട്ട ദുഃഖത്തോടൊപ്പം അതിന് താനാണല്ലോ കാരണക്കാരനായത് എന്ന കുറ്റബോധവും ഉണ്ടാവും. ഈ ഏർപ്പാട് തുടങ്ങിയതേ അമ്മയും അമ്മായി അമ്മയുമാണ്. അവരുടെ പദ്ധതിക്ക് ചേട്ടൻ കരുവായിപ്പോയി. ചിന്തിച്ചപ്പോൾ ദേഷ്യം മുഴുവൻ അവർ രണ്ടുപേരിലേക്കും തിരിഞ്ഞു. എല്ലാം ചെയ്തിട്ട് ഇപ്പോൾ വരുന്നവരോടൊക്കെ പരിതാപത്തോടെ സംസാരിക്കുന്നത് കാണേണ്ടതാണ്. വയസ്സാകുമ്പോൾ എല്ലാംതന്നെ

സാധാരണ സംഭവമായി തോന്നാനാരംഭിക്കുന്നു. കഷ്ടനഷ്ടങ്ങൾ കണ്ട് കണ്ട് എല്ലാം കഥയായി രൂപംകൊള്ളുന്നു. മനസ്സ് മരവിച്ചുപോകുന്നു.

കാളിയുടെ മരണം അതിനകം അവർക്ക് കഥയായിപ്പോയി. ഓരോരുത്തരോടും വിവരിക്കുന്നത് കാണണം. അന്നു കാലത്ത് എഴുന്നേറ്റു കക്കൂസിൽ പോയതുവരെ പറഞ്ഞു. "കന്നുകുട്ടി വല്ലാതെ കരഞ്ഞു. അപ്പോൾത്തന്നെ എനിക്ക് എന്തോപോലെ തോന്നി." എന്ന് മാരായി പറഞ്ഞു. അവൾ പറഞ്ഞതൊന്നും സത്യമല്ല. സത്യമായി മാറ്റി അതിനെ വിശ്വസിക്കുന്നതുപോലെ തോന്നി. നല്ലായി അത് അങ്ങനെതന്നെ തിരിച്ചു പറയുന്നു. അന്വേഷിക്കാൻ ആരെങ്കിലും വരുമ്പോൾ മാരായി ഇല്ലെങ്കിൽ സംഭവം പറയാനുള്ള ഉത്തരവാദിത്വം നല്ലായിക്കു വന്നുചേരും. ഒരു വാക്കുപോലും പിശകില്ല. ശബ്ദമാണ് വ്യത്യാസം. അവരെ കാണുമ്പോൾ ചേട്ടൻ പാവമാണെന്നു തോന്നും. അതിനാൽ അനിയത്തിയോട് ചേട്ടനെ ശ്രദ്ധിച്ചോളാൻ പറഞ്ഞു. അവൾ പറഞ്ഞതുപോലെ മറ്റൊരു കുടുംബത്തെ നശിപ്പിച്ച പാപവും വന്നുചേരണ്ട. മരത്തിൽ തൂങ്ങിയ കാളിയുടെ കോലം ആദ്യം കണ്ടത് മാരായിയാണ്.

എന്നാൽ അവൾ പറഞ്ഞതുപോലെ ഒന്നും നടന്നില്ല.

മൂന്ന്

കരട്ടൂർ തേര് ഉത്സവം ജനങ്ങൾക്ക് മൂന്നു മാസം വരെയാണ്. വൈകാശി തുടങ്ങിയാൽ ഉത്സവത്തിനുവേണ്ടിയിട്ടുള്ള തയ്യാറെടുപ്പുകൾ ആരംഭിക്കും. ആതി, ആടി മാസംവരെ ചന്തയും കടകളും ഉണ്ടാകും. എന്നാൽ എന്തോ ഉത്സവം പതിനാലു ദിവസമേ ഉള്ളൂ. അമാവാസിയിൽ അമ്മൻ തേരോട്ടത്തോടെ ആരംഭിക്കുന്ന ഉത്സവം പൗർണ്ണമിക്ക് മുമ്പത്തെ രാത്രി സ്വാമി മലകയറ്റത്തോടെ അവസാനിക്കും. നാട്ടിലെ എല്ലാ ജനങ്ങൾക്കും ആ പതിനഞ്ചാമത്തെ ദിവസം ഇറച്ചി ദിനമാണ്. അതും ചേർത്താൽ പതിനഞ്ചു ദിവസം ഉത്സവമാണ്. നാലാമത്തെ ഉത്സവനാളിൽ മലയിറങ്ങി വരുന്ന ദൈവങ്ങൾ പതിനാലാം ഉത്സവത്തിന്റന്ന് മല കയറും. ആ രണ്ടു ദിവസം രാത്രിയും ദൈവത്തെ കാണാനായി ജനക്കൂട്ടം നിറയും. ദൈവം മലയിറങ്ങുന്നതിനേക്കാളും, മല കയറുന്ന ദിവസമാണ് ഉത്സവത്തിന്റെ ഉച്ചഘട്ടം. അന്നു കാലത്തു മുതലേ ജനങ്ങൾ വന്നുനിറയും. നടന്നും വണ്ടികളിലും ഒക്കെയായി ജനങ്ങൾ വരും, കുടുംബസമേതം.

എല്ലാ വഴികളിലും തണ്ണീർപ്പന്തലുണ്ടാകും. കരട്ടൂരിലെ വീടുകൾക്കു ചുറ്റുമുള്ള നിലങ്ങൾ തരിശായി കിടക്കും. മഴ പെയ്താലും കൂടി വെറും പൊടിയാണ്. ഉഴുതിട്ട് നിർത്തിവയ്ക്കും. ഉത്സവത്തിന് വന്നു ചേരുന്ന കാളവണ്ടികൾ വയലുകളിൽ മുഴുവൻ നില്ക്കും. ഉത്സവത്തിന് വയൽ നല്കുന്നത് പുണ്യമാണ്. വേലിക്കെട്ടി ആരെയും അകത്തേക്കു വിടാതെ തടഞ്ഞ ഭൂവുടമ വയറ് വീങ്ങി പതിനാലാം ഉത്സവത്തിന്റന്ന് മരിച്ചുപോയ കഥയുമുണ്ട്. അതിനാൽ ചുറ്റുവട്ടത്തെ വയലുകളിൽ എവിടേയും വേലി കാണാൻ പറ്റില്ല. "ദൈവത്തിനെ വേലികെട്ടി തടയാൻ മനുഷ്യൻ ചിന്തിക്കാൻ പാടുണ്ടോ?" എന്നാണ് പറയുന്നത്. കിണറുള്ളവർ കയറും

കുടവും വച്ചിരിക്കും. അടുത്തുതന്നെ വലിയ ചെമ്പും വച്ചിരിക്കും. ചെമ്പിലെ വെള്ളം കുറയുമ്പോൾ ആരെങ്കിലും വെള്ളം കോരി നിറച്ചു വയ്ക്കും. സൂക്ഷിച്ചുനോക്കിയാൽ കാളവണ്ടിച്ചന്തയാണോ എന്നു തോന്നും. ജനങ്ങൾ വലിയ ചെമ്പുകളിൽ ചോറ് കെട്ടിക്കൊണ്ടു വരും. ഭക്ഷണശാലകളും ഉണ്ടാകും. നാല് രഥ വീഥികളിലും, ഗ്രാമത്തിനു നടുവിലുള്ള താഴെ ക്ഷേത്രമണ്ഡപങ്ങളിലും കലാപരിപാടികൾക്ക് തെരഞ്ഞെടുപ്പ് കാണാം. എല്ലാം കാണാനാഗ്രഹിക്കുന്നവർ എല്ലായിടത്തുനിന്നും കുറച്ചു കുറച്ച് കാണും.

ആഘോഷത്തിന്റെ മൂർദ്ധന്യതയിൽ നിയന്ത്രണങ്ങളൊക്കെ കാറ്റിൽ പറക്കും. ആ രാത്രിമാത്രം സാക്ഷി. ഇരുട്ട് എല്ലാ മുഖങ്ങൾക്കും തിരശ്ശീലയിടും. ആദി മനുഷ്യൻ ഈ ഉത്സവത്തിൽ ജീവൻ വയ്ക്കുന്നു.

വിവാഹം കഴിഞ്ഞ് വർഷങ്ങളായിട്ടും കുഞ്ഞുങ്ങളുണ്ടാവാത്ത സ്ത്രീകളെ അവിടേക്ക് അയയ്ക്കുന്നതും പതിവാണ്. അന്ന് അവിടെ വരുന്ന പുരുഷന്മാരെല്ലാം ദൈവത്തിന്റെ പ്രതിനിധികളാണ്. ഓരോ പുരുഷന്റെ ദേഹത്തും ഈശ്വരൻ പ്രവേശിച്ച് ആവശ്യപ്പെടുന്ന വരം നല്കുന്നു. ജാതി, പ്രായം, ഉള്ളവൻ ഇല്ലാത്തവൻ എന്ന് ഏത് പുരുഷനും അടയാളമോ മുഖമോ ഉണ്ടാവില്ല. എല്ലാവരും ദൈവത്തിന്റെ അംശമാണ്. ആരുമായി സമ്പർക്കത്തിലേർപ്പെട്ടാലും അത് ദൈവത്തോട് ചെയ്തതു പോലെയാണ്. ജനിക്കുന്ന കുഞ്ഞ് ദൈവത്തിന്റെ കുഞ്ഞ്. അങ്ങനെ ഉത്സവത്തിനു പോയി കുഞ്ഞുങ്ങൾ ജനിച്ച സ്ത്രീകൾ ധാരാളമാണ്. പെൺകുഞ്ഞ് ജനിച്ചാൽ അടുത്തതവണ ആൺകുട്ടിയെ ദൈവം നല്കും എന്നു വിശ്വസിച്ച് വീണ്ടും വീണ്ടും വന്ന് ആൺകുട്ടികളെ പ്രസവിക്കുന്നവരുമുണ്ട്. എന്തായിരുന്നാലും ഒന്നുമതിയെന്ന് പറഞ്ഞിരിക്കുന്നവരും ധാരാളമാണ്. രണ്ടാം വിവാഹം വേണ്ടെന്ന് നിർബ്ബന്ധം പിടിച്ചതിനാൽ കാളിയോട് ഈ വിവരം പറഞ്ഞ് പൊന്നയെ അയയ്ക്കാം എന്ന് അവന്റെ അമ്മ തന്നെയാണ് പറഞ്ഞത്. അവൻ സമ്മതിച്ചില്ല. രണ്ടുവർഷത്തെ കാത്തിരിപ്പിനുശേഷം ആ വർഷം അവനറിയാതെ, എന്നാൽ അവൻ സമ്മതിച്ചതായി പറഞ്ഞ് പൊന്നയെ അവർ അയച്ചു. ആ ഏർപ്പാടിനെക്കുറിച്ച് വൈകിയറിഞ്ഞ കാളി തന്റെ തൊണ്ടുപട്ടിക്ക് തിരിച്ചുവന്നു. എല്ലാവരും പദ്ധതിയിട്ട് തന്നെ ചതിച്ചിരിക്കുകയാണെന്ന് അവന് ബോദ്ധ്യമായി.

പൊന്ന ആ രാത്രി മറ്റൊരുത്തനോടൊപ്പം ശയിക്കുവാൻ പോയിരിക്കുന്നു എന്നത് അവന് സഹിക്കാനായില്ല. അവനോട് ചേർന്ന് ചുറ്റിപ്പടർന്ന് ജീവിച്ചവൾ. അവളുടെ ദേഹത്ത് തന്റെ ഗന്ധമല്ലാതെ മറ്റൊരു ഗന്ധം കയറുന്നത് അവന് സഹിക്കാനാവില്ല. അവനോട് ഒട്ടിച്ചേർന്ന ശരീരം അവന്റെ ഗന്ധം പന്ത്രണ്ടുവർഷങ്ങളായി തന്റെ ശീരത്തിൽ ചേർത്തുവച്ചവൾ. അതിന്റെ ഓരോ അണുവും തനിക്ക് സ്വന്തമാണെന്നു കരുതിയവൾ. തന്റെ ശരീരത്തേക്കാളും പൊന്നയുടെ ശരീരത്തെ അവന് നന്നായി അറിയാം. വായിൽ വെണ്ണയുടെ മണമാണെന്നവൻ പറയും. കക്ഷത്തിൽ കറ്റാർവാഴയുടെ മണം. മാറിൽ ആട്ടിൻപാൽ മണം. ജീവാ

വസ്ഥയിൽ ആവാരം പൂവിന്റെ വാസന. അവളുടെ ശരീരം ഗന്ധങ്ങളുടെ കൂടാണെന്ന് അവൻ അറിഞ്ഞുവച്ചിരുന്നു. "ശരി പറയ്" അവൾ പറയും. "ചോരയുടെ ഗന്ധം." അവൻ പറയും. ഉടനെ അവൾക്ക് ദേഷ്യം വരും. "എല്ലാവരും പറയുന്നതുപോലെ നിങ്ങളും പറയുകയാണോ? അങ്ങനെ കത്തികൊണ്ട് കൊത്തുന്നതുപോലെയാണോ പറയുന്നത്." എന്നു പറഞ്ഞിട്ടവൾ കരയും. "ആട്ടിന്റെ രക്തം എടുത്തു വറുത്തു നോക്ക്. എന്തൊരു മണമായിരിക്കും. അതാണ് പറഞ്ഞത്" എന്നു പറഞ്ഞിട്ടവൻ സമാധാനിപ്പിക്കും. അവളുടെ ശരീരത്തിലെ ഓരോ ഗന്ധത്തിലും തന്റെ ഗന്ധത്തേയും കലർത്തി രണ്ടു ശരീരങ്ങളെയും ഒരേ ഗന്ധത്തിന്റെ പ്രതിയാക്കി മാറ്റാൻ അവൻ ശ്രമിക്കും. മറ്റൊരു ഗന്ധം അതിൽ കയറിയാൽ കളങ്കമാണ്. കളങ്കത്തിൻ മേൽ തന്റെ കരം സ്പർശിക്കാൻ പാടില്ല എന്നവൻ മനസ്സിൽ ഉറപ്പിച്ചു പറഞ്ഞു. എല്ലാ പുരുഷന്മാരും ദൈവം തന്നെയാണ്. ഈ കാളിയുടെ ദേഹത്തും ആ ദൈവം വന്ന് കുടികൊള്ളട്ടെ. എത്രയൊക്കെ പ്രാർത്ഥനകൾ നടത്തിയിട്ടും ഈ ദേഹത്ത് വന്നു കയറാത്ത ദൈവം എന്തു ദൈവമാണ്?

നാട്ടിൽ എവിടെയൊക്കെയോ എത്രയോ ഇങ്ങനെ നടന്ന് കുഞ്ഞുങ്ങൾ ജനിച്ചതായി എല്ലാവരും പറഞ്ഞപ്പോഴും അവന്റെ മനസ്സിന് അത് ശരിയായി തോന്നിയില്ല. പൊന്ന തന്റെ മാത്രം സ്വന്തമാണെന്ന് വിചാരിച്ചിരുന്നവൻ. എന്നാൽ അവനെ മറികടന്ന് പൊന്ന ആ രാത്രി ഉത്സവത്തിന് പോയത് വലിയ ചതിയായി അവനു തോന്നി. താൻ തന്നെ പൊയ്ക്കോളൂ എന്നു പറഞ്ഞാലും അവൾ, പോകില്ല എന്നു പറയണം എന്നതാണ് അവന്റെ പ്രതീക്ഷ. എന്നാൽ അവൾ പോയി. അവൾക്ക് കാലം മുഴുവൻ ഓർത്തുവയ്ക്കുന്ന വിധത്തിലുള്ള ശിക്ഷ നല്കണമെന്നു വിചാരിച്ചിട്ട് തൊണ്ടുപട്ടിയിലെ പൂവരശിന്മേൽ അവൻ തൂങ്ങി. തന്റെ മരണം അവൾക്ക് എന്നെന്നേക്കുമായുള്ള ശിക്ഷയായിരിക്കും എന്നവൻ വിചാരിച്ചു. ഓരോ ദിവസവും തന്നെയോർത്ത് അവൾ കരയണം. ഇങ്ങനെ ചെയ്തത് തെറ്റാണെന്ന് ബോദ്ധ്യമാവണം. ആ രാത്രി കാളിയും ഉറങ്ങിയില്ല. പൊന്നയും ഉറങ്ങിയില്ല. മാരായിയും കൂടി ഉറങ്ങിയില്ല. നിലാവ് തലയ്ക്കു മുകളിൽ എത്തുന്നതുവരെ മാരായി തൊണ്ടുപട്ടിയിൽ ഇരുന്നു. സ്ഥലംമാറി കിടന്നാൽ ഉറക്കം വരില്ല. പശുക്കൾക്ക് രണ്ടാം വട്ടം തീറ്റ കൊടുത്തിട്ട് വീട്ടിൽ പോയി കിടന്നാലെങ്കിലും ഉറങ്ങാനാവുമോ എന്നു വിചാരിച്ചിട്ട് അവൾ പോയി.

അവളുടെ വായ "മലച്ചാമിയപ്പാ... എന്റെ മരുമകൾക്ക് നല്ല വഴി കാണിക്കപ്പാ..." എന്നു പറഞ്ഞുകൊണ്ടിരുന്നു. വീട്ടിൽ പോയി കട്ടിലിൽ കിടന്ന് വെറുതെ തിരിഞ്ഞും മറിഞ്ഞും കൊണ്ടിരുന്നു. തൊണ്ടുപട്ടിയിൽ തന്നെ കിടക്കാമായിരുന്നു. ഏതെങ്കിലും കള്ളൻ വന്ന് കോഴിയെ പിടിക്കുമോ, ആടുമാടുകളെ പിടിച്ചോണ്ടു പോകുമോ എന്ന് മനസ്സ് ചിന്തിച്ചുകൊണ്ടിരുന്നു. പൊന്നയെക്കുറിച്ചോർത്തും "നല്ലത് നടക്കണം" എന്ന് ഇടതടവില്ലാതെ പ്രാർത്ഥിച്ചുകൊണ്ടിരുന്നു. മരുമകൾക്കുവേണ്ടി

പ്രാർത്ഥിച്ച വായ മകനെക്കുറിച്ച് ഓർക്കാതെ പോയല്ലോ. അത് ദൈവത്തിന് സഹിച്ചില്ലായിരിക്കും. മകൻ തൊണ്ടുപട്ടിയിൽ വന്നതൊന്നും അവൾ അറിഞ്ഞില്ല. അവൻ ഭാര്യവീട്ടിൽ തന്നെയുണ്ടാവും എന്നു കരുതിയിരുന്ന മാരായി ഇരുട്ടിൽ തന്നെ എഴുന്നേറ്റ് തൊണ്ടുപട്ടിയിലേക്കു വന്നു. പശുക്കൾക്ക് തീറ്റ നല്കുകയും ചാണകം വാരാനും പണിയുണ്ടായിരുന്നു. അവനുണ്ടെങ്കിൽ അവൾ വരേണ്ട ആവശ്യമില്ല. എല്ലാ ജോലികളും നേരം വെളുക്കുമ്പോഴേക്കും അവൻ തീർത്തിരിക്കും.

അവൾ വന്നപ്പോൾ തൊണ്ടുപട്ടിയുടെ വാതിൽ തുറന്നു കിടക്കുന്നതുകണ്ടു. നായ കുരച്ചുകൊണ്ടിരുന്നു. രാത്രി ആളില്ലെന്നറിഞ്ഞിട്ട് ഏതെങ്കിലും കള്ളൻ വന്നിരിക്കുമോ. ആടുമാടുകൾ പോയിരിക്കുമോ. കാളിയോട് ഉത്തരം പറയാനാവില്ല. ഈ വയസ്സാംകാലത്ത് തൊണ്ടുപട്ടിയിൽ കിടന്നാലെന്താ? ചെറുപ്പക്കാരിയെപ്പോലെ പേടിക്കേണ്ടിയിരുന്നോ എന്ന് പലതരത്തിലവൻ ചോദിക്കും. ഇന്നലെ പകൽ സമയത്ത് പോകുമ്പോൾ എന്തൊക്കെ ചെയ്യണം എന്നു പറഞ്ഞിരുന്നു. "അറിയാത്തവരോടു പോയി പറ സാമി. ഓരോന്നായി നിനക്കു പറഞ്ഞു തന്നവളാണ് ഞാൻ. ഇപ്പോൾ എനിക്കുതന്നെ പാഠം പറഞ്ഞുതരുന്നു." അവൾ പറയും. അത്രയ്ക്കും ആടുമാടുകളോടും തൊണ്ടുപട്ടിയോടും അവന് താല്പര്യമാണ്.

മാരായി പരിഭ്രമത്തോടെ അകത്തേക്ക് ഓടി. ആടുമാടുകളെ നോക്കി. എല്ലാം ഉണ്ടായിരുന്നു. കൊട്ടകയ്ക്കകത്തേക്കു നോക്കിവച്ച സാധനങ്ങൾ വച്ച സ്ഥലത്തുനിന്നും അനങ്ങിയിട്ടില്ല. നായ അവളെ കണ്ട് കുരച്ചുകൊണ്ട് ഓടിവന്നു. ശ്ശ്... എന്നു പറഞ്ഞവൾ തടഞ്ഞു. രാത്രിയിൽ പോകുമ്പോൾ വാതിൽ നന്നായി ചാരി കെട്ടിയിട്ടിട്ടു പോയതുപോലെയാണ് ഓർമ്മ. ഇപ്പോഴൊക്കെ ഒന്ന് ചെയ്യാതെതന്നെ ചെയ്തതായി തോന്നുന്നു. എപ്പോഴോ ചെയ്ത ജോലിയുടെ ഓർമ്മ ഇപ്പോൾ ചെയ്തതുപോലെ തോന്നുന്നു. ഇങ്ങനെയും ഒരു കുടുംബിനി മറക്കാമോ എന്ന് സ്വയം ശകാരിച്ചുകൊണ്ട് അവൾ ചാണകം വാരിയിട്ട് തീറ്റകൊടുക്കാം എന്നു വിചാരിച്ച് ആ ജോലിയിൽ മുഴുകി. കുപ്പക്കുഴി തൊണ്ടുപട്ടിയുടെ പിറകുവശത്തായിരുന്നതിനാൽ വാരി അവിടെ കൊണ്ടുപോയി തള്ളി.

നായ കുരച്ചുകൊണ്ട് മുന്നിൽ ഓടുകയും അവളുടെ നേരെ വരികയും ചെയ്തുകൊണ്ടിരുന്നു. എന്തു കണ്ടിട്ടാണ് ഇങ്ങനെ കുരയ്ക്കുന്നത്? മിണ്ടാതിരിക്കാനാവില്ലെ. നേരം പുലരാൻ പോകുന്നു. ഇപ്പോഴാണോ കള്ളൻ വരുന്നത്, നീ പിടിക്കാൻ പോകാൻ എന്ന് കുനിഞ്ഞുകൊണ്ടു ഒച്ചവച്ചു. എന്നാൽ നായ തന്റെ കുര വിട്ടില്ല. മുന്നോട്ടേക്ക് ഓടി ഒരുവട്ടം കുരയ്ക്കുകയും പിന്നെ അവളുടെയടുത്തേക്ക് ഓടിവന്ന് സാരിയിൽ കടിച്ച് വലിക്കുകയും കുരയ്ക്കുകയും ചെയ്തത് വളരെ വ്യത്യസ്തമായിരുന്നു. "ശ്ശെടാ പാമ്പിനെ വല്ലതും കണ്ടിട്ടാണോ? എന്തിനാണ് ഇങ്ങനെ കുരയ്ക്കുന്നത് എന്നു പറഞ്ഞുകൊണ്ടവൾ അതിന്റെ പിന്നാലെ പോയി. നായ പൂവരശെ തലയുയർത്തി നോക്കി കുരയ്ക്കുന്നതുകണ്ട്

അവിടേക്ക് നോക്കിയപ്പോൾ വെളുത്തമുണ്ട് കാണപ്പെട്ടു.

ആദ്യം അവൾക്ക് എന്താണെന്നു മനസ്സിലായില്ല. മുണ്ട് വല്ലതും കാറ്റിൽ പറന്നുപോയി കൊമ്പിൽ കുരുങ്ങിയതാണോ എന്നവൾ വിചാരിച്ചു. എന്നാൽ തടിച്ച ശരീരത്തോടൊപ്പം മുണ്ട് തൂങ്ങുന്നത് പെട്ടെന്നവൾക്കു മനസ്സിലായി. അവൾക്കു വാക്കുകൾ പുറത്തേക്കുവന്നില്ല. വിക്കി വിക്കി അവൾ ബേ ബേ എന്നലറി. കയറിൽ ആടിയ രൂപം തിരിഞ്ഞ് മുഖം കാണിച്ചപ്പോൾ മാത്രമാണ് അത് കാളിയാണെന്നവൾക്കു മനസ്സിലായത്. "അയ്യോ എന്റെ ദൈവമേ" എന്ന് ഒച്ച വച്ചുകൊണ്ടവൾ വേഗത്തിൽ പുറത്തേക്കോടി നോക്കി. നിഴൽ പടർന്ന വെളിച്ചത്തിൽ വരമ്പത്തുകൂടി ചിലർ നടക്കുന്നതു കണ്ടു. "അയ്യോ ഓടിവരണേ. എന്റെ സാമി തൂങ്ങുന്നേ." എന്നവൾ അലറി. അവളുടെ വലിയ ശബ്ദം ഗ്രാമം മുഴുവൻ കേട്ടിരിക്കണം. ശബ്ദം കേട്ട് ആളുകൾ ഓടിവന്നു. കൊട്ടകയ്ക്കകത്തുള്ള അരിവാൾ തേടി എടുത്തുകൊണ്ടുവന്ന് കണ്ണാൻ മരത്തിൽ കയറി. ചില്ലയോടൊപ്പം കയർ വെട്ടി. ആൾ ജീവനോടെയില്ലെന്ന് അവനു മനസ്സിലായിരുന്നു.

അഴിഞ്ഞ കുടുമ പുറം കഴുത്തിൽ വീണ് കയറിന്റെ കുരുക്ക് മറച്ചിരുന്നു. ജീവന് സാദ്ധ്യതയില്ലെങ്കിലും ധൃതിയിൽ വെട്ടി. തടിച്ച കയറാണ്. രണ്ട് കൈക്കും അടങ്ങാത്തവണ്ണം അരിവാളിന് മൂർച്ചയില്ല. ചോളത്തണ്ട് വെട്ടിവെട്ടി മൂർച്ച പോയിരുന്നു. കൊമ്പിന്റെ ഇരുവശത്തേക്കും കാലുകൾ തൂക്കിയിട്ടിരുന്ന് ബലത്തോടെ കയറിൽ വെട്ടി. അവനും പരിഭ്രമിച്ചിരുന്നു. കയറ് ഇളകുംതോറും കാളി താഴേക്കിറങ്ങി. താഴെ നിന്നിരുന്ന രാസാനും ചെല്ലനും കാലിൽ പിടിച്ച് സാവധാനം താഴേക്കിറക്കി. വലിയ ഭാരം താങ്ങി ഇറക്കുന്നതുപോലെയുണ്ടായിരുന്നു. താഴേക്കിറങ്ങും തോറും വല്ലാത്ത നാറ്റം. അപ്പോൾ അത് ശ്രദ്ധിച്ചില്ല. ഇറക്കിക്കിടത്തിയിട്ട് കഴുത്തിൽ കുരുക്കിട്ട കയർ അയച്ചിട്ട് മൂക്കിൽ കൈവച്ചു നോക്കി. ഒന്നും ഇല്ലാ. നെഞ്ചിൻ കൂട്ടിൽ ചെറിയ ചൂടുണ്ടായിരുന്നു. "ഇപ്പോഴാണ് ആള് പോയത്." ചെല്ലൻ പറഞ്ഞു.

അതു കേട്ടയുടനെ "എന്റെ ദൈവം എന്നെ തനിച്ചാക്കിയിട്ട് നിന്റെ അച്ഛന്റെയടുത്തേക്ക് പോയല്ലോ" എന്ന് മാരായി അലമുറയിട്ടു. അവളെ അടുത്തേക്കുവിടാതെ രണ്ടുപേർ കൊട്ടകയ്ക്കു പുറത്തേക്കു വലിച്ചുകൊണ്ടുപോയി. അടുത്തേക്കുവന്നു നോക്കിയ ചിലർ "അയ്യോ.." എന്ന് അലറിക്കൊണ്ട് ഓടി. "കുട്ടികളെയൊന്നും കാണാൻ വിടരുതപ്പാ" എന്ന് ആരോ ഉറക്കെ പറഞ്ഞു. മരത്തിൽ നിന്നും വിറകാലുകളോടെ ഇറങ്ങി വന്ന കണ്ണാൻ ഓടിപ്പോയി വേലിയടച്ച് അകത്തുനിന്നും കെട്ടി. ഇതിനകം വിവരമറിഞ്ഞ് ആളുകൾ കൂടിയിരുന്നു. കൊല്ലനേയും രാസാനേയും വല്ലാതെ തീട്ടം മണത്തു. ജീവൻ പിരിയുന്ന തുടിപ്പിൽ മലം പോയിരുന്നു. ഇരുവരും ഓടിപ്പോയി തൊട്ടിയിൽ ഉണ്ടായിരുന്ന വെള്ളം കൊണ്ട് കഴുകി. കുടത്തിൽ ഉണ്ടായിരുന്ന വെള്ളം എടുത്തു കൊണ്ടുവന്ന് കാളിയുടെ ദേഹത്തേക്ക് ഒഴിച്ച് കഴുകി അയയിൽ കിടന്ന മറ്റൊരുമുണ്ടെടുത്ത് ഉടു

പ്പിച്ചു. ഉദ്ധരിച്ചു നിന്നിരുന്ന ലിംഗത്തെ ഒന്നും ചെയ്യാനായില്ല. തുണികൾ എടുത്തുകൊണ്ടുവന്ന് അതിന്മേലിട്ടു മൂടി. കടിച്ച പല്ലുകൾ വിടുവിച്ച് നാവ് അകത്തേക്കിടാനും കണ്ണുകൾ മൂടാനുമായില്ല. 'തൂങ്ങിച്ചത്തവന്റെ ശവത്തെ കാണുന്ന ക്രൂരതപോലെ ലോകത്ത് മറ്റൊന്നും ഇല്ല സാമീ. ആർക്കും മുഖം കാണിക്കണ്ട. നന്നായി മൂടിവയ്ക്ക്" എന്ന് പെരിയസ്വാമി പറഞ്ഞതിനുശേഷമാണ് അങ്ങനെ ചെയ്തത്.

ഇതിനിടയ്ക്ക് കാട് കുന്നുകളിലേക്ക് ഓടിയ വേലു മുത്തുവിന്റെ വീട്ടിൽ എത്തിയിരുന്നു. പൊന്നയും അച്ഛനും അമ്മയും കരട്ടൂരിൽനിന്നും പുലർച്ചെ ആദ്യത്തെ കോഴി കൂകിയ നേരത്താണ് വന്ന് വണ്ടി അഴിച്ച് കാളകളെ കെട്ടിയിട്ട് കിടന്നിരുന്നത്. വീട്ടിൽ ആരുമില്ല. മുത്തുവിന്റെ കൂടെ ചാരായം കുടിക്കാൻ കാളി രാത്രിതന്നെ പോയിരുന്നു. ഇരുവരും ബോധം തെളിഞ്ഞ് കാലത്തേ വരൂ എന്ന് വിചാരിച്ചുകൊണ്ട് അവർ ഉറങ്ങാൻ പോയി. വേലു വന്നു "മുത്തൂ എടാ മുത്തൂ.. നിന്റെ അളിയൻ തൂങ്ങിയെടാ" എന്ന് അലറിയ ശബ്ദംകേട്ട്, തിണ്ണയിൽ കിടന്നിരുന്ന പൊന്നയുടെ അച്ഛൻ എഴുന്നേറ്റു. വാതിലിൽ മുട്ടി. പുറത്തേക്കുവന്ന പൊന്ന വാർത്ത കേട്ടയുടനെ അങ്ങനെതന്നെ ഇറങ്ങി ഓടി. ആ നേരത്ത് എന്താണ് ചിന്തിച്ചതെന്നുപോലും അറിയില്ല.

പൊന്നയുടെ ഓട്ടം തൊണ്ടുപട്ടിയിൽ വന്നാണ് നിന്നത്.

നാല്

ഏട്ടത്തി വന്നുപോയതിനുശേഷം പൊന്ന അല്പം തെളിച്ചത്തോടെയിരുന്നു. അവളുടെ ജോലികൾ അവൾതന്നെ ചെയ്യുന്ന അളവിന് മാറ്റം. നേരം പുലരും മുൻപ് എഴുന്നേറ്റ് പശുക്കളുടെയും കന്നുകളുടെയും മുഖത്തേക്ക് നോക്കി. തിന്ന പാത്രങ്ങൾ കഴുകിവച്ചു. വെള്ളം സ്വയം എടുത്തുകുടിച്ചു. മുൻപൊക്കെ ആരെങ്കിലും അന്വേഷിക്കാൻ വന്ന് അവളോട് സംസാരിക്കാൻ പോയാൽ കിടന്നിടത്തുനിന്നും അങ്ങനെ തന്നെ എഴുന്നേറ്റിരിക്കും. മുന്താണി അഴിഞ്ഞു കിടക്കും. വൃദ്ധകൾ അശ്രദ്ധയോടെ ഇരിക്കുന്നതുപോലെ മുലകൾ കാണിച്ചുകൊണ്ട് ഇരിക്കും. അവൾക്ക് സ്വബോധമേ ഉണ്ടാവില്ല. സംസാരിക്കുന്നവർക്ക് സങ്കടമായിരിക്കും. അവളുടെ അമ്മയോ, അമ്മായി അമ്മയോ ഓടിച്ചെന്ന് മുന്താണി മാറിലൂടെയിട്ട് മാറ് മറച്ചുകൊടുക്കും. ഇപ്പോൾ അങ്ങനെയല്ല. മുന്താണിയിൽ ശ്രദ്ധവന്നു. തലമുടി ചീകില്ലെങ്കിലും വാരിക്കെട്ടും.

പ്രഭാത വെളിച്ചം പരന്നനേരത്ത് ഒരു പശുവിനെ മേയാനായി കാട്ടിൽ കെട്ടിയിട്ടു വരാമെന്നു കരുതി അമ്മ അവളെ വിളിച്ചു "പൊന്നാ വരുന്നോ" എന്നു ചോദിച്ചു. എവിടേക്ക് എന്നതുപോലെ പൊന്ന നോക്കി. വാക്കുകളൊന്നും പുറപ്പെട്ടില്ല. ഗ്രാമംതന്നെ ഭയക്കുന്നവിധത്തിൽ സംസാരിച്ചുവളാണോ ഇവൾ? പറഞ്ഞപ്പോൾ അവൾ എഴുന്നേറ്റു. പശുവിനു പിന്നാലെ അവൾ സാവധാനം നടന്നു. ഇനി അവൾ ഉഷാറാകും എന്ന് അമ്മയ്ക്കു തോന്നി. പൊന്നയ്ക്കു തന്റെ കാട് പുതുതായി കാണുന്നതുപോലെയുണ്ടായിരുന്നു. ഓരോ സ്ഥലത്തും കാളിയുണ്ടായിരുന്നു. എത്ര കാളിമാർ. കിണറ്റിൽ വെള്ളം കുറഞ്ഞതിനാൽ തെങ്ങുകൾക്ക് ആഴ്ചയിൽ ഒരുതവണ വേര് നനയാൻ വേണ്ടി മാത്രം വെള്ളം നനച്ചുകൊണ്ടിരുന്നു. എന്നാൽ തെങ്ങിനുചുറ്റും വിശാലമായി ആഴത്തിൽ തടമെടുത്തി

രുന്നു. മഴ പെയ്താൽ തടത്തിൽ വെള്ളം നിറയാനായി ചാലുകൾ കീറിയിരുന്നു. അവൻ പോയതിനുശേഷം പെയ്ത മഴ തെങ്ങിനെ കുളിരണിയിച്ചത് തെങ്ങിൻ ചുവട് കാണിച്ചുതന്നു.

രണ്ടു വർഷങ്ങൾക്കു മുൻപ് ഒരേ ഒരു ചാൽ വഴുതന നട്ടിരുന്നു. പത്തു തൈകൾ ഉണ്ടാവും. ഒരു തൈയ്ക്കും മറ്റൊരു തൈയ്ക്കും ഇടയിലൂടെ ഒരാളുടെ കാൽച്ചുവടിന്റെ അകലമുണ്ടാകും." എന്തിനാണ് മാമാ ഇത്രയും അകലത്തിൽ നടുന്നത്? വെറുതെ വെള്ളം പാഴാക്കിക്കളയാനാണോ." എന്ന് പൊന്ന ചോദിച്ചു. "ഞാൻ പറയുന്നതുപോലെ നട് പെണ്ണേ." എന്നല്ലാതെ മറ്റൊന്നും പറഞ്ഞില്ല. കാലികളെ പൂട്ടാനായി അവൻ പോയി. "നിങ്ങളെ പ്രസവിക്കുന്നതിനു പകരം ഒരു ഊമയെ പ്രസവിച്ചാൽ മതിയായിരുന്നു" എന്ന് അവൻ കേൾക്കാൻ വണ്ണം അവൾ ഉറക്കെ പറഞ്ഞു. "എനിക്കും ചേർത്ത് സംസാരിക്കുവാൻ വേണ്ടിയാണ് നിന്നെ കല്യാണം കഴിച്ചിരിക്കുന്നത്" അവൻ പറഞ്ഞു. അവൾ ഒന്നും പറഞ്ഞില്ല. അവൾ എണ്ണിനട്ടു. പതിമൂന്നു തൈകൾ. രണ്ടു തൈകൾ വളരെ ചെറുത്. ഇത് വളരാനാണോ പോകുന്നത്. എങ്കിലും കളയണ്ട എന്നുകരുതി അതും നട്ടു.

ഇതിനകം ഏറ്റം ചവിട്ടി ഒരു കണ്ടം വെള്ളം നിറച്ചിരുന്നു. ദൂരെ നട്ടാൽ ചാലുതന്നെ വെള്ളം കുടിക്കും എന്നതിനാൽ കിണറ്റിനരികിൽ തന്നെയാണ് ചാല് കീറിയിരുന്നത്. എങ്കിലും മൂന്നു ചുറ്റ് വെള്ളം ചാല് കുടിക്കും. ചാലിന് മൂന്ന് ചുറ്റ് വെള്ളം വേണം. ആ ചിന്തയിൽ കാലികളെ ഓട്ടിക്കൊണ്ടിരുന്നവന്റെയടുത്തു പോയി കുടുമയിൽ പിടിച്ചു വലിച്ചു. കാളകൾ നിന്നു. "മാമ എന്താണ് പറഞ്ഞത്, ഞാൻ വായാടിയാണെന്നോ? നാട്ടുകാര് പറയാതെ, വീട്ടുകാര് പറയാതെ, വരമ്പത്തുകൂടി പോകുന്ന നായയും പറയാതെ, നരിയും പറയാതെ, നിങ്ങൾ എങ്ങനെ പറയും?" എന്നുപറഞ്ഞ് അവൾ കുടുമയിൽ പിടിച്ചുവലിച്ചു.

വേദന സഹിക്കാനാവാതെ തല അവളുടെ ഭാഗത്തേക്ക് പിടിച്ചു കൊണ്ട്, കാളകളേയും ഇളകാതെ പിടിച്ചിരുന്നു. അപ്പോഴും അവന്റെ കുറുമ്പ് പോയില്ല. "അവരൊക്കെ സത്യമേ പറയൂ, ഞാൻ മാത്രം കളവു പറയുന്നു എന്നാണോ?" എന്നു പറഞ്ഞിട്ടവൻ ചിരിച്ചു. "അപ്പോൾ ഞാൻ വായാടിയാണോ?" എന്നുപറഞ്ഞ് പല്ലുകൾ കടിച്ചുകൊണ്ട് കവിളത്ത് ആഞ്ഞടിച്ചു. "ഇങ്ങോട്ട് നോക്ക്, ഇങ്ങനെയൊക്കെ ചെയ്താൽ, എന്തു ചെയ്യണമെന്ന് എനിക്കറിയാം. നോക്കിക്കോ." അവൻ പറഞ്ഞു. "എന്തു ചെയ്യും?" എന്നവൾ ചോദിക്കുന്നതിനു മുൻപ് അവൻ ഇടതുകൈകൊണ്ട് അവളുടെ മാറിൽ എത്തിപ്പിടിച്ചു. അവളുടെ കൈകൾ പെട്ടെന്ന് മുന്താണിക്കകത്തേക്ക് പാഞ്ഞു. ആ ഇടവേളയിൽ അവൻ കാളകൾക്കിടയിലേക്ക് നൂണു.

മൺവെട്ടി പോലെ വിടർന്നതും പരുപരുത്തതുമായ അവന്റെ കൈ ഇങ്ങനെയാണ്. പുറത്ത് എവിടെയെങ്കിലും പോകുമ്പോൾ കൈക്ക് വിലങ്ങിട്ടിട്ടു കൊണ്ടു പോകണമെന്നവൾ പറയും. അന്നു നട്ട വഴുതന പതി

മൂന്നും തഴച്ചുവളർന്ന് കായ്ച്ചു. ചെടി വളർന്നു വരുമ്പോഴാണ് അവൾക്കു മനസ്സിലായത് അത് പൂച്ചത്തല വഴുതനയാണെന്ന്. തലയുയർത്തിക്കൊണ്ട് തടം നിറയെ വഴുതന വളർന്നുനിന്നിരുന്നു. ഒരു കായ്കൊണ്ട് നാലുപേരുള്ള കുടുംബത്തിന് കഴിക്കാം. വഴുതനകൊണ്ട് എന്തൊക്കെ ഉണ്ടാക്കാമോ അതൊക്കെ അവൾ ഉണ്ടാക്കി. അമ്മയുടെ വീട്ടിലേക്ക് അഭിമാനത്തോടെ കൊണ്ടുപോയി കൊടുത്തു. അപ്പോഴും കായ്കൾ നിറഞ്ഞുനിന്നിരുന്നു. ആ കായ്കൾ വില്ക്കാനായി അവൾ ചൊവ്വാഴ്ച ചന്തയ്ക്കു പോയി. ഒരു വർഷം കായ്ച്ചതിനുശേഷം തണ്ട് മാത്രം ഒടിച്ചിട്ട് വീണ്ടും വെള്ളം നനയ്ക്കാൻ തുടങ്ങി. ചെടികൾ മുമ്പത്തേക്കാളും നന്നായി തഴച്ചു വളർന്നു. മൂടിളക്കി ചാണകപ്പൊടി ഇട്ടുകൊടുത്തു.

മൂന്നാമത്തെ വർഷമായി ഇപ്പോൾ ആ ചെടികൾ നില്ക്കുന്നു. പരിചരിക്കാൻ കൈ ഇല്ലാതെ തളർന്നിരിക്കുന്നു. ചെടിയുടെ അടുത്ത് ഇരുന്നുകൊണ്ട് "നിങ്ങൾ പോയി കെട്ടിയിട്ടു വാ അമ്മേ" എന്നുപറഞ്ഞ് അവൾ അയച്ചു. അവളേയും കിണറിനേയും നോക്കിക്കൊണ്ട് അമ്മ വേഗത്തിൽ പോയി. വഴുതനച്ചെടികളുടെ പിഞ്ചുകളെ അവൾ തലോടി. അവന്റെ കൈകളെ തടവുന്നതുപോലെ അവൾക്ക് തോന്നി. അവൾ കവിളിൽ വച്ചു. അവന്റെ കൈകൾ തന്നെ. പെട്ടെന്ന് സാരിത്തലപ്പു മാറ്റി വഴുതന പിഞ്ചുകളെ തന്റെ മാറിൽ ഉരസി. മൺവെട്ടിപോലെ അകന്ന പരുപരുത്ത അവന്റെ കൈകൾ മാറിടത്തെ തലോടി. പാകത്തിന് നെഞ്ച് വിരിച്ചുകൊടുത്തു. ഇനിയും ഇനിയും എന്നുതോന്നി. ചെടികൾക്കിടയിലൂടെ നുഴഞ്ഞു പോയിക്കൊണ്ടിരുന്നു. അവന് എത്ര കൈകളാണ്. "എടീ പെണ്ണേ നിനക്കെന്താ കിറുക്കു പിടിച്ചോ" എന്ന് വഴുതനയ്ക്കിടയിൽ നിന്ന് അവളെ വലിച്ച് പുറത്തേക്കു കൊണ്ടുവന്നു. പൊന്ന മാറത്തടിച്ചുംകൊണ്ട് പൊട്ടിക്കരഞ്ഞു. മാറിടം ചുവന്നുപോയി. അവളുടെ കൈകളിൽ പിടിച്ചു വലിച്ചുകൊണ്ട് "വേണ്ട കണ്ണേ, വേണ്ടാ കണ്ണേ" എന്നു പറഞ്ഞ് അമ്മയും കരഞ്ഞു.

തളർന്ന് താഴേക്കിരുന്ന പൊന്നയെ ചേർത്തുപിടിച്ച് തന്റെ മടിയിലേക്ക് അമ്മ ചായ്ചു. അപ്പോഴും പൊന്നയുടെ കരച്ചിൽ നിന്നില്ല. "പൊന്നുപോലെ വളർത്തണമെന്നു പറഞ്ഞാണ് നിന്റെയച്ഛൻ പൊന്നയെന്നു പേരുവച്ചത്. ഇങ്ങനെ ശരീരമൊക്കെ പുണ്ണായിപ്പോയല്ലോ. ഇതിനാണോ നിന്നെ പെറ്റുവളർത്തിയത്." എന്ന് തലയിലടിച്ച് കരഞ്ഞ ശബ്ദം കേട്ട് അമ്മായിഅമ്മ എന്താ ഏതാന്നറിയാതെ ഓടിവന്നു. രണ്ടുപേർക്കും എപ്പോഴും കിണറിന്റെ ഭാഗത്ത് ഒരു കണ്ണുണ്ടായിരുന്നു. ഇപ്പോൾ അങ്ങനെ വല്ലതും ആയിരിക്കുമോ എന്ന് മാരായി പരിഭ്രമിച്ചു. ഇരുവരും വഴുതനച്ചെടികൾക്കടുത്തിരുന്ന് കരയുന്നതു കണ്ട് "എന്തു പറ്റി ചേച്ചീ" എന്നു ചോദിച്ചു. "നിന്റെ മരുമകൾ ചെയ്ത ക്രൂരത നോക്ക്. വഴുതനകൾക്കിടയിൽ പോയി മാറിത്തടിക്കുന്നു." എന്നുപറഞ്ഞ് പൊന്നയുടെ സാരിത്തലപ്പ് നീക്കി കാണിച്ചുകൊടുത്തു. മുള്ളുകൾ തട്ടി മുറിഞ്ഞ മുറിവുകളിൽ നിന്നും രക്തം കിനിഞ്ഞുകൊണ്ടിരുന്നു. ധാരാളം കീറലുകൾ.

ഇരുമാറിടവും ചുവന്നു തുടുത്തിരുന്നു. "ശ്ശെടാ, ചണ്ഡാല പാപീ, നീ ഒരു ഞൊടിയിൽ പോയി. ഈ ജീവനെ എങ്ങനെയാണെടാ രക്ഷിക്കുക. ഇതിനെക്കുറിച്ചു ചിന്തിച്ചു നോക്കിയിട്ടുണ്ടോ? നിനക്കാരായിരുന്നു ഇവൾ, ഇപ്പോൾ കല്യാണം കഴിഞ്ഞ യുവമിഥുനങ്ങളെപ്പോലെ കളിക്കാതെടാ, കണ്ണ് കിട്ടുമെന്ന് പറയുന്നവനേ" എന്നുപറഞ്ഞ മാരായിയുടെ കണ്ണുകളേയും നിയന്ത്രിക്കാനായില്ല.

കിണറിന്റെ ഭാഗത്തേക്കു പോയി അവിടെ തോട്ടിൽ പടർന്നിരുന്ന കിണറ്റു പൂ വള്ളി ഒരു കൈയിൽ കൊള്ളും അളവ് അരിഞ്ഞുകൊണ്ടു വന്നു. വെള്ളം നനയാത്തതിനാൽ വാടിയ തണ്ടുകൾ. കൈനിറയെ നുള്ളിയെടുത്ത് രണ്ടു കൈവെള്ളകളിലും വച്ച് കശക്കി കിട്ടിയ നീര് പൊന്നയുടെ മാറിൻമേൽ മാരായി പുരട്ടി. ചുവപ്പുമാഞ്ഞ് മുഴുക്കെ പച്ച പടർന്നു. അവളുടെ അമ്മ നീര് മുഴുവനായും പുരട്ടി. ഇപ്പോൾ കുറേശ്ശെ പുകച്ചിലുണ്ടായി. ബാക്കിയുള്ള തണ്ടുകളും എടുത്തുകൊണ്ട് അവളെ കൈത്താങ്ങലിൽ എടുത്തു. അവൾ സ്വയം തന്നെ വേഗത്തിൽ എഴുന്നേറ്റു. സാരിത്തലപ്പുകൊണ്ട് കണ്ണീർ തുടച്ച് നന്നായി അവൾ മാറിടം മറച്ചു. അവരുടെ ശബ്ദംകേട്ട് അടുത്തുള്ള കാടുകളിൽ നിന്നും പാടങ്ങളിൽനിന്നും നാലഞ്ചുപേർ ഓടിവന്നു. അമ്മയുടെ കൂടെ പൊന്നയെ അയച്ചിട്ട് മാരായി അവരോട് സമാധാനം പറഞ്ഞു.

"പോയവൻ പോയിച്ചേർന്നു. ഇവളനുഭവിക്കുന്ന സങ്കടം താങ്ങാനാവുന്നില്ല. ഒരു വായ് ചോറെടുത്തു തിന്നില്ല. ദേഹത്ത് ഒരു സത്തും ഇല്ല. കൊട്ടകയിൽ അടഞ്ഞു കിടക്കുകയാണല്ലോ എന്നു വിചാരിച്ച് അവളുടെ അമ്മ പശുവിനെ കെട്ടാൻ പോകുന്നു, വരുന്നോ എന്ന് ചോദിച്ച് കൂട്ടിക്കൊണ്ടുവന്നതാണ്. പശുവിനെ കെട്ടിയിട്ടു വരുമ്പോഴേക്കും വഴുതന തടത്തിനടുത്തു നിന്നിരുന്ന അവൾ ബോധംകെട്ട് വീണുകിടക്കുന്നു. വഴുതനയിലുള്ള മുള്ളുകൾകൊണ്ട് നെഞ്ചിലൊക്കെ മുറിഞ്ഞിരിക്കുന്നു." എന്ന് അവൾ പറഞ്ഞുകൊണ്ടിരുന്നു.

അമ്മയുടെ കൂടെ നല്ലവണ്ണം നടന്നുവന്ന പൊന്ന, "അമ്മ വീട്ടിലേക്കു പോയി രാവിലെ ചേട്ടനോട് വരാൻ പറ. വഴുതനത്തടങ്ങൾക്ക് വെള്ളം നനയ്ക്കണം." എന്നു പറഞ്ഞു. "പാത്തിയെല്ലാം ഇടിഞ്ഞു കിടക്കുന്നു. വഴുതനത്തടം മുഴുവൻ പുല്ലു നിറഞ്ഞിരിക്കുന്നു. അതിനെങ്ങനെ വെള്ളം നനയ്ക്കും. ആളേ പോയി. അവൻ നട്ട വഴുതന പോകുന്നെങ്കിൽ പോട്ടെ. വിട്പൊന്നാ." എന്ന് അമ്മ പറഞ്ഞു.

"ഇങ്ങോട്ട് നോക്ക്, നിങ്ങൾ പോയി പറഞ്ഞിട്ടു വരുന്നില്ലെങ്കിൽ ഞാൻ പോകും. അല്ലെങ്കിൽ ഞാൻ തന്നെ കാളകളെ കെട്ടി ഏത്തം വലിക്കും. എനിക്ക് വെള്ളം തേവാനറിയില്ലെന്നാണോ വിചാരിച്ചത്. എല്ലാം നിങ്ങടെ മരുമോൻ പറഞ്ഞുതന്നിട്ടുണ്ട്. എന്നേക്കാളും മുൻപേ പോയിച്ചേരുമെന്നു അറിഞ്ഞിട്ടാണ് എല്ലാം എനിക്കു പറഞ്ഞുതന്നത്." എന്ന് പൊന്ന ദൃഢനിശ്ചയത്തോടെ പറഞ്ഞു.

പൊന്നയുടെ വലിഞ്ഞുമുറുകിയ മുഖവും ആവേശവും പേടിപ്പെടുത്തി.

അഞ്ച്

അമ്മയെ നിർബ്ബന്ധിച്ച് ഗ്രാമത്തിലേക്കയച്ചിട്ട് കൊട്ടയും മൺവെട്ടിയും എടുത്തുകൊണ്ട് അവൾ കാട്ടിലേക്കു പോയി. മാരായി എന്തു പറഞ്ഞിട്ടും കേട്ടില്ല. "ശരീരത്തില് എന്ത് സത്താണുള്ളത്. രണ്ടു മാസമായി ഒന്നും തിന്നാതെ കിടന്നതല്ലേ പൊന്നാ. ഞാൻ പറയുന്നത് കേൾക്ക്. ഞാൻ വേണമെങ്കിൽ പോയി വെട്ടാം. ഇനിയും കുറച്ചുദിവസം നീ വീട്ടിൽത്തന്നെ നില്ക്ക്." എന്ന് എത്ര നയത്തോടെ പറഞ്ഞിട്ടും അവൾ മറുപടിയൊന്നും പറഞ്ഞില്ല. ഇന്നലെ കറവപ്പശുവിന് കൊടുക്കാനായി മണക്കാട്ടിൽ പോയി മാരായി ഒരു കറ്റ പുല്ല് കൊണ്ടുവന്നിരുന്നു. രണ്ടു മഴ പെയ്തതിനാൽ കാട് മുഴുവൻ പുല്ല് വളർന്നിരുന്നു. 'ആർക്ക് വേണമെങ്കിലും വന്നു പറിച്ചുകൊണ്ടു പോകാം എന്ന്' പറഞ്ഞിരുന്നു. കടല നട്ട പാടം കാണാൻ ആഗ്രഹമുണ്ടായിരുന്നു. ഈ ജീവിതം നശിച്ചവൻ ഇങ്ങനെ കൈയൊഴിഞ്ഞു പോകാതിരുന്നെങ്കിൽ നമ്മുടെ പാടം മുഴുവൻ ഇങ്ങനെ കടലയും ചോളവും നിറഞ്ഞ് പച്ചപിടിച്ച് നിന്നിട്ടുണ്ടാകും എന്നവൾ വിചാരിച്ചു.

എന്തായാലും ഒരു പുരുഷൻ കൃഷി ചെയ്യുന്നതുപോലെ ആകുമോ? ഭർത്താവ് മരിച്ചതിനുശേഷം ചെറിയ കുഞ്ഞിനേയും വച്ചുകൊണ്ട് എന്ത് കൃഷിയാണ് നടത്താനാവുന്നത്. അവന്റെ തലയെടുത്തതിനുശേഷം പാടം കാടായി. ഇപ്പോൾ പൊന്ന ഒരുത്തിയും അങ്ങനെ കഷ്ടപ്പെടേണ്ടിയിരിക്കുന്നു. ചെറിയ കുട്ടിയായ കാളി ഉണ്ടായിരുന്നു. ഇവൾ ഒറ്റയ്ക്ക് എങ്ങനെ കാലംകഴിക്കും? കാളിയെക്കുറിച്ചുള്ള ചിന്തയെക്കാളും പൊന്നയെക്കുറിച്ചാണ് കൂടുതൽ ചിന്തയുണ്ടായിരുന്നത്. മരിച്ചവർക്ക് ഒരു പ്രശ്നവും ഇല്ല. ജീവനോടെയുള്ളവർക്കാണ് എല്ലാ പ്രശ്നങ്ങളും. മരിച്ചവന് ആ സമയത്തെ കഷ്ടത്തോടെ എല്ലാം അവസാനിക്കും. ജീവനോ

ടെയുള്ളവർക്ക് ഓരോ ദിവസവും കഴിച്ചുകൂട്ടുന്നത് വലിയ പാടാണ്. മരിച്ചവന്റെ പ്രശ്നങ്ങളേയും ചേർത്ത് നോക്കണം. ചോറിനു വേണ്ടിയുള്ള ഉൽക്കണ്ഠ മാത്രമാണെങ്കിൽ എല്ലാ ജീവജാലങ്ങളെയും പോലെ എങ്ങനെയെങ്കിലും നോക്കാം. അതും കഴിഞ്ഞ് മനുഷ്യ ജന്മങ്ങൾക്ക് എത്ര ഉൽക്കണ്ഠകളാണ്.

ചിന്തിച്ചുകൊണ്ട് പറിച്ച പുല്ല് എടുക്കാൻ പാകത്തിന് ഒരു കറ്റ ആയപ്പോൾ, കാട്ടിൽ അങ്ങിങ്ങ് മുളച്ചുപൊന്തിയ കൽകുമിട്ടി കണ്ണിൽപെട്ടു. കുമ്മിട്ടിയെ കണ്ടുപിടിക്കാം. എന്നാൽ കൽകുമിട്ടി അത്ര എളുപ്പമൊന്നും കണ്ണിൽ പെടില്ല. പൂവിട്ടതിനുശേഷമേ അല്പമെങ്കിലും കാണാൻ പറ്റൂ. ഓരോന്നായി സൂക്ഷിച്ചു നോക്കിക്കണ്ടുപിടിക്കണം. അങ്ങനെ അന്വേഷിച്ച് അവൾ പറിച്ചുകൊണ്ടുവന്നു. തേടിത്തേടി കണ്ടുപിടിക്കുന്നതിന്റെ രസം വേറെതന്നെയാണ്. രാത്രി വിളാംകാട്ടിലെ പവളായി മുത്തശ്ശി വന്നിരുന്നു. മാരായിയുടെ അമ്മായി അമ്മ വകയിലെ സ്വന്തക്കാരിയാണ്. എവിടെയെങ്കിലും കാണുമ്പോൾ ആകാംക്ഷയോടെയും ഇഷ്ടത്തോടെയും അവർ അന്വേഷിക്കും.

"അറിവില്ലാത്തവൻ ഇങ്ങനെയാണോ ചെയ്തിട്ടു പോകുന്നത്? ചോറിനെന്താ പഞ്ഞമുണ്ടോ? അന്നന്ന് പാടത്തും കരയിലും പോയി പണിയെടുത്ത് കൈയിൽ കൂലി വാങ്ങി ദിവസവും കൊണ്ടുവന്നാലേ ചോറ് തിന്നാനാകൂ എന്ന അവസ്ഥയുള്ള പാവങ്ങൾ എത്രയാണുള്ളത്. കുട്ടികളില്ലെങ്കിൽ എന്താണ്? എന്റെ മാമന് അക്കാലം മുതലേ കുട്ടികളില്ല. മൂന്നേക്കർ പാടമുണ്ട്. ഉള്ള കാലത്തോളം അദ്ധ്വാനിച്ച് തിന്നു. പിന്നെ പാടം ഗ്രാമത്തിലെ മാരിയൻ കോവിലിനെന്ന് എഴുതിവച്ചു. ഇന്ന് ഞങ്ങളുടെ ഗ്രാമത്തിലെ മാരിയൻ കോവിലിന്റെ പാടം ഞങ്ങടെ മാമന്റെ പാടമാണ് കുട്ടീ. എന്റെ അമ്മ തനിക്ക് എഴുതിവയ്ക്കുമെന്ന് ആശിച്ചിരുന്നു. അച്ഛൻ ചെയ്ത പുകിലുകൾ ഇഷ്ടപ്പെടാത്ത മാമൻ കോവിലിന് എഴുതിവച്ചു. ഇപ്പോൾ എന്തു പറ്റി." എന്ന് മുത്തശ്ശി പഴംകഥ പറഞ്ഞുകൊണ്ടിരുന്നു.

മുത്തശ്ശിക്ക് എല്ലാം അറിയാം. അവരുടെ സംസാരം കേട്ടുകൊണ്ട് രണ്ടു സ്ത്രീകളും കൽകുമിട്ടിയുടെ ഇലകൾ പറിച്ചു. ചെറിയ ചെറിയ ഇലകൾ അവിടെയൊന്നും ഇവിടെയൊന്നുമായിട്ടിരിക്കും. നോക്കി നോക്കി പറിക്കണം. പറിച്ച് നനഞ്ഞ തുണിയിൽ പൊതിഞ്ഞ് മാരായി തടത്തിൻമേൽ വച്ചിരുന്നു. മുത്തശ്ശിയുടെ സംസാരം കേട്ടുകൊണ്ട് അവർ ഉറങ്ങിപ്പോയി. മുത്തശ്ശി പുലരുംമുൻപേ മടങ്ങിപ്പോയി.

"എല്ലാവരും പാടം, പറമ്പ് എന്നുപറഞ്ഞ് ഓടിപ്പോകും. വീട്ടിൽ ആളായിട്ട് ഞാനാണ് ഉണ്ടാവുക. ഒന്നും ചെയ്യാനില്ലെങ്കിലും ഇരിപ്പ് എന്നൊന്നുണ്ടല്ലോ. വീടും കാത്തുകൊണ്ടു കിടക്കുന്ന ജീവനാണ് ഞാൻ. ഒരിക്കലും ഒരു വീട്ടിലും പോയി ഒന്നും പറഞ്ഞിട്ടില്ല. എന്റെ അച്ഛന്റെ അനിയന്റെ പേരക്കുട്ടി ഇങ്ങനെ ചെയ്തു എന്ന് അറിഞ്ഞതു മുതൽ ഒന്നു വന്ന് എത്തിനോക്കിയിട്ടു പോയാൽ നല്ലതാണെന്ന് തോന്നി. അതാണ്

മെല്ലെ മെല്ലെ വന്നത്. ഇപ്പോൾ പോയാൽ വെയിൽ വരുന്നതിനുമുൻപ് നാട്ടിലെത്തിച്ചേരാം. പോയവൻ പോയി. ഉള്ളവർ ഒന്നും ഓർക്കാതെ നന്നായിരിക്ക്. എടീ മോളേ പൊന്നേ, നമ്മുടെ ജീവൻ ആ ദൈവം തന്നതാണ്. അത് അവന് വേണമെന്നു തോന്നുമ്പോൾ അവൻ തന്നെ എടുത്തോളും. ബലമായി എടുക്കുവാൻ നമുക്ക് അധികാരമില്ല." എന്നു പറഞ്ഞുകൊണ്ട് ഒരു കവിൾ ചായ വെള്ളം കുടിച്ചിട്ട് അവർ പോയി.

മുത്തശ്ശി പോയതിനു ശേഷമാണ് കൽകുമിട്ടി കടഞ്ഞത്. നെയ് മണത്തു. അടപ്പു നീങ്ങുന്നതുവരെ താളിക്കാൻ പാടില്ല. ഒരു താളിക്കലിനു തന്നെ കുമിട്ടിയുടെ മണം നാട് മുഴുവൻ പരക്കും. ഈ കുമിട്ടി മണം എല്ലാം ഉൽക്കണ്ഠയേയും മറവിയിലാക്കും എന്നു വിചാരിച്ചിരുന്നപ്പോഴാണ് പൊന്നയുടെ ശബ്ദം കാട്ടിനകത്തുനിന്നും കേട്ടത്. കൂട്ടിക്കൊണ്ടുവന്ന് ഒരുവായ് കളി തീറ്റിക്കുമ്പോഴേക്കും മതി മതി എന്നു പറഞ്ഞു. കിറുക്കിയെപ്പോലെ "ചേട്ടനെ പോയി കൂട്ടിക്കൊണ്ടുവാ- പോ... പോ.." എന്ന് ഇടതടവില്ലാതെ പറഞ്ഞ് തുരുത്തിക്കൊണ്ടിരുന്നു "പൊന്നാ, നിനക്കെന്തുപറ്റി? നിന്റെ അമ്മ ഒരു വായ് കളി തിന്നിട്ടു പോകട്ടെ. കാലത്ത് ഏത്തം കെട്ടാൻ ആള് വന്നാൽ പോരെ. വരും. ഇല്ലെങ്കിൽ ഞാൻ തന്നെ തേവിക്കൊള്ളാം." എന്ന് ഉറക്കെ പറഞ്ഞ് പൊന്നയേയും കളി തീറ്റിച്ചു. കുമിട്ടിയും അറിയില്ല. ഒന്നും അറിയില്ല. എന്തായാലും പൂവരശു മരത്തെ തുറിച്ചുനോക്കിക്കൊണ്ട് വിഴുങ്ങുകതന്നെ.

അത് തിന്നുകഴിഞ്ഞ് കൈകഴുകി സാരിത്തലപ്പിൽ തുടച്ചുകൊണ്ടു പോയി. ഇങ്ങനെ ചെയ്യുമെന്ന് മാരായി പ്രതീക്ഷിച്ചിരുന്നില്ല. പാടത്തു പോയി നോക്കിയപ്പോൾ കാളിയുടെ ഓർമ്മ വന്നിരിക്കും. ശരി ചെയ്യാൻ ആവുന്നിടത്തോളം ചെയ്യട്ടെ എന്ന് വിട്ടുവച്ചു. അവളെ കാണുന്ന വിധത്തിൽ മാരായി തന്റെ ജോലി ചെയ്തു. പൊന്ന ആദ്യം വഴുതിനത്തടത്തിലേക്ക് പോയി. കാളി ചെയ്തതുപോലെതന്നെ മുകൾത്തണ്ടുകൾ ഒടിച്ച് പുറത്തേക്കു കളഞ്ഞു. ഇപ്പോൾ കാണാൻ നല്ലപ്പയ്യൻ അമ്മാവന്റെ ക്രോപ്പു ചെയ്ത തല പോലെ ചെടികൾ കാണപ്പെട്ടു.

അങ്ങനെ തോന്നിയപ്പോൾ അവൾക്ക് ചിരി വന്നു. കാളി പോയതിനുശേഷം അവർ വന്നോ എന്നുപോലും അവൾക്കറിയില്ല. എത്രയോ പേർ വരികയും പോവുകയും ചെയ്യുന്നു. വന്ന് അവളോട് സംസാരിക്കുകയും ചെയ്തു. എല്ലാവരേയും മിഴിച്ചുനോക്കി. ഒരാളുടെ മുഖവും അവളുടെ മനസ്സിൽ പതിഞ്ഞില്ല. ഏത് വാക്കും കാതിൽ കയറിയില്ല. മാമനും വന്ന് പോയിട്ടുണ്ടാകും. അദ്ദേഹത്തോട് കാളിക്ക് വല്ലാത്ത അടുപ്പമാണ്. എന്നിട്ടെന്താ? അദ്ദേഹത്തിന്റെ പക്കൽനിന്നും ഒന്നും കാളി പഠിച്ചില്ല. ഈ കാര്യം അറിഞ്ഞാൽ മാമൻ എന്തായിരിക്കും പറയുക? തടത്തിലെ കളകൾ അവൾ പറിച്ചു കളഞ്ഞു. മണ്ണ് ഉറച്ചുപോയിട്ടില്ല.

അങ്ങനെ തന്നെ വിട്ടിട്ട് കൊടുകയിലേക്കവൾ വന്നു. തലയിൽ തോർത്ത് കെട്ടിയിരുന്നു. അതുകണ്ടപ്പോൾ മാരായിക്ക് സന്തോഷമായി. ഇനിയങ്ങോട്ട് അല്പാല്പമായി ഉഷാറായിക്കൊള്ളും. ജോലി ചെയ്യുന്ന

തിൽ പൊന്ന കണിശക്കാരിയാണ്. ഏതുതരം ജോലിയിലും അവൾ തളരില്ല. ജോലിയിൽ മുഴുകിയാൽ എല്ലാ സങ്കടങ്ങളും അലിഞ്ഞുപോകും. വന്ന അവൾ ഒരു മൊന്ത വെള്ളം കോരിക്കുടിച്ചു. ഇത്രയും ദിവസങ്ങൾക്കുശേഷം പൊന്ന ദാഹത്തോടെ വെള്ളം കുടിക്കുന്നതു കാണാൻ സന്തോഷമായിരുന്നു. ഒരു കൊട്ട എടുത്തു കൊണ്ടുപോയി കുപ്പക്കുഴിയിൽ ഉണ്ടായിരുന്ന ഉണങ്ങിയ ചാണകം കൊട്ടയിൽ നിറച്ച് എടുത്തു തലയിൽവച്ച് അവൾ മടങ്ങി.

അവളുടെ നോട്ടം പൂവരശിലേക്ക് പോകുന്നുണ്ടോ എന്ന് മാരായി ശ്രദ്ധിച്ചു. പൂവരശിനെ നോക്കിക്കൊണ്ട് നടക്കുന്നതു കണ്ടു. ഇനി ആ നോട്ടം കൂടി മാറ്റിയാൽ മതി. എന്നാൽ പറയാൻ വയ്യ. വഴുതന കണ്ടപ്പോൾ അവന്റെ ഓർമ്മ വന്ന് കരഞ്ഞതുപോലെ അവൾ വല്ലതും ചെയ്തേക്കും. ഇനിയും കുറച്ചു ദിവസത്തേക്ക് ശ്രദ്ധയോടെയിരിക്കണം. പൂവരശെ വെട്ടിക്കളഞ്ഞിരിക്കണം. ഇത് കൊടുകയിൽ ഇരുന്നുകൊണ്ട് എല്ലാം കാണുന്നു. എത്ര തലമുറയെ കണ്ടിരിക്കും. അതിൽ കൈവച്ചാൽ തന്റെ ജീവനിൽ കൈവയ്ക്കുന്നതുപോലെയല്ലെ അവൾ വിചാരിക്കുന്നത്. അവൻ തൂങ്ങിയ കൊമ്പ് വെട്ടിയപ്പോൾ കരഞ്ഞ കരച്ചിൽ കുറച്ചാണോ? വെട്ടാൻ വന്നമാരി. "സ്വാമി... കൗണ്ടച്ചി കരയുന്നതു കണ്ടാൽ എന്റെ ചങ്ക് പിടയ്ക്കുന്നു. വിട്ടേക്കാം." എന്നു പറഞ്ഞു. "അത് ഉണ്ടായാൽ ഇനിയും കരയും. നീ ചെവി മൂടിയിട്ട് പെട്ടെന്ന് വെട്ടിയിട്ട് എറങ്ങ്." എന്ന് അവളുടെ അച്ഛൻ പറഞ്ഞു. കൈയിൽ മൂർച്ചയുള്ള ഈൗർച്ചവാൾ കൊണ്ടുവന്നിരുന്നു. അതുകൊണ്ട് വേഗത്തിൽ അറുത്തു മാറ്റി. അങ്ങനെ ഈ മരത്തിനും എന്നാണാവോ നേരം വരിക.

ആടുകളെ തെളിച്ചുകൊണ്ടു പോകുന്നതുപോലെ പൊന്നയുടെ പിന്നാലെ മാരായി പോയി. തടത്തിൽ കൂടയിലെ ചാണകം കൊട്ടി മൺവെട്ടിയുടെ കഴകൊണ്ട് ഇടിച്ച് പൊടിയാക്കി. തടം മുഴുവൻ ചാണകപ്പൊടി നിറച്ച് മൺവെട്ടികൊണ്ട് കിളയ്ക്കാൻ തുടങ്ങി ചിലയിടങ്ങളിൽ മണ്ണ് ഉറച്ചിരുന്നു. അവിടങ്ങളിൽ അവൾ ആഞ്ഞുവെട്ടി. വെള്ളം ഒഴിച്ച് വെട്ടിയാൽ വേഗം മണ്ണിളകും. അതുവരെ അവൾക്ക് ക്ഷമയില്ല. ദേഹത്ത് ശക്തിയില്ലെങ്കിലും മനസ്സിന് ബലമുണ്ട്. വീണ്ടും ഏതെങ്കിലും വഴുതന മുള്ളുകൊണ്ട് മുറിഞ്ഞേക്കുമോ എന്നവൾ പേടിച്ചു. വിയർപ്പ് തുടച്ചെറിഞ്ഞും സാരിത്തലപ്പുകൊണ്ട് തുടച്ചും അവൾ ജോലി ചെയ്തു. നേരം കുറേ ആയിരിക്കുന്നു. മതി എന്നു പറഞ്ഞ് വിളിച്ചാലോ? മാരായിക്ക് എന്തുചെയ്യണമെന്ന് മനസ്സിലായില്ല. നല്ല നേരത്തിന് ആ സമയത്ത് അവളുടെ അമ്മ വന്നുചേർന്നു.

പൊന്നയുടെ അടുത്തേക്കു ചെന്ന് "പൊന്നു ഇത്രനാളും വെറുതെയിരുന്നിട്ട് ഇപ്പോൾ ഇങ്ങനെ ജോലി ചെയ്താൽ ശരീരത്തിന് നല്ലതല്ലപ്പാ. ഉള്ള കഷ്ടം പോരാത്തതിന് ഇതും വേണോ. ഇത്രയും ജോലി ചെയ്തില്ലെ. ശരി, മതി വാ. ഇനി വാഴക്ക ചീകാം. നിന്റെ ചേട്ടൻ വന്ന് ഏത്തം കെട്ടുന്നതിന് മുമ്പ് ചീകാം. വാ." എന്ന് തന്മയത്വത്തോടെ വിളിച്ചു. അമ്മ

യുടെ വാക്കുകൾ അനുസരിച്ച് പൊന്ന ഒന്നും പറയാതെ വന്നു. കൊട്ട മാത്രം എടുത്തുകൊണ്ട് മൺവെട്ടിയും പിക്കാസും കിണറ്റിനരികിലുള്ള പാലമരത്തിന്റെ കൊമ്പിൽ തൂക്കിയിട്ടു. അവിടെയാണ് കാളി വെക്കുന്നത്. പാലമരം കായ്കളാൽ നിറഞ്ഞിരുന്നു. വളയം വളയമായി കായ്കൾ തൂങ്ങിക്കിടന്നു. പൊന്നയെ മുന്നിൽവിട്ട് അമ്മ പിന്നാലെ നടന്നു. കൊടുകയിൽ എത്തിയപ്പോൾ കൈയും കാലും കഴുകിയിട്ട് പൊന്ന പോയി ചട്ടിയിലേക്ക് നോക്കി. അതിൽ കളി ഉരുളയുണ്ടായിരുന്നു. ഒരു ഉരുളയെടുത്ത് പ്ലെയിറ്റിൽ ഇട്ടിട്ട് കറി ഒഴിച്ചു. "ഇതെന്താണ്?" "ഇത് കല്ലുക്കുമിട്ടിയാണ്. കടലപ്പാടത്തുനിന്നും നിന്റെ അമ്മ തേടിത്തേടി പറിച്ചുകൊണ്ടുവന്നതാണ്." അമ്മ പറഞ്ഞു. ഒന്നും പറയാതെ തിന്നിട്ട് കൈകഴുകി പൊന്ന കൊട്ടകയിലെ കട്ടിലിൽ കയറിക്കിടന്നു. അല്പം കഴിഞ്ഞപ്പോൾ കൂർക്കംവലികേട്ടു.

ശബ്ദമുണ്ടാക്കാതെ അമ്മ സാവധാനം അകത്തേക്കു വന്നുനോക്കി. ഗാഢനിദ്രയിലാണ്. ഇങ്ങനെ അവൾ ഉറങ്ങിയിട്ട് എത്ര നാളായി എന്നോർത്തപ്പോൾ കണ്ണുകൾ നിറഞ്ഞു. ഇനി എല്ലാം ശരിയായിക്കോളും എന്ന് മനസ്സിൽ തോന്നി. പുറത്ത് മാരായി ആടുകളെ ശകാരിക്കുന്ന ശബ്ദം കേട്ടു. ഓടിപ്പോയി, "ശബ്ദമുണ്ടാക്കരുത്. പൊന്ന ഉറങ്ങുകയാണ് എന്ന് പിറുപിറുക്കുന്നതുപോലെ പറഞ്ഞു. "അതേയോ" എന്ന് ശബ്ദം താഴ്ത്തി മാരായി ചോദിച്ചു.

പൂവരശിന്റെ ഇലകൾക്കിടയിൽക്കൂടി വെളിച്ചം താഴേക്കു പടർന്നു.

ആറ്

പൊന്ന ഉറങ്ങാതെ ഉണർന്നിരിക്കുന്നതിനാൽ ഏതു സമയത്തും ചതിച്ചേക്കാം എന്നതിനാൽ ഇരുവരും മാറിമാറി ഉണർന്നിരിക്കും. അതിനു വേണ്ടി രാത്രിയും എന്തെങ്കിലും ജോലി മാറ്റിവയ്ക്കും. പശുക്കൾക്ക് തീറ്റ കൊടുക്കുവാൻ വളരെ സമയമെടുക്കും. "അല്പനേരം കണ്ണടയ്ക്കട്ടെ ചേച്ചീ. നിങ്ങളും ഉറങ്ങാതെ." എന്നു പറഞ്ഞിട്ട് മാരായി കിടക്കും. വയസ്സുകാലത്ത് എന്ത് വലിയ ഉറക്കം. കണ്ണടയ്ക്കുന്നതും അറിയില്ല. ഉണർന്നെഴുന്നേല്ക്കുന്നതും അറിയില്ല. അവളോട് അകത്തു കിടന്നോളാൻ പറഞ്ഞിട്ട് ഇരുവരും കൊടുകയ്ക്കു മുന്നിൽ ആൾക്കൊരു കട്ടിലിൽ കിടക്കും. വീട്ടിലുണ്ടായിരുന്ന കട്ടിലുകളും *തൊണ്ടുപട്ടിയിലേക്ക് കൊണ്ടുവരപ്പെട്ടു. ആരെങ്കിലും വരുമ്പോൾ അവർക്കും കട്ടിൽ വേണം. പൊന്നയുടെ ഭാഗത്ത് അല്പം അനക്കം കണ്ടാൽ മതി ധൃതിയിൽ ഒരാൾ എഴുന്നേറ്റിരിക്കുന്നത് പതിവാണ്. അവൾ പുറത്തേക്കു പോയാൽ നായയും പിന്നാലെ പോകും. അതിനു പിന്നാലെ ഇവരും.

രണ്ടുപേർക്കും സംസാരിക്കുവാൻ ധാരാളം വിഷയങ്ങൾ ഉണ്ടായിരുന്നു. പൊന്നയുടെ അച്ഛനെ ചേട്ടാ എന്നും അമ്മയെ പെണ്ണേ എന്നും സമ്പ്രദായപ്രകാരം മാരായി വിളിക്കും. പെണ്ണേ എന്നാലും "ചേച്ചീ" എന്നാണ് വിളി. അവർക്കിടയിൽ ഒരിക്കലും മനഃസ്താപം വന്നിരുന്നില്ല. എങ്കിലും അടുത്തു സംസാരിക്കുവാൻ അപൂർവ്വമായിട്ടേ സന്ദർഭങ്ങൾ ലഭിച്ചിരുന്നുള്ളൂ. ഈ രണ്ടു മാസങ്ങളും അവർ സംസാരിച്ചു തീർത്തു. രണ്ടു വർഷത്തിനു മുൻപ് ഇതേപോലെ ഒരു രാത്രി നല്ലായി വന്നു. മാരായിയാണ് പറഞ്ഞുവിട്ടിരുന്നത്. അന്നു രാത്രി വീട്ടു വരാന്തയിൽ കിടന്നു

---

* തൊണ്ടുപട്ടി - തൊഴുത്തും താമസിക്കാൻ ഇടവുമുള്ള സ്ഥലം.

കൊണ്ട് പതിന്നാലാം ഉത്സവത്തിന് പൊന്നയെ കൂട്ടിക്കൊണ്ടു പോകുന്നതിനെക്കുറിച്ചു സംസാരിച്ചു. അതാണ് എല്ലാറ്റിനും തുടക്കം.

“ചേച്ചീ... നമ്മൾ എന്തിന് ഇതിനെക്കുറിച്ചു സംസാരിക്കണം. ഈ സംസാരം എടുക്കാതിരുന്നെങ്കിൽ ഇങ്ങനെ ഇണങ്ങിയും പിണങ്ങിയും രണ്ടും സന്തോഷത്തോടെ ഇരുന്നിരിക്കും. ഇപ്പോൾ അന്യായമായി ഒരു ജീവൻ പോയതും അല്ലാതെ ഇവളെ രാപ്പകലില്ലാതെ കാത്തു കിടക്കുകയും വേണം.” എന്ന് ഒരുരാത്രി മാരായി സംസാരം ആരംഭിച്ചു.

“ഇവളുടെ അപ്പനും ഇങ്ങനെ തന്നെയാണ് എന്നെ പറയുന്നത്. പെണ്ണുങ്ങൾ കൂടിയിരുന്ന് സംസാരിച്ചാൽ എവിടെയെങ്കിലും കുടുംബം നന്നായിട്ടുണ്ടോ എന്ന് ശകാരം വേറെയും. ഇവളും ഒന്നും ചെയ്യില്ല. നമ്മളെയും ഒന്നും ചെയ്യാനും സമ്മതിക്കില്ല. നമ്മൾ നല്ലത് വിചാരിച്ചു. ഇങ്ങനെ വന്നവസാനിക്കണമായിരുന്നോ. മുത്തണ്ണൻ അനുഭവിക്കുന്ന സങ്കടങ്ങളും കണ്ടിട്ട് സഹിക്കുന്നില്ല മാരാ. മരുമകളാണെങ്കിൽ എന്റെ കുടുംബത്തെയും തുലയ്ക്കുന്ന വിധത്തിൽ ഇരിക്കുന്നു എന്നു പറയുന്നു.” നല്ലായി ഉൽക്കണ്ഠപ്പെട്ടു.

“ചേച്ചീ, ഈ കാളിച്ചെറുക്കനോട് ഞാനും എത്രയോ വട്ടം പറഞ്ഞിരിക്കുന്നു. നാട്ടിൽ ഇതുപോലെ എത്രയോ ആൾക്കാർ ഉണ്ടെന്ന്. അവന്റെ ബുദ്ധിയിൽ ഒന്നും കയറിയില്ല. ഞാൻ കണ്ടിരുന്നോ ഇങ്ങനെ വിചാരിക്കുമെന്ന്. ഇതെന്തു ബുദ്ധിയാണ്. അങ്ങനെ എന്ത് അതിശയമാണ് ഇവളുടെ പക്കൽ മാത്രം ഉള്ളത്. ഇവനുവേണ്ടി മാത്രം തുറക്കണമത്രെ. ഓരോരുത്തിമാർ ചോളപ്പാടത്തും നെൽപ്പാടത്തും പുല്ലരിയാനെന്ന വ്യാജേന പോയിട്ട് കുടത്തിലെ വെള്ളത്തിലും പൈപ്പു വെള്ളത്തിലും കഴുകിയിട്ടു വരുന്നു. നമ്മളെന്താ അങ്ങനെ ചെയ്യാനാണോ പറഞ്ഞത്. ദൈവത്തിന്റെ കാര്യമായതുകൊണ്ട് ഒരു ദിവസത്തേക്ക് വിടെടാ എന്നു പറഞ്ഞപ്പോൾ അവന് ഏറിപ്പോയി. ഇവനോട് ഇക്കാര്യം പറയാതെ നമ്മൾ ചെയ്തിരിക്കണം. അപ്പോഴും ഈ കഴുത എന്തു പറഞ്ഞിരിക്കും. അവനേക്കാളും കുറഞ്ഞവളല്ല ഇവൾ.” എന്ന് തന്റെ ദേഷ്യം മുഴുവൻ മാരായി ചൊരിഞ്ഞു തീർത്തു.

“അതല്ല മാരാ... രണ്ടിനേയും ഇങ്ങനെ ഒന്നിനോടൊന്ന് പിണഞ്ഞതുപോലെയിരിക്കാൻ അനുവദിക്കരുതായിരുന്നു. അതാതിന്റെ വായ തുറന്ന് സംസാരിക്കുന്നതിനുള്ളിൽ നാലഞ്ചെണ്ണത്തിനെ പെറ്റിരിക്കും. രാത്രിയിലാണ് പരസ്പരം തൊടാനാവുന്നത്. ഇതുങ്ങൾ അങ്ങനെയാണോ? അന്ന് പതിനാലാം ഉത്സവത്തിന് ഞാൻ രണ്ടിനേയും സംസാരിക്കാനനുവദിക്കാതെ എന്തൊക്കെയോ ചെയ്തുനോക്കി. അതുകൊണ്ടാണ് ഇവിടെ നിന്നോമറ്റോ അവിടെയൊരു പൂവരശമരത്തെ കൊണ്ടുവന്നു നട്ടിരിക്കുന്നു നിന്റെ മകൻ. അതിന്റെ ചുവട്ടിൽ കിടന്നിട്ട് അവൻ ഇവളുമായി കൊഞ്ചുന്നതും ഇവൾ അവനെ നോക്കി ചിരിക്കുന്നതും കൂത്തായിപ്പോയി. വിട്ടാൽ രണ്ടും അവിടെത്തന്നെ ഒന്നിനോടൊന്ന് പിണഞ്ഞിരിക്കുമായിരുന്നില്ല. അവളെ ആർക്കും വിട്ടുകൊടുക്കാൻ മനസ്സുവന്നില്ല. ഒരൊറ്റത്തവണയാ

ണെങ്കിലും തന്റെ ഭാര്യയാണെന്ന ഗർവ്വ് വന്നിരുന്നു. എന്തു പറയാനാമാരായി." എന്ന് നല്ലായി പരിതാപത്തോടെ പറഞ്ഞു. "നിങ്ങൾ പറഞ്ഞതു തന്നെയാണ് ചേച്ചീ. എന്റെ അമ്മയുടെ കാലത്തെല്ലാം ഒരുത്തന്റെ മുന്നിൽ കഴുത്തു നീട്ടിക്കൊടുത്താൽ ആ വീട്ടിലുള്ള എല്ലാ നായ്ക്കും സാരിക്കുത്തഴിച്ചു കൊടുക്കണം. എന്റെ അച്ഛൻ അവന്റെ അച്ഛനെ ചേട്ടാ എന്നാണ് വിളിക്കുക. ഇതെന്താ അച്ഛനെ ചേട്ടാന്ന് വിളിക്കുന്നതെന്നു ചോദിച്ചിരുന്നു. അദ്ദേഹം ചിരിച്ചുകൊണ്ട് ഞങ്ങൾക്ക് രണ്ടുപേർക്കും ഒരച്ഛനാണ് എന്നു പറയും. എനിക്കപ്പോൾ ചെറുപ്രായമായിരുന്നു. ഒന്നും മനസ്സിലായില്ല. അല്പം വളർന്നതിനുശേഷം മുത്തശ്ശിയാണ് മനസ്സിലാകുന്ന വിധത്തിൽ പറഞ്ഞുതന്നത്. മുത്തശ്ശി എന്റെ മുത്തശ്ശനെക്കാളും പത്തുവയസ്സ് മൂത്തവളാണ്. എന്റെ മുത്തശ്ശന് അഞ്ചാറു വയസ്സുള്ളപ്പോൾ പതിനഞ്ചു വയസ്സുള്ള മുത്തശ്ശിയെ കല്യാണം കഴിപ്പിച്ചു കൊടുത്തു. അവളുടെ അമ്മാവന്റെ മകനാണ്. സ്വന്ത ബന്ധം വിട്ടുപോകാതിരിക്കാനാണ് ഈ ഏർപ്പാട്. പതിനഞ്ചു വയസ്സുള്ള അവൾ അവനെ ഒക്കത്ത് എടുത്തുവച്ചുകൊണ്ടുപോകും. രാത്രിയായാൽ ചെറുക്കൻ അവന്റെ അമ്മയുടെ അടുത്തു പോയിക്കിടക്കും. മുത്തശ്ശി എന്തു ചെയ്യും? മുത്തശ്ശന്റെ അച്ഛനുണ്ടല്ലോ, അദ്ദേഹം 'വാ കണ്ണ് നമുക്ക് കിടക്കാം' എന്നുപറഞ്ഞ് വിളിച്ചുകൊണ്ടുപോയി തന്റെ കൂടെ കിടത്തും.

ഇന്ന് എന്തോ നാഗരികം വർദ്ധിച്ചുപോയി. വെള്ളക്കാരനെപ്പോലെ ക്രോപ്പടിച്ച് സിനിമ കാണാൻ അലയുന്നു. അതിനാലാണ് ഈ പൊല്ലാപ്പൊക്കെ വന്നിരിക്കുന്നത്. എന്റെ വീട്ടിൽ വന്നപ്പോൾ ഒരു ദിവസം മച്ചുനനും മച്ചുനനും ചേർന്ന് സിനിമ കാണാൻ പോയി. ഭാര്യമാരെയും കൂട്ടിക്കൊണ്ടാണ് പോയത്. അതും രണ്ടാമത്തെ കളിക്ക്. പോയിട്ട് പാതിരയ്ക്കാണ് വന്നത്. അടുത്ത ദിവസം എന്നോട് പൊന്ന കഥ പറഞ്ഞു. ഭാര്യയുടെമേൽ സംശയം തോന്നി ഭർത്താവ് അടിയോട് അടിയത്രെ. അതിനാൽ തേവടിശ്ശിയുടെ വീടേഗതി എന്നു പറഞ്ഞ് കിടക്കുന്നത്രെ. അവർ ക്ഷമയോടെ കാത്തിരുന്ന് താൻ പതിവ്രതയാണെന്ന് തെളിയിക്കുന്നത്രെ. ഇങ്ങനെത്തെ കഥ ഏതെങ്കിലും നാട്ടിൽ ഉണ്ടോ പറയ്.

നിങ്ങൾ വേശ്യയുടെ വീട്ടിൽ പോയില്ലെ. ഞാൻ മാത്രം വീട്ടിൽ അടഞ്ഞു കിടക്കണോടാ എന്നുപറഞ്ഞ് ചൂലെടുത്ത് തല്ലേണ്ടേ. ഇതൊക്കെ കണ്ടിട്ടാണ് ഈ നായിക്ക് ഇങ്ങനെ രോഷം വന്നതോ എന്തോ. ശരി, ഇതു കേൾക്ക്. എന്റെ മുത്തശ്ശി ചിരിച്ചുകൊണ്ട് പറയുന്നത് കാണണം. അമ്മായി അപ്പനെ കണ്ടാൽ ഭയമായിരിക്കും. എന്നാലും അദ്ദേഹം വിളിച്ചാൽ എങ്ങനെ പോകാതിരിക്കാനാകും; പോയാൽ മാറത്ത് കുരുവിക്കുഞ്ഞിനെ ചേർക്കുന്നതുപോലെ കെട്ടിപ്പിടിക്കും. വെറുതെ പറയാൻ പാടില്ല. നന്നായി തന്നെയാണ് നോക്കിയിരുന്നത് എന്നാണ് മുത്തശ്ശി പറഞ്ഞത്. എന്റെ അപ്പനാണത്രെ ആദ്യത്തെ മകൻ. എന്റെ മുത്തച്ഛൻ പേരിന് ഒരു ഭർത്താവ് മാത്രം. അവന് ആറേഴു വയസ്സു പ്രായം. എന്റെ മുത്തച്ഛന്റെ അച്ഛനാണ് എന്റെ അച്ഛന്റെ അച്ഛൻ. വലുതായതിനു ശേഷം

നാട്ടിലൊക്കെ അച്ഛൻ ഉള്ളാലേ ചേട്ടൻ. നോക്ക്, ഇങ്ങനെയും കാലമുണ്ടായിരുന്നു. ഇപ്പോൾ പറഞ്ഞാൽ ആൾക്കാർ ചിരിക്കും. പിന്നെ എപ്പോഴാണ് ഭർത്താവിന്റെ കൂടെ കഴിഞ്ഞതെന്ന് മുത്തശ്ശിയോടു ചോദിച്ചു. സാമാനം കൊണ്ട് എന്തു ചെയ്യണമെന്നറിയാത്ത പയ്യൻ എന്തു ചെയ്യാനാ? അവൻ വളർന്ന് പതിമൂന്നു പതിനാല് വയസ്സായതിനു ശേഷം ഞാനാണ് പറഞ്ഞു കൊടുത്തതെന്നു പറഞ്ഞ് മുത്തശ്ശി ചിരിക്കും. മുത്തശ്ശി ആദ്യം മരിച്ചുപോയി. മുത്തശ്ശനാണ് വളരെക്കാലം ജീവനോടെയിരുന്നത്. അദ്ദേഹത്തോടും ഒരു ദിവസം 'എന്താ മുത്തശ്ശാ മുത്തശ്ശിയാണ് നിങ്ങൾക്ക് എല്ലാം പറഞ്ഞുതന്നതത്രെ.' എന്നു ചോദിച്ചു.

'ങാ, അതെ, നിന്റെ മുത്തശ്ശി ചില്ലറക്കാരിയല്ല. അവളാണ് തിന്നുന്നതും ഉറങ്ങുന്നതും മുതൽ തൂറാനും മൂത്രം ഒഴിക്കാനും വരെ ഒന്നും വിടാതെ പഠിപ്പിച്ചുതന്നത് എന്നു പറഞ്ഞ് ചിരിച്ചു."

മാരായി പറഞ്ഞു തീർന്നപ്പോൾ നല്ലായിക്ക് ചിരിയടക്കാനായില്ല. എങ്കിലും അടക്കി നിർത്തി. മരിച്ചവീട്ടിൽ കിഴവികൾ ചിരിക്കുന്നത് നോക്ക് എന്ന് പൊന്ന വിചാരിച്ചാലോ. അവൾ കേൾക്കാത്ത ശബ്ദത്തിലാണ് ഇരുവരും സംസാരിച്ചത്.

"അക്കാലത്ത് ജനങ്ങൾക്ക് മനസ്സിൽ വിഷമില്ലായിരുന്നു. ആശിച്ചാൽ ഒരു ദിവസമല്ലേ എന്നു കരുതിയിരുന്നു. ഇന്ന് കാലം ഇങ്ങനെയായിപ്പോയി. എന്റെ നാട്ടിൽ അർദ്ധനാരി വീട് ഇല്ല. അതാണ്, മൊട്ടപ്പാറയ്ക്കടുത്ത് കാടില്ലെ, അവിടെത്തന്നെ, അവന് അർദ്ധനാരിയെന്ന് എന്തിനാണ് പേരിട്ടത്? അവൻ ദൈവത്തിന്റെ മകനാണ്. അവന്റെ അച്ഛൻ എല്ലാവരോടും എപ്പോഴും പറയും, ടേയ് നിങ്ങൾക്കൊക്കെ മനുഷ്യക്കുട്ടിയാണെടാ. എനിക്ക് ദൈവത്തിന്റെ മകനാണെടാ എന്ന്."

"ഈ കർമ്മാന്തരം. രണ്ടും അങ്ങനെയല്ലല്ലോ. നൂറ് പൊരുത്തം. പാതിരായ്ക്ക് എഴുന്നേറ്റ് അവൻ വീട്ടിലേക്ക് വരും. അവളും എപ്പോഴാണ്, എപ്പോഴാണ് എന്ന് നോക്കിക്കൊണ്ട് കിടക്കും. നിന്റെ വീട്ടിലേക്ക് അവൾ വന്നാലും ഒരു ദിവസം പോലും ക്ഷമിക്കില്ല. പിന്നാലെ തന്നെ അവനും വരും. ഈ തൊണ്ടുപട്ടിയിൽ രണ്ടും ആടിയ ആട്ടം കുറച്ചാണോ. ഞാനും കുട്ടികൾ സന്തോഷിക്കട്ടെ എന്നു കരുതി ഒന്നും പറഞ്ഞില്ല. ഒരു ദിവസം രാത്രി എന്തിനോ ഈ ഭാഗത്തു വന്നുനോക്കി. കിടപ്പു ശരിയല്ല. പിന്നീട് അങ്ങോട്ടു വന്നതേയില്ല. പൊന്നയോടു മാത്രം അല്പം പരിസരം ശ്രദ്ധിച്ചോളാൻ പറഞ്ഞു. അപ്പോൾ ഒന്നും പറഞ്ഞില്ല. ഒരു ദിവസം അവൾ പറയുവാ, ഇത് നിങ്ങളുടെ മകനോടു പറ എന്ന്. ഒരമ്മ എങ്ങനെയാ മകനോടു പോയി പറയുക. ബുദ്ധിപൂർവ്വം ഇരുന്നോ എന്ന് പറഞ്ഞിട്ട് നിർത്തി."

"നിന്നോട്ടെ, ആരാണ് വേണ്ടെന്നു പറഞ്ഞത്. ഇതാ ഇപ്പോൾ മരിച്ചതു പോലെയുണ്ട്. രണ്ടുമാസമായി. എന്താണ് കൊണ്ടുപോയത്. ഈ ശരീരം തീയിൽ വെന്തുപോകുന്നു. അല്ലെങ്കിൽ മണ്ണിലലിഞ്ഞ് പുഴു തിന്നുന്നു. ഇതിനു പോയി ഇങ്ങനെ ചെയ്തല്ലോ എന്നാലോചിക്കുമ്പോ

ഴാണ് വേദന തോന്നുന്നത്. ഭാര്യയ്ക്കു വേണ്ടി മരിക്കുകയാണെങ്കിൽ എത്ര ആണുങ്ങൾ മരിക്കണം? ഭർത്താവിനു വേണ്ടി മരിക്കണമെങ്കിൽ എത്ര ഭാര്യമാർ മരിക്കണം? അതുശരി, ഭർത്താവ് മരിച്ചിട്ട് ഇത്രയും വർഷം എങ്ങനെയാണ് മാരാ നീ കഴിഞ്ഞത്?"

നല്ലായി ചൂണ്ടയിടുന്നത് മനസ്സിലാക്കിയ മാരായി, "അതൊക്കെ എന്തിനാ ചേച്ചീ, ഭർത്താവും പോയി മകനും പോയി ഇങ്ങനെ ഒന്നിനും കൊള്ളാതെ കിടക്കുന്നു. എനിക്ക് ഇനിയൊരു ജന്മമുണ്ടെങ്കിൽ, അത് കാക്കയോ കുരുവിയോ ആയി ജനിപ്പിക്ക് ദൈവമേ എന്നാണ് പ്രാർത്ഥിച്ചു കൊണ്ടിരിക്കുന്നത്. മനുഷ്യനായി ജനിച്ചാൽ കുറച്ചാണോ കഷ്ടപ്പാടുകൾ. ഏതെങ്കിലും കാക്ക മറ്റൊരു കാക്കയെ നോക്കി മോശം വാക്കുകൾ പറയുന്നുണ്ടോ നോക്ക്; മനുഷ്യന് എന്താണാവോ ഈ ബുദ്ധി. ശരി ചേച്ചീ. നിങ്ങൾ അല്പം കണ്ണടച്ചോളൂ. ഞാൻ പശുക്കളെ നോക്കിയിട്ടുവരാം."

മാരായി കട്ടിൽ വിട്ട് എഴുന്നേറ്റു. രണ്ടുപേരും ഓരോ ദിവസം രാത്രിയും ഇങ്ങനെ എത്രയോ സംസാരിച്ചിരിക്കുന്നു. പൊന്നയ്ക്ക് കാവൽ ഇരുന്നതുപോലെയും ആയി. മനസ്സു തുറന്ന് സംസാരിച്ചതുപോലെയും ആയി.

സംസാരിക്കുമ്പോൾ എത്ര സങ്കടങ്ങളാണ് അലിഞ്ഞു പോകുന്നത്.

ഏഴ്

ഉറങ്ങി എഴുന്നേറ്റ പൊന്നയ്ക്ക് ഒന്നും മനസ്സിലായില്ല. അവൾ ഉറങ്ങുന്നത് ആശയോടെ നോക്കിക്കൊണ്ടിരുന്ന നല്ലായി, "പൊന്നു എഴുന്നേറ്റോ, ഉറക്കം വരുന്നുണ്ടെങ്കിൽ കുറച്ചുകൂടി ഉറങ്ങിക്കോ." എന്നു പറഞ്ഞു. പൊന്ന കുഞ്ഞായിരുന്നപ്പോൾ അവളുടെ അച്ഛൻ അങ്ങനെ തന്നെയാണ് പറയുക. അവളെ പെട്ടെന്ന് ഉണർത്താൻ സമ്മതിക്കില്ല. "കുഞ്ഞുന്നാളിൽ ഉറങ്ങുന്നതാണ് ഉറക്കം. ഉറങ്ങട്ടെ. വിട്." എന്നു പറയും. അച്ഛന്റെ വാക്ക് കേട്ടുകൊണ്ട് അവൾ വീണ്ടും കിടക്കും. ഇപ്പോഴും കുറച്ചുനേരം ആ ഭാഗത്തും ഈ ഭാഗത്തും നോക്കിയിട്ട് അവൾ കിടന്നു. എന്നാൽ ഉറങ്ങിയില്ല. ഉടനെ അവൾക്ക് സ്വബോധം വന്നു. കണ്ണുകൾ മാത്രം അടച്ചുകൊണ്ട് അല്പം കിടന്നു. പിന്നെ എഴുന്നേറ്റ് വെളിയിൽ പോയി മുഖത്തേക്ക് വെള്ളം കോരി അടിച്ചിട്ട് കഴുകി.

ആകാശത്തേക്ക് തലയുയർത്തി നോക്കി. സൂര്യൻ പടിഞ്ഞാറേക്ക് ഇറങ്ങിയിരുന്നു. പരിഭ്രമത്തോടെ എഴുന്നേറ്റ് അവൾ "ചേട്ടൻ വന്നോ അമ്മേ" എന്നു ചോദിച്ചു. "ഇപ്പോൾ വരും." എന്ന് നല്ലായി പറഞ്ഞിട്ട്. "നീ ഒരു കവിൾ വെള്ളം കുടിക്ക് തായീ." എന്നു പറഞ്ഞു. വേണം എന്ന് തലയാട്ടി. പതിനാലാം ഉത്സവത്തിനു പോകുമ്പോൾ പട്ടുസാരിയാണ് പൊന്ന ഉടുത്തിരുന്നത്. ഇളംചന്ദനനിറത്തിൽ അവിടവിടെ ചെറിയ ചെറിയ പൊട്ടുകൾ പോലെ പൂവ് പ്രിന്റുചെയ്ത സാരി. കാളി എടുത്തുകൊടുത്ത സാരി. അവൾക്ക് അത് വളരെ ഇഷ്ടപ്പെട്ട സാരിയായിരുന്നു. ആശയോടെ അവൾ ഉടുത്തു. തല നിറയെ കനകാംബരപ്പൂവ് വച്ചുകൊണ്ട് അവൾ നടക്കുമ്പോൾ നവവധുവിനെ പോലെയുണ്ടായിരുന്നു. തിരിച്ചുവന്നതിനു ശേഷം മടക്കിവയ്ക്കണം എന്ന് നല്ലായി വിചാരിച്ചിരുന്നു. ആ സാരിയാണ് അവസാനമായി ഉടുത്ത വർണ്ണ സാരി. വെള്ള

സാരിയിൽ ഇപ്പോൾ അവളെ കാണുമ്പോൾ ആ പൊന്നയല്ല ഇവൾ എന്നാണ് തോന്നുന്നത്. നെടുവീർപ്പോടെ പാത്രത്തിൽ *കളി ഒഴിച്ചു കൊണ്ടുവന്ന് അവൾക്ക് കൊടുത്തു. അതു കുടിച്ച പൊന്ന വീണ്ടും വേഗ ത്തിൽ പാടത്തേക്കു പോയി. ഇരുവരും അവളെ ഒന്നും പറഞ്ഞില്ല. പറ ഞ്ഞാൽ കേൾക്കാനും പോകുന്നില്ല. ശരി, അല്പനേരം ജോലി ചെയ്തിട്ട് വന്നാൽ മദ്ധ്യാഹ്നം ഉറങ്ങിയതുപോലെ രാത്രിയും ഉറങ്ങാം.

പോയവൾ സാരി മുറുക്കിയുടുത്തുകൊണ്ട് മൺവെട്ടിയെടുത്ത് ചാലു കീറാൻ തുടങ്ങി. അവൾ ഉടുത്തിരുന്നത് പുത്തൻ പുതിയ വെളുത്ത സാരിയായിരുന്നു ചെമ്മണ്ണു പുരണ്ടാൽ വേഗത്തിലൊന്നും വെളുക്കില്ല. പഴയ രണ്ടു സാരികൾ കൊടുത്താൽ കാട്ടിലും മേട്ടിലുമൊക്കെ അലയു മ്പോൾ മാറിമാറി ഉടുത്തോളും എന്ന് മാരായി വിചാരിച്ചു. ചോദിക്കാനും കൊടുക്കാനും അവൾ മടിച്ചു. വെള്ളസാരിയുടുക്കാൻ നല്ല ശീലം വേണം. അഴുക്കു പുരണ്ടാൽ അങ്ങനെതന്നെ കാണും. എത്രതവണ അലക്കി യാലും പോകില്ല. വണ്ണാത്തിയുടെ പക്കൽ കൊടുത്ത് പുഴുങ്ങാൻ പറയ ണം. നാലു തവണ പുഴുങ്ങിയാൽ തുണി വേഗം കീറിപ്പോകും.

പാടത്ത് പണിയെടുക്കുമ്പോൾ ഉടുക്കാനായി ഒന്നു രണ്ടു തുണി കളും വീട്ടിൽ ഉള്ളപ്പോൾ ഉടുക്കാനായി ചിലതും മാരായി വച്ചിട്ടുണ്ടാ കും. പെട്ടിക്കകത്ത് എപ്പോഴും പുതിയത് രണ്ടെണ്ണം ഉണ്ടാവും. പുറ ത്തേക്കെവിടെയെങ്കിലും പോകേണ്ടിവന്നാൽ മാത്രം അത് എടുക്കും. തിരി ച്ചുവന്ന ഉടനെ അത് അലക്കി തണലിൽ ഉണക്കി പഴയതുപോലെ പെട്ടി യിൽ വയ്ക്കും. പാടത്തെ പണിക്കു പോകുമ്പോൾ സാരിക്കു മുകളിൽ കീറിയ വേഷ്ടിയോ തോർത്തോ ചുറ്റിക്കെട്ടും. നിറങ്ങളുള്ള സാരിയുടു ക്കുന്ന മറ്റുള്ളവരെപ്പോലെ കണ്ടപടി ഇരിക്കാനാവില്ല. അങ്ങനെ ഇരു ന്നാൽ വർഷത്തിൽ നാലുസാരി എടുത്താലും മതിയാവില്ല. ചന്തയ്ക്കു പോയാൽ കോട്ടൺ തുണിയിൽ രണ്ടെണ്ണം കൊണ്ടുവരാൻ പറയാം. പണിക്ക് അതാണ് നല്ലത്. ഓവു ചാലിലെ മണ്ണും പൊടിയും പൊന്ന യുടെ സാരിയിൽ പുരളുന്നതു കണ്ടപ്പോൾ മാരായിക്ക് സഹിക്കാനായില്ല. എങ്കിലും ആ സമയത്ത് ഒന്നും പറയേണ്ട എന്നു കരുതി അടക്കിക്കൊണ്ട് "നിങ്ങൾ ശ്രദ്ധിച്ചോണേ ചേച്ചീ... ഞാൻ ആടുകളേം കൊണ്ട് ഒന്നു കറ ങ്ങീട്ടുവരാം." എന്ന് നല്ലായിയോടു പറഞ്ഞിട്ട് അവൾ ആടിനു പിന്നാലെ പോയി.

വായ കേൾക്കാതെ എന്തെങ്കിലും പറഞ്ഞുപോയാൽ "സ്വന്തം മക നേക്കാളും ഇവൾക്ക് സാരിയിൽ അഴുക്കു പുരളുന്നതാണ് വലുത്" എന്നു കരുതിയേക്കാം. മനുഷ്യന് ജീവനെക്കാളും വലുത് വസ്തുക്കളാണ്. ഓരോ വസ്തുവും കാലാകാലത്തോളം വച്ച് ജീവിക്കാൻ പോകുന്നതുപോലെ. പൊന്ന ഉടനെ ഒന്നും പറയില്ലെങ്കിലും മനസ്സിൽ വച്ചുകൊണ്ട് മറ്റൊരു ദിവസം ചോദിക്കും. എങ്ങനെയാണ് ഇതൊക്കെ ഓർത്തിരിക്കുന്നതെന്ന്

* കളി = മുത്താറിക്കഞ്ഞി

അത്ഭുതമായിരിക്കും. നാലഞ്ചുവർഷത്തിനു മുൻപ് തൈ പൊങ്കലിന് ഒരു ചീട്ടിത്തുണി അവൾ പുതുതായി ഉടുത്തു.

"അച്ഛൻ എടുത്തു തന്ന തുണിയാണോ" എന്നു മാരായി ചോദിച്ചു. "ഉം" എന്നു മാത്രം പൊന്ന പറഞ്ഞു. അതിനുശേഷം മൂന്നു നാലുമാസം കഴിഞ്ഞിരിക്കും. എന്തിനോ സംസാരം വന്നപ്പോൾ "അന്ന് അച്ഛൻ എടുത്തുതന്ന തുണിയാണോ എന്നു ചോദിച്ചില്ലേ. എന്റെ അച്ഛന് എടുത്തു തരാൻ ആവതില്ല എന്നതുകൊണ്ടാണോ ചോദിച്ചത്. അല്ല, എനിക്ക് എടുത്തുതരാൻ നിങ്ങളുടെ മകന് കഴിയില്ലെന്നതിന് ചോദിച്ച താണോ" എന്ന് പൊന്ന ചോദിച്ചു.

"ശ്ശെടാ, നിനക്ക് നിന്റെ അച്ഛൻ എടുത്തു തന്നാലെന്താ, നിന്റെ കെട്ടി യോൻ എടുത്തു തന്നാൽ എനിക്കെന്താ. നാലു മുഴം ഉണ്ടായാൽ എനി ക്കുമതി. എന്റേത് മൂടിയിട്ട് ഞാൻ പോകും. എന്തോ വെറുതെ ഒന്ന് ചോദിച്ചു പോയതാണ്. ഇനി മേലിൽ ഏത് ഉടുത്താലും വായ തുറന്നാൽ ആ പൊട്ടിപ്പോയ ചെരുപ്പുകൊണ്ട് രണ്ട് കൊടുത്തേക്ക്" എന്ന് ദേഷ്യ ത്തോടെ പറഞ്ഞു.

"എത്രനാൾ നിങ്ങളെ പിഞ്ഞിപ്പോയ ചെരുപ്പുകൊണ്ട് തല്ലിയിരിക്കു ന്നു, നാടുമുഴുവൻ പോയി പറയാൻ. നിങ്ങളല്ലെ ഒരിക്കൽ മുറ്റമടിക്കു മ്പോൾ അറിയാത്തതുപോലെ ചെരുപ്പെടുത്ത് എന്റെ മേലേക്ക് എറിഞ്ഞ ത്." എന്ന് പൊന്ന പറഞ്ഞു.

കാളി ഇട്ടു പഴകി വാറുപൊട്ടിയ ഒരു ചെരുപ്പ് തുണിയിൽ പൊതി ഞ്ഞ് മാരായി തൊട്ടു നോക്കിക്കൊണ്ടിരുന്നു. അത് മുറ്റത്ത് കിടന്നിരു ന്നു. മുറ്റം തൂക്കുമ്പോൾ അത് തടസ്സമായി കിടക്കുന്നല്ലോ എന്നു കരുതി അതെടുത്ത് ഒരരികിലേക്കെറിഞ്ഞു. തിണ്ണയിൽ താഴേക്ക് കാൽ നീട്ടി ഇരുന്നിരുന്ന പൊന്നയുടെ കാലിൽ അതു വന്നുവീണു. അത് മനസ്സിൽ വച്ചിട്ട് പറഞ്ഞതാണ്. അതിനാൽ എപ്പോഴും മാരായി പൊന്നയോട് സൂക്ഷിച്ചേ സംസാരിക്കാറുള്ളൂ. ആണുങ്ങൾ ചെയ്യുന്നതുപോലെ തന്നെ പൊന്ന ചാലു കീറി. മഴ പെയ്തതിനാൽ മുഴുവൻ പുല്ലു മൂടി കിടന്നിരു ന്നു. പൊന്ന വെട്ടിയിട്ട പുല്ലിൽ നിന്നും നല്ലായി മണ്ണ് കുടഞ്ഞു കളത്ത് ഒരരികിൽ കൂട്ടിവച്ചു. പൊന്നയുടെ ജോലിയിൽ സാവധാനമില്ല. ആവേ ശത്തോടെ അവൾ ചാലുകീറി. മൺവെട്ടി കാലിലോ മറ്റോ കൊണ്ടേ ക്കുമോ എന്നു ഭയന്നിരുന്നു. പറഞ്ഞതുപോലെ മുത്തു വന്നിട്ട് തൊണ്ടു പട്ടിയിലേക്കു പോയി. ഏറ്റം കെട്ടിയിട്ട് മാസങ്ങളായിരിക്കുന്നു. കയർ എടുത്തു കൊണ്ടുവന്ന് അവിടെയിട്ടു. ഒന്നും സാസാരിച്ചില്ല. നല്ലായി ശ്രദ്ധിച്ചിരുന്നു. ലഹരിയിലല്ല. "നിന്റെ ചേട്ടൻ വന്നിട്ടുണ്ട്. അതാ ഏറ്റം കെട്ടുന്നു, നോക്ക്." എന്ന് മെല്ലെ പൊന്നയോട് പറഞ്ഞു. പൊന്ന തല യുയർത്തി നോക്കി.

ഉച്ചയ്ക്ക് നല്ലായി പോയി പറഞ്ഞപ്പോൾ മുത്തുവിന് സന്തോഷമാ യി. "പൊന്നയാണോ പറഞ്ഞത്" എന്നു ചോദിച്ചു. "അതെയപ്പാ, ഇന്ന് അവൾ ചെയ്ത ജോലി കണ്ടാൽ അതിശയപ്പെട്ടു പോകും. ഇത് നല്ലതി

നാണോ കെട്ടതിനാണോ എന്നറിയില്ല." എന്നവൾ വയലിലെ സംഭവത്തെക്കുറിച്ചു പറഞ്ഞു. 'ചേട്ടനെ പോയി കൂട്ടിക്കൊണ്ടുവാ.... ഇപ്പോൾ ത്തന്നെ പോ' എന്ന് എന്നെ ഓടിക്കാത്ത കുറവേ ഉള്ളൂ.' അവൾ പറഞ്ഞു. "ചേട്ടൻ എന്നു പറഞ്ഞിരിക്കുന്നു." എന്നതുതന്നെ അവൾക്ക് വലിയ കാര്യമായിരിക്കുന്നു. ഇനി മുതൽ തന്നോട് സംസാരിക്കില്ലെന്നാണ് അവൻ വിചാരിച്ചിരുന്നത്. അവൻ കയറിൽ കൊട്ട കെട്ടി. കാളകളെ പിടിച്ചുകൊണ്ടുവന്ന് ഏറ്റത്തിൽ കെട്ടി.

കൊട്ടയിൽ വെള്ളം കോരാതെ നാലഞ്ചുതവണ വെറുതെ കാളകളെ അങ്ങോട്ടും ഇങ്ങോട്ടും നടത്തി. പിന്നെ കൊട്ട കെട്ടി വെള്ളം നിറച്ച് കാളകളെക്കൊണ്ട് ഏറ്റം വലിപ്പിച്ചു. ചാലിലൂടെ വെള്ളം ഒഴുകി.

കാളി ഉണ്ടായിരുന്നെങ്കിൽ തൊണ്ടുപട്ടിയിലേക്കും കൂടി ചാല് കീറി വെള്ളം ഒഴുക്കുമായിരുന്നു. അവൻ പോയതിനുശേഷം സ്ത്രീകൾ രണ്ടു പേരുമാണ് വെള്ളം തേവിയിരുന്നത്. ഉള്ള ജോലിയിൽ ഇതാണ് കഷ്ടം. രണ്ടു കുടങ്ങളിൽ വെള്ളം നിറച്ചും ഉണ്ടായാൽ രണ്ടുദിവസത്തേക്ക് അതുമതി. നല്ലായിയും രണ്ടുകുടവും എടുത്തുകൊണ്ട് ഓടിവന്നു. പൊന്ന പാത്തി (ചാല്)യിലൂടെ വെള്ളം വരുന്നതിനുവേണ്ടി കാത്തിരുന്നു. പാമ്പിൻ കുഞ്ഞുങ്ങൾ പിണയുന്നതുപോലെ ചാലിലൂടെ വെള്ളം ഒഴുകി വന്നു. അവൾ വെള്ളം കൈകൊണ്ട് കോരിയെടുത്തു. മണ്ണുകലർന്ന ചുവന്ന വെള്ളം. അങ്ങനെതന്നെ അവൾ ഒരു വായ് കുടിച്ചു. പിന്നെ മുഖത്തേക്ക് അടിച്ചു. വെള്ളത്തിൽ കാളി ചിരിച്ചുകൊണ്ട് "എന്താ കുട്ടീ" എന്നു ചോദിച്ചു. "ഓ! ഒരു വാക്കു സംസാരിച്ചാൽ മുത്ത് കൊഴിഞ്ഞു പോകുമോ" എന്ന് പൊന്ന ചോദിച്ചു.

ശബ്ദം പോലും കേൾപ്പിക്കാതെ ചിരിച്ചുകൊണ്ട് ചാലിലൂടെ കാളി പാഞ്ഞു. വെട്ടിക്കൂടിയ ഓരോ മൺകൂനകളെയും നനച്ചുകൊണ്ട് വെള്ളം ഒഴുകി. വഴുതനച്ചെടികളുടെ വേരുകളിലേക്ക് വെള്ളം ഇറങ്ങി. ചാല് നിറഞ്ഞോ എന്നു ചോദിക്കാൻ മുത്തു വിളിച്ച ശബ്ദം പൊന്ന കേട്ടില്ല.

ചാലിന്റെ നാലുഭാഗത്തെ കരകളും മുങ്ങുവോളം കാളി നിറയുന്നത് അവളുടെ കണ്ണിനകത്ത് കണ്ടു.

എട്ട്

"കാളകൾ രണ്ടിനേയും നാട്ടിലേക്ക് കൊണ്ടുപോട്ടെ. ഇവിടെ എത്ര എണ്ണത്തിനെയാണ് നിങ്ങൾ നോക്കുക. ആവശ്യമുള്ളപ്പോൾ കൊണ്ടു വന്ന് ജോലി ചെയ്യിക്കാം" എന്ന് മാരായിയോട് മുത്തു പറഞ്ഞു. അവൾ ഒന്നും പറയാതെ കൈയാംഗ്യത്താൽ പൊന്നയെ കാണിച്ചു. പൊന്നയോടു സംസാരിക്കുവാൻ മുത്തു മടിച്ചു. അവരുടെ സംസാരം അവൾ കേട്ടു കൊണ്ടിരുന്നു. എങ്കിലും ഒന്നുംപറഞ്ഞില്ല. എന്തു ചെയ്യണമെന്നറിയാതെ അല്പംനേരം നിന്ന മുത്തു, "ശരി, ഇപ്പോഴത്തേക്ക് നില്ക്കട്ടെ, പിന്നെ എന്തുചെയ്യാമെന്നു നോക്കാം" എന്നു പറഞ്ഞിട്ട് യാത്രയായി. "ഇന്നു രാത്രി ഇവിടെ താമസിച്ചിട്ട് രാവിലെ പോ" എന്ന് മാരായി പറഞ്ഞു. കാളിയില്ലാത്ത തൊണ്ടുപട്ടിയിൽ ഒരു രാത്രി മുഴുവൻ കഴിയുന്നതിനെ ക്കുറിച്ച് അവന് ചിന്തിക്കാനേ പറ്റില്ല. മുള്ളിൻമേൽ കിടക്കുന്നതു പോലെയാണ്. ഓല മേൽക്കൂരയിൽ മഴ ചെയ്യുന്നതുപോലെ എപ്പോഴും സംസാരിച്ചുകൊണ്ടിരിക്കുന്ന പൊന്നയുടെ നിശ്ശബ്ദത അതിലും കഠിന മാണ്. കാളി ഇല്ലെന്നത് അവനെക്കൊണ്ട് അംഗീകരിക്കാനായില്ല. അവ ളെക്കൊണ്ട് എങ്ങനെ സാധിക്കും?

"വീട്ടിൽ കുറച്ചു ജോലിയുണ്ട്. രണ്ടുമൂന്നു ദിവസം കഴിഞ്ഞു വരാം. അപ്പോൾ വെള്ളം വഴുതനത്തടത്തിലേക്ക് വിടാം" എന്നു പറഞ്ഞുകൊണ്ട് ഗ്രാമത്തിലേക്ക് വേഗത്തിൽ നടന്നു. രണ്ടു കാളകൾ, ഒരു കറവപ്പശു, ചെനയുള്ളത് ഒന്ന്. കിടാങ്ങൾ വലുതും ചെറുതുമായി നാല്. അങ്ങനെ ആകെ എട്ട് ഉരുപ്പടികൾ, ഉണ്ടായിരുന്നു. എല്ലാം ഒരേ വർഗ്ഗം. കല്യാണം കഴിഞ്ഞ് ഭർതൃവീട്ടിലേക്കു വന്നപ്പോൾ പൊന്ന പിടിച്ചുകൊണ്ടുവന്ന കിടാ വിന്റെ പിൻഗാമികൾ. കൊണ്ടുവരുമ്പോൾ അത് കന്നിഗർഭിണിയായിരു ന്നു. വന്നു പത്തു ദിവസത്തിനകം പശു പ്രസവിച്ചു. വയർ നിറയെ പാലു

കുടിപ്പിച്ച് പൊന്ന കന്നുകുട്ടിയെ വളർത്തി. പാല് വീട്ടാവശ്യത്തിനുള്ള തൈരിന് മാത്രം മതി. തൈരില്ലാതെ കാളി ഒരു നേരംപോലും ചോറ് തിന്നില്ല. അല്പം പുളിപ്പ് കൂടിപ്പോയാൽ പോലും അവൻ മാറ്റിവയ്ക്കും. തൈര് മാത്രം ഉണ്ടായാൽ മതി മറ്റൊന്നും വേണ്ട. അവനുവേണ്ടി വെവ്വേറെ കലങ്ങളിൽ നിറച്ചുവയ്ക്കും. രാവിലെ അവൻ കലക്കി കുടിക്കും.

അവന്റെ കണ്ണിൽപ്പെടാതെ കടഞ്ഞതിൽ ബാക്കിയുള്ള തൈര് കലർത്തി അവൾ കലക്കിക്കൊടുക്കും. “എന്തായിത് കുട്ടിയേ ഇല്ലല്ലോ കടഞ്ഞ തൈരാണോ തന്നത്?” അവൻ ചോദിക്കും. “വായിൽ വയ്ക്കുമ്പോഴേക്കും നിങ്ങൾ കണ്ടു പിടിച്ചോ?” അവൾ ചോദിക്കും. “അയ്യ വീട്ടിൽ പോയി ജനിക്കണം. നേരത്തിന് ഇഷ്ടാനുസരണം തിന്നാൻ. ഉടയ്ക്കാത്ത തൈര് തന്നെയാണ്. ഇന്നലെ പച്ചപ്പുല്ല് മേയാൻ വിട്ടിരുന്നു എന്നു തോന്നുന്നു. അതാണ് പാലിന് മുഴുപ്പില്ലാത്തത്” എന്നു പറഞ്ഞിട്ടവൾ തരണം ചെയ്യും. “അയ്യ വീട്ടിലേക്ക് പടി അളക്കുന്നവരേ നമ്മളാണ്. ഇഷ്ടത്തിന് തിന്നാൻ നമുക്ക് ഭാഗ്യമില്ലാതെ പോയോ” എന്നു പറഞ്ഞുകൊണ്ടവൻ കുടിക്കും. വായ് തുടച്ചിട്ടു പോകുമ്പോൾ “നാളെ ഇങ്ങനെ ചെയ്യരുത്. പിന്നെ നാട്ടുകാർ പറയുന്നതുപോലെ നമുക്കെന്താ മക്കളുണ്ടോ ഇങ്ങനെ മിച്ചംവയ്ക്കാൻ എന്ന് ഞാൻ തന്നെ ചോദിക്കും. ദേഷ്യം പിടിക്കരുത്” എന്നു അവൻ പറയും.

അവൾക്ക് ദേഷ്യം വരും. “പറയ്, പറഞ്ഞു നോക്ക്. മച്ചി എന്നു പറഞ്ഞോളൂ. അതുതന്നെ ഇപ്പോൾ പറഞ്ഞല്ലോ ഇനിയെന്താണ്” എന്നവൾ ഒച്ചവയ്ക്കും. അവളുടെ അലർച്ച വകവയ്ക്കാതെ ചിരിച്ചുകൊണ്ട് ഓടുന്നതുപോലെ കാണിച്ചിട്ട് അവൻ പോകും. ഓട്ടംകണ്ടാൽ അവൾക്ക് ചിരി വരും. തൈരിൽ ഉപ്പിടില്ല. “ഉപ്പിട്ടാലേ മാനം, അഭിമാനം, ലജ്ജ ഒക്കെ ഉണ്ടാവൂ. ഭാര്യ പറഞ്ഞാലും ചിരിതന്നെ. അമ്മ പറഞ്ഞാലും ചിരിതന്നെ. നാട്ടിലെ നായ്ക്കൾ പറഞ്ഞാലും ചിരിതന്നെ. നാണംകെട്ട ശരീരം.” അവൾ പറയും. “ഉപ്പിടാത്ത തൈര് കഴിച്ചുനോക്ക്. അപ്പോൾ മനസ്സിലാകും. അതിന്റെ രുചി. ഉപ്പിട്ടാൽ ഉപ്പിന്റെ രുചിയേ അറിയൂ. ഒന്നിൽ മറ്റൊന്ന് ചേർത്താൽ രുചിമാറും.”

“പിന്നെയെന്തിനാണ് ചോറും തൈരും ചേർത്ത് കഴിക്കുന്നത്.” “ശ്ശെടാ, ഏതേത് ഏതേതിൽ ചേർക്കണമോ അതാതിൽ ചേർക്കണം. ഞാനും നീയും ചേർന്നിട്ടില്ലേ. അതുപോലെ ചേരാത്തതിനെ ചേർത്താൽ ആടുമാടുകളെ പോലെ ചാകേണ്ടിവരും.” എന്നവൻ വിശദീകരിക്കും. എന്തുപറഞ്ഞാലും ഇതിലാണ് കൊണ്ടുവന്ന് നിർത്തുക. എന്നവൾ വിരക്തിയോടെയെന്നപോലെ ആസ്വദിക്കും. അവന് പാലിനുവേണ്ടി ഒരു പശു പ്രത്യേകം വേണം. കന്നുകുട്ടിക്കും കൊടുത്ത് വീട്ടിലേക്കും എടുത്ത് ബാക്കിയുള്ളത് ആവശ്യക്കാർക്ക് വില്ക്കും. എല്ലാ വീടുകളിലും പശുക്കളുണ്ട്. അതിനാൽ പാൽ ഉറവച്ച് രാവിലെ കടഞ്ഞ് വെള്ളയെടുക്കും.

പത്തു പതിനഞ്ചു ദിവസം കൂടുമ്പോൾ കരട്ടൂരിൽ പോയാൽ അയ്യാ തെരുവിൽ കൊടുക്കാം. ഇപ്പോൾ ഉള്ള രണ്ട് കാളകളും ഒരേ സമയത്ത് രണ്ടു പശുക്കൾ പ്രസവിച്ചവയാണ്. ചുഴിയും ലക്ഷണവും നോക്കി രണ്ടിനെയും വളർത്തി വരിയുടച്ച് വണ്ടിക്കാളകളാക്കി.

ഇത്രയും വർഷത്തിനിടയ്ക്ക് ഇപ്പോഴാണ് ശരിയായ ജോഡി ലഭിച്ചിരിക്കുന്നത്. ഇടത്തും വലത്തും പൊരുത്തം. പൂട്ടാനായാലും ഏത്തം വലിക്കാനായാലും ഒക്കെ മനസ്സിലാക്കിക്കൊണ്ടവ പ്രവർത്തിക്കും. വണ്ടിയിൽ കെട്ടിയാൽ പറയേണ്ട ആവശ്യമില്ല. പല്ലക്കിൽ കയറിയതുപോലെ കൊണ്ടുപോകും. കാളകളെ അങ്ങനെയാണ് അവൻ പരിപാലിച്ചത്. “നീ കൊണ്ടുവന്ന സമയം നല്ല സമയമാണ്. അകിടു നിറച്ചും പാല്. നോക്ക്” എന്നവൻ സന്തോഷത്തോടെ പറയും “എന്റെ വയറാണ് നിറയാത്തത്” പെട്ടെന്നവൾ പറയും. “എപ്പോൾ നോക്കിയാലും നിനക്കിതേ പറയാനുള്ളൂ. സന്തോഷമുള്ളത് സംസാരിക്കുമ്പോൾ അതിനെ നശിപ്പിക്കുന്ന തരത്തിലുള്ള ഒന്നും ഇനിമേലിൽ പറഞ്ഞുപോകരുത്” അവൻ പറയും.

അവൾ കൊണ്ടുവന്ന ആ ശ്രീദേവി കഴിഞ്ഞ വർഷമാണ് ചത്തുപോയത്. വർഷംതോറും ഒരു കന്നിനെ പ്രസവിച്ച് ആല നിറച്ചു. പല്ലുകൾ തേഞ്ഞ് വയസ്സായി. അവശയായി. അതിനെ അവൻ സ്വന്തം കുഞ്ഞിനെപ്പോലെ നോക്കി. അത് ഇണയ്ക്കുവേണ്ടി കരഞ്ഞപ്പോൾ “ഇനിയും നിന്റെ ചൊരുക്ക് തീർന്നില്ലേ. ഒരു ജീവനുതന്നെ തീറ്റയെടുക്കാൻ പറ്റുന്നില്ല. അപ്പഴാ മറ്റൊരു ജീവൻ രക്ഷിക്കാൻ പോകുന്നത്” എന്നു വഴക്കു പറയും. ചവിട്ടിക്കാൻ കൊണ്ടുപോകില്ല. “ഈ ആടുമാടുകൾക്ക് എങ്ങനെയാണ് വയസ്സായാലും പ്രസവിക്കാനാവുന്നത്? മനുഷ്യരെപ്പോലെ ആയിക്കൂടെ?” എന്നവൻ അപ്പോൾ ചോദിച്ചു. ഇത്രയും കാലം ആടുമാടുകളോടൊപ്പം കഴിഞ്ഞിരുന്നപ്പോഴും ശ്രീദേവിയാണ് ഈ സംശയം അവനുണ്ടാക്കിയത്.

പൊന്ന പറഞ്ഞു: “സ്ത്രീകൾ പ്രസവിച്ചാൽ വീട്ടിലിരിക്കും. ആടുമാടുകൾ പ്രസവിച്ചാൽ ആലയിലുണ്ടാവും. അല്ലെങ്കിൽ ഇറച്ചിക്ക് വില്ക്കും. അതുകൊണ്ടാണ് ദൈവം കണ്ടുകൊണ്ടു തന്നെ ഇങ്ങനെ സൃഷ്ടിച്ചിരിക്കുന്നത്. സ്ത്രീകൾക്ക് വയസ്സായാൽ നിർത്തിയില്ലെങ്കിൽ ഈ ആണുങ്ങൾ വലിയ പ്രശ്നങ്ങളൊന്നും ഉണ്ടാക്കുമായിരുന്നില്ല.” “ശരി, ശരി, അപ്പോൾ വീട്ടിൽ നിന്നും പോ. പശു പ്രസവിച്ചില്ലെങ്കിൽ അതിനെ വിറ്റിട്ട് വേറെ വാങ്ങാം. സ്ത്രീയേയും മറ്റൊരുത്തിയെ കൊണ്ടുവരാം.” അവൻ പറഞ്ഞു. “ഈ ശ്രീദേവിയെ വിറ്റേക്ക്. അതിന്റെകൂടെ ഞാനും പോകുന്നു.” അവൾ പറഞ്ഞു. അവന് വാക്കുകൾ ഇല്ല. മഴയുള്ള ഒരു ദിവസം രാവിലെ അതിന്റെ ജീവൻ പോയതായി കണ്ടു. “കണ്ട് വിഷമിക്കരുതെന്നു കരുതി രാത്രി ഒരു ശബ്ദം പോലും പുറപ്പെടുവിക്കാതെ ജീവൻ പോയിരിക്കുന്നു. ഇതിനുള്ള അറിവ് മനുഷ്യർക്ക് പോലും ഇല്ലല്ലോ” എന്നു അവൻ സങ്കടപ്പെട്ടു. പശുവിനെ ഇറച്ചിയാക്കാൻ ചോദിച്ചു വന്നവർക്ക് കൊടുത്തില്ല. തോൽ മാത്രം ഉരിച്ചെടുത്ത് കുഴിച്ചിടാം എന്നു

പറഞ്ഞതിനും അവൻ സമ്മതിച്ചില്ല. "ഞങ്ങൾക്കുവേണ്ടി അദ്ധ്വാനിച്ചിട്ടാണ് മരിച്ചിരിക്കുന്നത്. ഇത് എന്റെ പാടത്തിനു തന്നെ വളമാകട്ടെ" എന്നു പറഞ്ഞ് പാടത്തുതന്നെ കുഴിവെട്ടി അടക്കംചെയ്തു.

ആ പശു ചത്തപ്പോൾ എല്ലാ ബന്ധുക്കളും അന്വേഷിക്കാൻ വന്നു. ഗ്രാമത്തിൽ ഒരാൾപോലും ബാക്കിയില്ല. ഏകദേശം ഒരാഴ്ചക്കാലം ഒരു പണിയും നടന്നില്ല. വരുന്നവരോടെല്ലാം മൂന്നുപേരും ചേർന്ന് ശ്രീദേവിയുടെ കഥ പറഞ്ഞുകൊണ്ടിരുന്നു. അത് നല്ല പാലുതരുന്ന വർഗ്ഗമാണ് എന്നൊക്കെ കേട്ടവരെല്ലാം 'അടുത്ത പ്രസവത്തിൽ എനിക്കൊരു കന്നിനെത്താപ്പാ' എന്നു പറഞ്ഞുവച്ചിട്ട് പോകും. എല്ലാവരും ചോദിക്കും. വെറുതെ കൊടുക്കണമെന്നാണ് എല്ലാവരും വിചാരിക്കുക. ഇല്ലെങ്കിൽ പേരിന് വല്ലതും കൊടുത്തിട്ട് പിടിച്ചുകൊണ്ടു പോകാമെന്നു കരുതിയും വരും. പൊന്ന അപ്പോൾപോലും വന്നവരോട് കൂടുതൽ സംസാരിക്കില്ല. കാളിയും മാരായിയുമാണ് പറഞ്ഞുകൊണ്ടിരുന്നത്. അതുവന്നതു മുതൽ ഒരു വർഷം പോലും കുറവു വരുത്തിയിട്ടില്ല. പ്രസവിച്ച് രണ്ടാമത്തെ മാസം മുതൽ കരയാൻ തുടങ്ങും. ഗർഭിണിയായാലും പാൽ ചുരത്തുന്നത് നില്ക്കില്ല. നമ്മൾ തന്നെ കണ്ട് ഇതെന്തെടാ മോശം പാലുപോലെ വരുന്നതെന്ന് പറഞ്ഞ് നിർത്തണം. അങ്ങനത്തെ ലക്ഷണമൊത്ത പശുവാണ് അത് എന്ന് മാരായി എല്ലാവരോടും പറഞ്ഞു.

ഇത് പൊന്ന പറഞ്ഞിരുന്നെങ്കിൽ "മുറതെറ്റാതെ പ്രസവിക്കുന്ന പശുവിനെ തന്ന ദൈവം നിനക്കും ഒരു ഗർഭം നല്കരുതോ" എന്ന് എന്തെങ്കിലും പറഞ്ഞിരിക്കും. അതുകേട്ട് പൊന്നയ്ക്ക് ദേഷ്യം വന്നിരിക്കും. അതിനാൽ ആരെങ്കിലും വന്നാൽ ഒന്നു രണ്ടുവാക്കുകൾ സംസാരിച്ചിട്ട് ജോലിയുള്ളതുപോലെ അവൾ പോകും. ഇപ്പോൾ ചേട്ടൻ കാളകളെ ചോദിക്കുന്നു. കാളകൾ പോയാൽ എല്ലാ ഐശ്വര്യവും പോകും. കാളി പോയതിനു ശേഷം സ്ത്രീകളായി ഇവിടെ കറങ്ങിക്കൊണ്ടിരിക്കുന്നതുപോലെ മാടുകളിലും എല്ലാം പശുക്കളായി കിടക്കും. എന്തായാലും ശരി, കാളകളെ കൊടുക്കരുത് എന്നവൾ വിചാരിച്ചു. നാളെ രണ്ടു കുടം വെള്ളം കൂടുതൽ ചെലവാകും. നാലു കറ്റ വൈക്കോൽ. കാളകൾ ഉണ്ടായാൽ കാളി ഉള്ളതുപോലെയാണ്. അവൻ പോയതായി വിചാരിച്ചാലും അവനെ എങ്ങോട്ടും പോകാൻ വിടരുത്.

ഓരോന്നിലും അവനെ പിടിച്ചുവയ്ക്കണം എന്ന് പൊന്ന തീവ്രമായി വിചാരിച്ചു.

ഒൻപത്

അമ്മയും അമ്മായിയമ്മയും കൂടി പാടത്ത് മേയാൻ കെട്ടിയിരുന്ന കാളകളെ ഒന്നൊന്നായി കൊണ്ട് വന്ന് തൊഴുത്തിൽ കെട്ടി. അവിടെ നിന്നും നോക്കിയാൽ കണ്ണെത്തും ദൂരംവരെ വേലി കെട്ടിയിരുന്നു. ആടുകളെ അകത്തേക്കു വിടുന്ന ശബ്ദം. പക്ഷികൾ മരത്തിൽ നിന്നും കരഞ്ഞു. പൂവരശിൻമേലും ഒന്നുരണ്ടു പക്ഷികൾ വന്നു ചേക്കേറി. അവ കാക്കകളാണ്. കാക്കയായിട്ടുകൂടി കാളി വന്നേക്കാം. അവന്റെ ആത്മാവ് ഇപ്പോഴും ഇവിടെത്തന്നെയാണ് ചുറ്റിക്കൊണ്ടിരിക്കുന്നത്. അത്രവേഗം എല്ലാറ്റിനെയും വിട്ടിട്ട് പോകാനാവില്ല. അവന് ഈ തൊഴുത്ത് അത്രയ്ക്ക് പ്രിയമാണ്. വേലിയിൽ പടർന്നിരിക്കുന്ന കോവയ്ക്ക വള്ളിയിൽ എത്ര കായ്കൾ ഉണ്ട്. എത്ര പൂക്കൾ ഉണ്ട് എന്നു ചോദിച്ചാൽക്കൂടി അവൻ പറയും. ഓരോന്നിനെയും ഇങ്ങനെ സ്നേഹിക്കുന്നവന് പെട്ടെന്ന് എല്ലാം ഇങ്ങനെ വിട്ടിട്ട് എങ്ങനെ പോകാനാകും?

അവളോട് അവനുള്ള സ്നേഹത്തെ അളക്കാൻ ഈ ലോകത്ത് ഒരു വസ്തുവും ഇല്ല. അവനെക്കൊണ്ട് അത് ബോദ്ധ്യപ്പെടുത്താനാവും. ചെറിയ സ്പർശനത്തിൽ, ഒരേയൊരു ചുംബനത്തിൽ, ഒരു വാക്കിൽ സ്നേഹത്തിന്റെ മുഴുവൻ അളവും കാണിക്കും. അത്രയും സ്നേഹത്തെ ചുമന്നുകൊണ്ട് അവൻ എങ്ങോട്ടുപോകാൻ? പൂവരശിന്റെ കൊമ്പിൽ ഒരു പക്ഷിയായി ഇരുന്ന് കണ്ടിരിക്കും. വേലിയിലെ വള്ളിയിൽ പതുങ്ങുന്ന ഓന്തിന്റെ കണ്ണിൽ അവൻ ഉണ്ടാവും. പശുക്കിടാവിന്റെ തലയാട്ടലിൽ കാണാം. ചെമ്മരിയാട്ടിന്റെ ചെനപ്പിൽ അവന്റെ ശബ്ദം കേൾക്കും. മണ്ണിൽ കിടന്നിട്ടുണ്ടാകും. വഴുതനയിൽ കൈനീട്ടി കാത്തിരിക്കും. അവൻ എങ്ങും പോയിട്ടില്ല. പൂർണ്ണമായും ഇവിടെതന്നെയാണുള്ളത്. കൊട്ടകയ്ക്കു മുന്നിൽ ഇട്ടിരിക്കുന്ന പലകക്കല്ലിൽ പൊന്ന ഇരുന്നിരുന്നു. ഈ

കല്ലിൽ കൂടി അവനുണ്ടാകും. ഒരിക്കൽ വയൽ ഉഴുതു മറിക്കുമ്പോൾ കിട്ടിയ കല്ലാണിത്.

വയലിൽ അവർ കടല വിതച്ചു കൊണ്ടിരിക്കുകയായിരുന്നു. അവൻ ഉഴുതപ്പോൾ അവൾ ചാലുകീറി. കലപ്പ മണ്ണിൽക്കൂടി നീങ്ങിക്കൊണ്ടിരിക്കുമ്പോൾ പെട്ടെന്ന് കലപ്പ ഏതിലോ കുടുങ്ങി. ചലിച്ച കാളകൾ കഴുത്തിറുകി അങ്ങനെതന്നെ നിന്നു. കാളകളെ പിന്നിലേക്കു തള്ളിനിർത്തിയിട്ട് കലപ്പ ഉയർത്തിനോക്കി. ഉയർന്നില്ല. ഏതിലോ കുരുങ്ങിക്കിടന്നിരുന്നു. എത്ര മുകളിലേക്ക് വലിച്ചിട്ടും കലപ്പ മുകളിലേക്കെടുക്കാനായില്ല. കാളകളെ അഴിച്ചു മാറ്റേണ്ടി വന്നു. നല്ല നനവുണ്ടായിരുന്നു. മൺവെട്ടി എടുത്തുകൊണ്ടുവന്ന് അകലത്തിൽ കുഴിയെടുത്തു. കലപ്പ ഒരു കല്ലിനിടയിൽ കുടുങ്ങിക്കിടന്നിരുന്നു. കല്ല് നീക്കിയിട്ട് കലപ്പ എടുക്കുവാൻ നോക്കി. മണ്ണ് നീക്കുംതോറും കല്ലിന്റെ വണ്ണം കൂടിക്കൊണ്ടിരുന്നു. കടപ്പാരകൊണ്ട് കല്ലു നീക്കി കലപ്പ പുറത്തേക്കെടുത്തു. എത്ര വലിയ കല്ലാണ്. ഇതെങ്ങനെ ഇവിടെ വന്നിരിക്കും എന്നു പറഞ്ഞുകൊണ്ട് ആ സ്ഥലത്ത് അരപ്പാത്തി അകലം ഒഴിവാക്കിയിട്ട് കടല വിതയ്ക്കുന്ന ജോലി തുടർന്നു. കടല വിതച്ചു കഴിഞ്ഞതിന്റെ പിറ്റേദിവസം കലപ്പ എടുക്കാനായി പോയി. മണ്ണ് നോക്കി കല്ല് ഉയർത്തി. ഒരുമാർ അകലെയുള്ള കല്ല്. നെഞ്ചിൻകൂടുപോലെ വിരിഞ്ഞ കല്ല്. കല്ലെടുത്ത സ്ഥലത്ത് വലിയ കുഴി. ഒരാൾക്ക് ഇറങ്ങി നില്ക്കാം. മൂന്നുപേർക്ക് ഇരിക്കാം. അവൻ അതിലേക്കിറങ്ങി നോക്കി. വെറും മണ്ണുതന്നെ.

"എന്റെ മുതു മുത്തശ്ശൻ എന്തെങ്കിലും നിധി കുഴിച്ചിട്ട് പോയിരിക്കും എന്നു വിചാരിച്ചിട്ട് നോക്കി. ഒന്നും കാണുന്നില്ലല്ലോ." എന്നു പറഞ്ഞിട്ടവൻ ചിരിച്ചു. "ഏതായാലും നല്ലോണം നോക്ക്." പൊന്ന പറഞ്ഞു. എന്തെങ്കിലും ഉണ്ടാവുമെന്ന് അവൾക്കു തോന്നി. "നാളെ നിന്റെ ചേട്ടനെ കൂട്ടിക്കൊണ്ടുവന്ന് കാണിക്കാം. എന്തെങ്കിലും ഉണ്ടെങ്കിൽ പാതി കൊടുക്കാം." എന്നു പറഞ്ഞിട്ടവൻ ചിരിച്ചു. കല്ല് അവനെക്കൊണ്ട് ഒറ്റയ്ക്ക് മറിച്ചിടാനായില്ല. പൊന്നയും സഹായിക്കാൻ ചെന്നു. എന്നിട്ടും സാധിച്ചില്ല. അന്നു മദ്ധ്യാഹ്നംതന്നെ പോയി മുത്തുവിനെ കൈയോടെ കൂട്ടിക്കൊണ്ടു വന്നു. ഇരുവരും ഓരോ കടപ്പാരയെടുത്ത് ഇരുവശത്തുനിന്നും ഉയർത്തി തൊഴുത്തിലേക്ക് ഉരുട്ടിക്കൊണ്ടുവന്നു. ഇരുവശത്തും മുട്ടുകൊടുത്ത് കൊട്ടകയ്ക്കു മുന്നിൽ നിർത്തിവച്ചു. വലിയ തിണ്ണയിൽ ഇരിക്കുന്നതുപോലെ മൂന്നുപേർക്ക് വിശാലമായി ഇരിക്കാം. ഒരാൾക്ക് യഥേഷ്ടം കിടക്കാം. മുത്തു ആ കുഴിയിൽ ഇറങ്ങി. എല്ലാ ഭാഗത്തും കുഴിച്ചുനോക്കി. ഒന്നും കിട്ടിയില്ല. "കുഴിയിൽ ഒന്നും ഇല്ല അളിയാ. മണ്ണിട്ടുമൂടാം. ഏതെങ്കിലും നായ വന്നു കണ്ടാൽ മൊണ്ടി മണിയാരത്തോടു പോയി പറയും" മുത്തു പറഞ്ഞു. "അതിന് ഒന്നും ഇല്ലല്ലോ അളിയാ. പറഞ്ഞാലെന്താ തലയെടുത്തു കൊണ്ടുപോകുമോ? വേണമെങ്കിൽ വന്ന് നോക്കട്ടെ" എന്നു കാളി പറഞ്ഞു. "ഈ കുടിലിനകത്തു തന്നെ ഇരുന്നാൽ നാട്ടുകാര്യങ്ങൾ എങ്ങനെ അറിയും? കഴിഞ്ഞ വർഷം കൈക്കാരം പട്ടിയിൽ ഇങ്ങനെ തന്നെ ഒരു

കുഴി പ്രത്യക്ഷപ്പെട്ടിരുന്നത്രെ. അവനുമായി അത്ര സ്വരച്ചേർച്ചയില്ലായിരുന്ന ഒരു ചങ്ങാതി മണിയക്കാര*നോടു പോയി കുടം നിറയെ സ്വർണ്ണം കിട്ടിയിട്ടുണ്ടെന്നു പറഞ്ഞു. ഒരാൾക്കൂട്ടത്തെ കൂട്ടിക്കൊണ്ട് മണിയക്കാരൻ വന്നു. ഒപ്പം ഫോട്ടോ എടുക്കുന്ന പെട്ടിയും എടുത്തുകൊണ്ട് ഒരു വെള്ളക്കാരനും. വയലിന്റെ ഉടമസ്ഥൻ എത്രയോ പറഞ്ഞു നോക്കി. മണിയക്കാരൻ കേട്ടതേയില്ല. വെള്ളക്കാരൻ അവിടെയും ഇവിടെയും നിന്നുകൊണ്ട് ഫോട്ടോ എടുത്തുകൊണ്ടിരുന്നു. ഗ്രാമക്കാർ മുഴുവൻ പേടിച്ചുപോയി. അവൻ പോയി വെള്ളക്കാരന്റെ കാലിൽ വീണതിനു ശേഷമാണ് അവൻ എന്താണ് കാര്യം എന്ന് മണിയക്കാരനോടു ചോദിച്ചത്. മണിയക്കാരൻ കാര്യം പറഞ്ഞു. വെള്ളക്കാരൻ ചിരിച്ചുകൊണ്ട് 'ഇതിൽ ഒന്നും ഉണ്ടാവില്ല. ഇത് ആ കാലത്തെ ധാന്യക്കുഴിയാണ്' എന്നു പറഞ്ഞിട്ട് അവനെ വിടാൻ പറഞ്ഞു. എന്നിട്ടും മണിയക്കാരനും കൂടെ വന്നവർക്കും പത്തുരൂപാ കൊടുക്കേണ്ടി വന്നു. പത്തുരൂപ വെറുതെയാണോ? ഒരു കൊയ്ത്തു പണമാണ്. എന്തിനാണ് വെറുതെ പൊല്ലാപ്പ്. വായ പൊത്തീട്ട് കുഴിമൂടിയിട്ടു വരാം" എന്നു പറഞ്ഞ് ഇരുവരും കുഴിമൂടി.

കല്ല് വെള്ളമൊഴിച്ചു കഴുകി. കരിങ്കല്ലാണ്. അവിടവിടെ മുഴച്ചു നിന്നിടമൊക്കെ ഉളിവച്ച് കൊത്തി സമമാക്കി. ഇങ്ങനെ ഓരോന്നിലും അവനുണ്ടാകും. എങ്ങോട്ടും പോവില്ല. ആലോചിച്ചുകൊണ്ട് ഇരുന്ന പൊന്നയെ അമ്മ വിളിച്ചു. മൂലയിൽ ചെമ്പുകലത്തിൽ വെള്ളം ചൂടായിക്കൊണ്ടിരുന്നു. വെള്ളം ഇറക്കി വയ്ക്കാൻ അമ്മ പറഞ്ഞു. "രാവിലെ മുതലേ കുറച്ചു ജോലിയാണോ ചെയ്തത്? ശരീരം മുഴുവൻ മുറിഞ്ഞു പോകുന്നതു പോലെ വേദനിക്കും. നല്ല ചൂടുവെള്ളം വച്ചിട്ടുണ്ട്. പോയി കുളിച്ചിട്ടു വാ" എന്നു പറഞ്ഞു. കുടിലിന്റെ മൂലയിൽ ഓലകൊണ്ട് കുളിമുറി ഉണ്ടാക്കിക്കൊടുത്തത് അവനാണ്. പൊന്ന പതിവായി വെണ്ണകൊണ്ടു പോയി കൊടുക്കുന്ന അയ്യരുടെ വീട് കരട്ടൂർ ചിന്ന അഗ്രഹാരത്തിലാണ്. വീടിന്റെ പിറകിൽ അല്പം സ്ഥലം ഉണ്ടായിരുന്നു. മുൻപൊരുകാലത്ത് അവരുടെ പൂർവ്വികർ ആരോ ഒരാൾ അതിൽ നല്ല തോട്ടം നിർമ്മിച്ചിരുന്നു. ഇപ്പോൾ വീണ്ടും തോട്ടം ഉണ്ടാക്കാനുള്ള ആഗ്രഹം ഉണ്ടായിരിക്കുന്നു. അവർ പൊന്നയോടു പറഞ്ഞു. വെറുതെ കിളച്ചു കൊടുത്താൽ മാത്രം പോര. തൈകളും വള്ളികളും കൊണ്ടുവന്ന് നട്ടുപിടിപ്പിച്ചു വളർത്തണം. പൊന്ന വന്ന് കാളിയോടു പറഞ്ഞു. കാളി താൻ തന്നെ പോയി എല്ലാം ചെയ്തു കൊടുത്തിട്ടു വരാമെന്നു പറഞ്ഞു.

മൂന്നു ദിവസത്തെ ജോലിയാണ്. ആദ്യത്തെ ദിവസം പുല്ലും കളകളുമൊക്കെ ചെത്തി വൃത്തിയാക്കി. ചുറ്റും വരമ്പുകൾ ഉണ്ടായിരുന്നു. അടുത്ത ദിവസം എവിടെയൊക്കെ തൈകൾ നടണം എന്നു തീരുമാനിച്ച് അവിടെയൊക്കെ വേണ്ട അളവിന് കുഴിയെടുത്തു. തേവു കിണറ്റിൽ നിന്നും വെള്ളം തേവിയാൽ എല്ലായിടത്തും എത്തുന്ന വിധത്തിൽ ചാലു കീറി. മൂന്നാമത്തെ ദിവസം തൈകൾ നട്ട് വെള്ളം നനച്ചു. ഒരു

* മണിയക്കാരൻ: കരം പിരിക്കുന്ന ആൾ

മൂലയ്ക്ക് മുരിങ്ങാക്കൊമ്പുനട്ട് ചാണകം പൊതിഞ്ഞു. മറ്റൊരു മൂലയ്ക്ക് തെങ്ങിൻ തൈ നടാൻ കുഴികുത്തിയിരുന്നു. അതിൽ ഒരു തേങ്ങ വച്ച് മണ്ണിട്ടു മൂടി. അവർ ആഗ്രഹിച്ച പൂച്ചെടികളും കായ്ച്ചെടികളുടെ വിത്തുകളും അങ്ങിങ്ങ് നട്ടുവച്ചു. ഒരു മാസംകൊണ്ട് തോട്ടം പച്ച പിടിച്ചു. അവർക്ക് വലിയ സംതൃപ്തിയായിരുന്നു. അയ്യരമ്മ ആ ജോലിക്ക് പത്തു രൂപ നല്കി. കരട്ടൂർ വലിയ മാരിയമ്മൻ കോവിൽമുക്കിൽ വീട്ടിനു മുന്നിൽ ചെറിയൊരു മുറിയിൽ നടേശൻ തട്ടാൻ എന്നൊരാൾ സ്വർണ്ണ ആട വച്ചിരുന്നു. കാളി അവിടെപ്പോയി ചെറിയൊരു തോട പണിതു തരാൻ പറഞ്ഞ് വാങ്ങിക്കൊണ്ട് വന്ന് പൊന്നയ്ക്കു നല്കി. ‘മാങ്ങാത്തോട’യായിരുന്നു അത്. അഭിമാനത്തോടെ അത് അവൾ എല്ലാവരെയും കാണിച്ചുകൊണ്ടു നടന്നു.

അവിടേക്കു പോകുമ്പോൾ പിറകുവശത്തെ വാതിലിലൂടെ പോയി അതിലൂടെ തന്നെ അവൻ മടങ്ങും. പിൻഭാഗത്ത് ഒരു മറ (കുളിമുറി) ഉണ്ടായിരുന്നു. അതുകണ്ട അവൻ അതുപോലെ ഒന്ന് പൊന്നയ്ക്കു വേണ്ടി കുടിലിൽ കെട്ടിയുണ്ടാക്കി. അഞ്ചാറ് പരന്ന കല്ലുകൾ കൊണ്ടുവന്ന് അത് പാകി മെടഞ്ഞ ഓലകൾകൊണ്ട് ഒരാൾ ഉയരത്തിൽ മറച്ചു കെട്ടി. അതിനകത്തുവച്ച് പൊന്നയ്ക്ക് പകൽനേരത്തും കുളിക്കാൻ സാധിച്ചു. ‘കർമ്മം’ ഒരു നേരംകെട്ട നേരത്ത് ശരീരം വിയർത്തൊലിച്ചാൽ രണ്ടു കുടം വെള്ളം ദേഹത്ത് ഒഴിക്കാൻ പറ്റുന്നുണ്ടോ. അപ്പോഴായിരിക്കും അവനും ഇവനുമൊക്കെ എന്തോ വലിയ ജോലി ചെയ്യാനുണ്ടെന്ന ഭാവത്തിൽ സഞ്ചരിക്കുക എന്ന് എത്രയോ വട്ടം അവൾതന്നെ പറഞ്ഞിട്ടുണ്ട്. ഗ്രാമത്തിൽ എല്ലാ സ്ത്രീകളും ഇരുട്ടിയതിനുശേഷമാണ് വീട്ടിന്റെ പിന്നാമ്പുറത്തുപോയി നിന്ന് കുളിക്കുക. ഏതെങ്കിലും മരണവീട്ടിലോ അശുഭകാര്യത്തിനോ പോയിവന്നാൽ കിണറുകാണുന്നിടത്തുവച്ചുതന്നെ ആരെക്കൊണ്ടെങ്കിലും വെള്ളം കോരി ഒഴിപ്പിച്ച് അങ്ങനെതന്നെ നനഞ്ഞവസ്ത്രത്തോടെ വരും. വസ്ത്രം മാറാൻകൂടി പറ്റില്ല. പകൽസമയത്ത് ഒന്നിനുപോകാൻ മറ ഉപകരിച്ചു. വയർ ശരിയല്ലാതെ അത്യാവശ്യത്തിന് വെളിക്കിരിക്കാൻ പോയി വന്നാൽ കാല് കഴുകാൻ സ്ഥലമില്ല. അതേപോലെ വീടിന്റെ മൂലയിൽ പോയി സാരി ഉയർത്തിയും ഉയർത്താതെയും ഒരു മൊന്ത വെള്ളം കൊണ്ട് കഴുകിയിട്ടു വരണം. “എപ്പോഴാണ് ഇരുട്ടു വരിക എന്നു നോക്കിവേണം അതുകൂടി കഴുകാൻ. നിങ്ങൾക്കെന്താ എപ്പോൾ വേണമെങ്കിലും കോണകം അഴിച്ചിട്ട് കഴുകാം” എന്ന് അവൾ നീരസം പ്രകടിപ്പിക്കും. അതിനൊക്കെ കുളിമുറി പരിഹാരം കണ്ടു.

തൊഴുത്തിലേക്ക് വരുന്നവർക്ക് അതും ഒരു അത്ഭുതമാണ്. അകത്തു കയറി ചാരാൻ ഓല മടലുകൊണ്ട് വാതിലും വച്ചിരുന്നു. അതിനുവേണ്ടി അവന് വലുതായൊന്നും കഷ്ടപ്പെടേണ്ടി വന്നില്ല. ആ ആഴ്ച വെള്ളാടിനെ അറുത്തപ്പോൾ പങ്ക് എടുക്കാനായി അവൻ പോയിരുന്നു. അവിടെ ഇറച്ചി നുറുക്കിവച്ചിരുന്ന രണ്ടു മൂന്ന് ഓലക്കീറുകൾ ഉണ്ടായിരുന്നു. അതിൽ രണ്ടെണ്ണം എടുത്തു കൊണ്ടുവന്ന് ചേർത്തുകെട്ടി.

നടുക്ക് മൂന്ന് പൂവരശിന്റെ കൊമ്പുകൾ വച്ചുകെട്ടി വാതിലുണ്ടാക്കി. അകത്ത് വസ്ത്രങ്ങൾ അഴിച്ചു വയ്ക്കാൻ കുറുകെ നീണ്ട കമ്പ് വച്ചു കെട്ടി. ആദ്യം എവിടെയൊക്കെയോ മരണവീട്ടിൽ പോയി വരുന്ന സ്ത്രീകൾ ഇവിടെ വന്ന് കുളിച്ചിട്ടു പോയി. പൊന്നയ്ക്ക് അത് അഭിമാനമായിരുന്നു. എന്നാൽ വെള്ളത്തിന്റെ പ്രശ്നമുണ്ടായിരുന്നു. കിണറ്റിൽ നിന്നും കോരിക്കൊണ്ടുവരണം. ഒരു പ്രാവശ്യം അഞ്ചാറു പേർ വന്നു. കുടങ്ങളിൽ നിറച്ചു വച്ചിരുന്ന വെള്ളം മുഴുവൻ അവർ എടുത്തു തീർത്തു കളഞ്ഞു.

അടുത്ത തവണ അവൾ പറഞ്ഞു. "ആരുവേണമെങ്കിലും വന്ന് കുളിച്ചോളൂ. ഒരു കുടം വെള്ളം എടുത്തുകൊണ്ടുവന്ന് ചെമ്പിൽ ഒഴിച്ചിട്ട് പോയിക്കോളളൂ." എല്ലാവരും പിറുപിറുത്തുകൊണ്ട് പോയി. "പാവം പുള്ള ഒരു നാലു കുടം വെള്ളം കൊണ്ടുവന്ന് ഒഴിക്കാൻ നമുക്ക് പറ്റാതായിപ്പോയോ?" കാളി പറഞ്ഞു. "നിങ്ങൾക്ക് ഒന്നും അറിയില്ല മാമാ ഇവൾമാരൊക്കെ ഇവിടെ വന്ന് കൊണച്ചിട്ട് പോകും. പോയതിനു ശേഷം പൊന്നയ്ക്കു കാളി കെട്ടിക്കൊടുത്ത മാളിക പോയി കാണ് എന്ന് പരിഹസിച്ചു ചിരിക്കും. അന്നൊരുത്തി പരുത്തിപ്പാടത്ത് പാട്ടുപാടി കാണിച്ചത്രെ. 'സുന്ദരമുഖം വാടാത്ത, മുലകൾ രണ്ടും ചമ്മാത്ത പൊന്നയെ പോയി കാണ്. കുളിമുറി ജോറ്' എന്ന് നോക്ക് എങ്ങനെയിരിക്കുന്നു കഥ" എന്ന് പൊന്ന ദേഷ്യപ്പെട്ടു. അതുകേട്ട് കാളിക്കു ചിരിവന്നു. അവൻ പൊട്ടിച്ചിരിച്ചു. "ഒന്നുകൂടി പറയ്." എന്നവൻ ആവശ്യപ്പെട്ടു. അവനെ അടിക്കാനായി അവൾ കൈ ഓങ്ങിക്കൊണ്ട് വന്നു.

അവൻ ഓടിപ്പോയി പൂവരശിൻമേൽ കയറി. അവിടെ ഇരുന്നിട്ട് "പൂമുഖം വാടാത്ത, പൊൻകലശം ഉടയാത്ത പൊന്നയെക്കാണ് കുളിമുറി ജോറ്" എന്നു പാടി. അതിനുശേഷമാണ് ഗ്രാമത്തിൽ പത്തിലധികം കുളിമുറികൾ വന്നത്. 'ആടുമാടുകൾക്ക് കെട്ടിവയ്ക്കുന്നതുപോലെ പെണ്ണുങ്ങൾക്കും തൊഴുത്ത് വേണമത്രെ. അപ്പോഴേ പൈപ്പുതുറന്ന് കുളിക്കാൻ പറ്റുമത്രെ. എല്ലാം ഇവനെക്കൊണ്ടു വന്നവിന' എന്ന് ഗ്രാമചാവടിയിൽ കുറേനാൾ നാട്ടുവർത്തമാനം നടന്നിരുന്നു. പിന്നെ ഗ്രാമത്തിലേക്ക് കല്യാണം കഴിച്ചുകൊണ്ടുവരുന്ന പുതുപെണ്ണിന് കുളിമുറികെട്ടിക്കൊടുക്കുന്നത് പതിവായി.

അവൾ മനസ്സുനിറയെ എന്തുകണ്ടാലും അതിന്റെ പിന്നാലെ അവന്റെ ഓർമ്മകളും വരും.

പത്ത്

അന്ന് *കമ്മംചോറാണ് ഉണ്ടാക്കിയിരുന്നത്. മാരായി വലിയ ചട്ടിയിലാക്കി തണലത്തിരുന്നു കഴിക്കട്ടെ എന്നു കരുതി വച്ചിരുന്നു. പൊന്ന കുളിച്ചിട്ടു വന്നപ്പോൾ ഒരു തവിച്ചോറ് കോരിയെടുത്ത് പ്ലെയിറ്റിലിട്ട് നല്ലായി അവൾക്കു നല്കി. ബാലായ്മ കഴിഞ്ഞിരുന്നെങ്കിൽ നെല്ലുകുത്തിയ അരികൊണ്ട് ചോറുണ്ടാക്കിക്കൊടുക്കാമായിരുന്നു. ബാലായ്മ അവസാനിച്ച് മലയ്ക്കു പോയി വന്നതിനു ശേഷമേ അരിഭക്ഷണം കൊടുക്കാൻ പാടുള്ളൂ. അങ്ങനെ ആയാൽ ഇനിയെല്ലാം സാധാരണഗതിയിലായി എന്നു സാരം. പൊന്ന ചെയ്ത ജോലിക്ക് ചോറുണ്ടാക്കിക്കൊടുക്കാൻ നല്ലായിക്ക് ആഗ്രഹമുണ്ടായിരുന്നു. ഇങ്ങനെ അദ്ധ്വാനിക്കുന്നവൾക്ക് ഒരു ജീവിതം നല്കാതെയാണല്ലോ ആ പാപി പോയിച്ചേർന്നത് എന്നവൾ വിചാരിച്ചു. പതിവുപോലെ പൊന്ന വെറുതെ ചോറ് കുഴച്ചുകൊണ്ടിരുന്നു. അവൾക്ക് ഒരു രുചിയും തോന്നിയില്ല. കൈവെറുതെ ചോറുവാരി വായിലേക്ക് കൊണ്ടുപോയി. അത് യാന്ത്രികമായി വിഴുങ്ങി. അത്രതന്നെ. "കമ്മംചോറും അവരപ്പരിപ്പു കറിയുമാണ് പൊന്നാ" എന്നു പറഞ്ഞ് നല്ലായി അവളെ സ്വബോധത്തിലേക്ക് കൊണ്ടുവരാൻ യത്നിച്ചു. പെട്ടെന്ന് ഞെട്ടിയിട്ട് "അവരപ്പരിപ്പാണോ കറിവച്ചത്? മാമന് തുവരപ്പരിപ്പാണല്ലോ ഇഷ്ടം" എന്നു പൊന്ന പറഞ്ഞു.

ഈ സംസാരം നീട്ടിക്കൊണ്ടു പോകണ്ട എന്നു കരുതി അമ്മ അവിടെ നിർത്തി. ഇന്നു രാവിലെ മുതൽ ഉണ്ടായിരുന്ന നല്ല ഗുണം പോയേക്കുമോ എന്നവൾ പേടിച്ചു. ഒരുവിധത്തിൽ തിന്നുതീർത്തിട്ടവൾ കൈകഴുകി. സന്ധ്യക്ക് വിളമ്പിക്കൊടുത്ത ചോറാണ്. കരട്ടൂരിലെ എട്ടു

---

* കമ്മംചോറ് = മുത്താറിപോലത്തെ ഒരു ധാന്യം കൊണ്ടുണ്ടാക്കിയ ചോറ്.

മണിയുടെ ശംഖ് ഊതുന്നതുവരെ ഓരോ വറ്റായി അവൾ തിന്നുതീർത്തു. 'ചെറിയ കുട്ടിയാണോ തല്ലിയിട്ട് രണ്ടു വായ് തീറ്റിക്കാൻ' എന്നവൾ സ്വയം പിറുപിറുത്തു. പ്ലെയിറ്റിൽ കൈകഴുകിയിട്ടും അവൾ അങ്ങനെ തന്നെ ഇരുന്നു. മാരായിയും തന്റെ ജോലികൾ തീർത്തിട്ടു വന്നു. രണ്ടുപേരും ചോറ് എടുത്തുകൊണ്ട് കുടിലിനു വെളിയിൽ ഇട്ടിരുന്ന കട്ടിലിൽ വന്നിരുന്നു. "എങ്ങനെയോ ഒരു തവി ചോറ് നിന്റെ മരുമകൾ തിന്നു" എന്ന് നല്ലായി പറഞ്ഞു. അകത്ത് കത്തിക്കൊണ്ടിരുന്ന ലാന്തർ വെളിച്ചത്തിൽ പൊന്ന എഴുന്നേറ്റു പോകുന്നത് കണ്ടു. അവൾ പോയി കട്ടിലിൽ കിടന്നു. ലാന്തറിന്റെ തിരി താഴ്ത്തി വയ്ക്കാം എന്നു കരുതി എച്ചിൽ കൈയോടെ നല്ലായി എഴുന്നേറ്റുപോയി. വെളിച്ചം കുറയുന്നതറിഞ്ഞ പൊന്ന "നിലാവെളിച്ചത്തെ മറയ്ക്കല്ല. മാമന് വെളിച്ചമാണ് ഇഷ്ടം" എന്ന് പൊന്ന പറഞ്ഞു. എന്താണ് ചെയ്യാൻ പോകുന്നത് എന്ന് ഭയന്നുകൊണ്ടേ നല്ലായി വെളിയിലേക്കു പോയി.

ഗ്രാമത്തിൽ മുഴുവൻ രണ്ടുമാസമായി ഒരേ സംസാരമാണ്. രാത്രിയായാൽ കാളി ആയ് ആയ് എന്നു പറഞ്ഞുകൊണ്ടുവരുന്നു എന്നു പറഞ്ഞ് ഗ്രാമം ഭയന്നു കിടക്കുകയാണ്. അവൻ രോഷക്കാരനാണ് അത്ര വേഗമൊന്നും അടങ്ങില്ല. ജീവിച്ചു തീരുന്നതിനും മുൻപേ പോയിച്ചേരുന്ന ജീവിതങ്ങൾ അടങ്ങില്ല. ഗ്രാമത്തിനും ശ്മശാനത്തിനുമിടയിലുള്ള തടത്തിൽക്കൂടി പകൽ പോലും അധികമാരും യാത്രചെയ്യാതെയായി. സന്ധ്യയായാൽ ആ ഭാഗത്ത് പാടമുള്ളവർ പെട്ടെന്ന് വീടണയുന്നു. പശുക്കൾക്ക് തീറ്റ നല്കാനും എഴുന്നേല്ക്കില്ല. രാത്രിയിൽ ചിലങ്കയുടെ ശബ്ദം കേട്ടെന്നും അലർച്ച വളരെ നേരം കേട്ടു എന്നും വാർത്ത പരന്നു. തലക്കട്ട് നാച്ചായി രാത്രി എഴുന്നേറ്റ് മൂത്രം ഒഴിക്കാൻവന്നു. മുന്നിലുള്ള പൂവരശിന്റെ കൊമ്പിൽ പിടിച്ചുകൊണ്ട് കാളി ആടിയത്രെ. പേടിച്ചുവിറച്ച് ഓടിയ അവൾ കിടന്ന കിടപ്പിലുമായി. ഭസ്മം മന്ത്രിച്ച് ഇട്ടുകൊടുത്തുകൊണ്ടിരുന്നു. ആ പൂവരശിനെ അടിയോടെ വെട്ടിയാലേ ഇനി പുറത്തേക്കു വരൂ എന്ന് നാച്ചായി പറഞ്ഞു. പിറ്റേന്നു തന്നെ ഭർത്താവ് മരം അടിയോടെ വെട്ടിക്കൊണ്ടു പോയി കരട്ടൂർ മരക്കടയിൽ ഇട്ടു.

നാട്ടിൻ പൂവരശ് കണ്ടാൽ എല്ലാവർക്കും ഭയമാണ്. ഓരോരുത്തരായി പൂവരശ് വെട്ടുന്നു. എല്ലാ പൂവരശും വെട്ടിക്കളഞ്ഞാൽ കാളി എന്തു ചെയ്യും? അവൻ തൊഴുത്തിലെ പൂവരശിലാണ് വരിക. കാട്ടിലെ കുടിലുകളിൽ താമസിച്ചിരുന്നവർ, അവൻ കാട്ടിലും മേട്ടിലുമൊക്കെയാണോ വരാൻ പോകുന്നത് എന്ന ധൈര്യത്തോടെ ഇരുന്നു. എന്തൊക്കെ ആയാലും പൂവരശിനും നാടിനും ശത്രുതയായി. അമാവാസി നാളുകളിൽ കുടിലിലുള്ളവർ പരസ്പരം ഇടയ്ക്കിടെ കൂവി വിളിച്ച് സംസാരിച്ചു കൊണ്ടിരിക്കും. രാത്രിയിൽ തീ കൂട്ടി അതിനു മുന്നിൽ കൂട്ടം കൂടി ഇരുന്നു. കൂനപ്പാളയത്തെ സാമിയാടി. "ഗ്രാമത്തിൽ ഒരു വരവു പോക്കുണ്ട്. ഉച്ചയ്ക്ക് കറങ്ങി നടക്കും. സന്ധ്യയ്ക്ക് പട്ടിയെപ്പോലെ ഓരിയിടും. പൂവരശു മരമാണ് ഇതിന്റെ വാസസ്ഥലം. നോക്കിയും കണ്ടും

ഇരുന്നോളൂ. ഇനിയും പതിനഞ്ചു ദിവസത്തിനകം ഒരു പാതകം ചെയ്തിട്ടേ പോകൂ" എന്നു പറഞ്ഞത്രെ. മാരായിക്കും നല്ലായിക്കും കൂടി ഭയമായി. രാത്രിയിൽ പൂവരശ് കാറ്റിലുലഞ്ഞാൽ നല്ലായി നിലവിളിക്കും. ചില ദിവസങ്ങളിൽ അത് പരിചയമായിപ്പോയി. തുറന്നസ്ഥലത്താണ് ഇരുവരുടെയും കിടത്തം. മരച്ചുവട്ടിൽ കെട്ടിയിരിക്കുന്ന പശുക്കൾ തുള്ളിയാലോ ചില്ലകൾ ആടിയാലോ മാരായി കട്ടിലിൽ എഴുന്നേറ്റിരിക്കും.

"പോയില്ലേ, പിന്നെ നിനക്ക് ഇവിടെയെന്താടാ ജോലി? ഞങ്ങളെ പടുകുഴിയിൽ തള്ളിയിട്ടില്ലെ. ഞങ്ങളുടെ വാക്കുകളൊന്നും കേട്ടില്ല. എല്ലാം അറിയുന്ന വലിയ മനുഷ്യനാണ് നീ. ഞങ്ങളാണ് ഒന്നും അറിയാത്തവരായി ജീവിക്കുന്നത്. ഇപ്പോളെന്തിനാണ് ഞങ്ങളെ കാണാൻ വരുന്നത്? ചില്ലകുലുക്കിയാൽ പേടിച്ച് ഓടിപ്പോകുമോ? ചെറുപ്പത്തിൽ കൈയിൽ കണകൊണ്ട് എത്ര തല്ലിയിരിക്കുന്നു. ഓർമ്മയുണ്ടോ, ഇപ്പോഴും അത് കുടിലിൽ തിരുകിവച്ചിട്ടുണ്ട്. അടുത്തേക്കുവന്നു നോക്ക്, അറിയാം. എനിക്ക് വയസ്സായെന്നാണോ വിചാരിച്ചത്. ബലമുണ്ടെടാ. ശരീരത്തിന് ബലം കുറഞ്ഞാലും നെഞ്ചിൽ ബലമുണ്ടെടാ. നിന്നെപ്പോലെയാണെന്നു വിചാരിച്ചോ. ശരീരം പാറക്കല്ലുപോലെ വളർന്ന് എന്തിനു കൊള്ളാം. ഒന്നിനും കലങ്ങാത്ത മനസ്സ് ദൃഢമായി വെയ്ക്കണമെടാ. പരദേശി നായേ, ഉണ്ടായിട്ട് ജീവിക്കാനറിയില്ല. ഞാന്നു തുങ്ങുന്നു. നീയൊക്കെ എന്റെ വയറ്റിൽ എങ്ങനെയാണെടാ വന്നു ജനിച്ചത്?"

"അതെ, നിന്റെ അരുമമകൻ എല്ലാം കേൾക്കും" നല്ലായി എഴുന്നേറ്റിരുന്നുകൊണ്ടുപറഞ്ഞു.

"അവനോടു ചോദിച്ചിട്ട് എന്തു പ്രയോജനം? മുന്നിൽ ഉണ്ടായിരുന്നെങ്കിൽ നാക്ക് പിടിക്കുന്നതുപോലെ നാലു വാക്ക് ചോദിക്കാം. അതല്ലേ കാറ്റായിട്ട് അങ്ങും ഇങ്ങും ചുറ്റുന്നത്. ഒരിടത്ത് കെട്ടിയിടാനാകുമോ? ചെറുപ്പത്തിൽ അങ്ങുമിങ്ങും ചുറ്റും. എങ്ങോട്ടാണ് പോയിട്ടു വരുന്നതെന്ന് ചോദിച്ചിരുന്നോ? കണ്ടവളുടെ കൂതി നക്കിയിട്ട് വന്നവനാണെടാ നീ. ഇത്തരക്കാരന് എങ്ങനെ ഒരു പെണ്ണുണ്ടാവും. വിളിച്ചാൽ വിളിച്ച ഉടനെ മുന്നിൽ വന്നുനില്ക്കും. പൊന്ന ഇതു വരെയ്ക്കും ഒരു വാക്കു പറഞ്ഞിട്ടുണ്ടോടാ. രാത്രി വന്ന് വാതിലിൽമുട്ടും വന്ന് തുറക്കും. പാതിരായ്ക്ക് വന്നിട്ട് വിളിക്കും. വന്ന് തുറക്കും. പുലർച്ചെ ചാണകം വാരുന്ന സമയത്തുകൂടി വരാറുണ്ടല്ലോടാ. എപ്പോഴെങ്കിലും മുഖത്തടിച്ചതുപോലെ വാതിലടച്ചിട്ടുണ്ടോ? ഒരനക്കം കേട്ടയുടനെ വന്നു തുറക്കുമല്ലോ, ഞാൻ കൂടി ഇവൾക്ക് ഉറക്കം വരുമോ, ഉണർന്നു കിടക്കുകയാണോ എന്നു ചിന്തിക്കും. അങ്ങനെയുള്ളവളാണ് അവൾ."

"അങ്ങനെയാണോ മാരാ. എന്നോട് ഇതിനെക്കുറിച്ച് ഒരു വാക്കു പോലും ഉരിയാടിയില്ലല്ലോ പൊന്ന." "അവൾ ഉരിയാടുമോ അവൾക്കവൻ ജീവനായിരുന്നു. ഇപ്പോഴും അങ്ങനെതന്നെ. ഒരു ദിവസം നോക്കാതെ വിട്ടാൽ അവളും പൂവരശു മരത്തിൽമേൽ കയറും. അറിവുകെട്ട ശവം. കെട്ടിയോനായാലും ഒരതിരിൽ നിർത്തണം. ഉച്ചയ്ക്ക്

വന്നാൽ പോലും വാതിലടയ്ക്കും. ഈ തൊഴുത്തിൽ ചോറ് കൊണ്ടുപോയി കൊടുത്തിട്ടു വരാമെന്നു വച്ചു പോയാൽ നേരം ഇരുട്ടും. ഞാൻ തനിച്ചാണല്ലോ വരിക. വല്ല ഇഴജന്തുക്കളും തീണ്ടിയേക്കുമോ എന്നു ഭയന്ന് കിടക്കും. വരാന്തയിലാണെങ്കിലും എനിക്കെല്ലാം അറിയാം. ഇവന്റെ കളികളൊന്നും എനിക്കറിയില്ലേ? ജീവനോടെയിരുന്ന് എന്നോടു ചോദിച്ചിരുന്നെങ്കിൽ എല്ലാം വിട്ടു കൊടുക്കുമായിരുന്നില്ലെ. നാട്ടിൽ നാലുപേരോട് ചോദിച്ചു നോക്ക്. കെട്ടിയവനെ പുറത്താക്കിയിട്ട് വാതിലടയ്ക്കുന്ന എത്ര പേരുണ്ട്. അരികത്തടുപ്പിക്കാതെ ഓടിക്കുന്നവർ. ഈ പൊന്ന നിനക്ക് എല്ലാം ചെയ്തു തന്നവളാണ്. അവളെ വിഷമിപ്പിക്കാൻ നിനക്ക് എങ്ങനെയാണെടാ മനസ്സു വന്നത്. പതിനാലിന്റന്ന് ദൈവത്തെ കാണാനാണ് പോയത്. ഒരുത്തന്റെ കൂടയും പോയിട്ടില്ലെടാ. നീ എന്താ പിന്നാലെ പോയി നോക്കിയോ. എങ്ങനെ നീ വിചാരിച്ചു? അതിനെന്താണ് തെളിവ്? അങ്ങനെ പോയിരുന്നാലും ആ ദൈവത്തിന്റെയടുത്താണ് പോയിരിക്കുക. ദൈവത്തെക്കാളും വലിയ ആളാണോ നീ? എടാ മറയാ, നീ ഇങ്ങനെയാണെന്നറിഞ്ഞിരുന്നെങ്കിൽ എന്റെ മുലപ്പാൽ നിനക്ക് തരില്ലായിരുന്നു. നിനക്ക് മൂലയൂട്ടിയ പാപം എന്റെ കൂടെ പോകട്ടെ എന്നു വിചാരിച്ച് മൂട് തിരിച്ചിരുന്നേനെ. മറ്റൊരുത്തിയുടെ പാപത്തെയും കൂടി തലയിലാക്കിയല്ലോടാ. എച്ചിൽ കലം നക്കുന്ന നായേ... ചത്ത് അങ്ങുപോയാലും നീ നന്നായിരിക്കുമോ? പെണ്ണുങ്ങളോട് പാപം ചെയ്യുന്ന ആണൊരുത്തനും ഗുണം പിടിക്കില്ല നോക്കിക്കോ."

"അതേയ്, ഇവളേയും കൂട്ടിക്കൊണ്ടു പോകാമെന്നു വിചാരിച്ചിട്ടാണ് വന്നു വന്നു നോക്കുന്നത്. എന്തിനാണ് നമ്മൾ രണ്ടുപേരും ഇവിടെ വന്നിരിക്കുന്നത്? അവളെ നിന്റെയടുത്ത് വിട്ടിട്ട് പോയാൽ ഞങ്ങൾ മനുഷ്യരാണെന്നു പറഞ്ഞിട്ട് എന്താണ് പ്രയോജനം? പൂവരശ് മരത്തിൽ കയറാനോ, ഇതു മാത്രമല്ല. ഞങ്ങളുടെ വീട്ടിലും ഒന്നു കൊണ്ടുവന്ന് വച്ചിട്ടുണ്ടല്ലോ, അതും വെട്ടിക്കളയണം. പിന്നെ എവിടെ കയറുമെന്നു നോക്കാലോ, എന്റെ മകന്റെ കൂട്ടുകാരനാണല്ലോന്നു കരുതിയിട്ടാണ് പെണ്ണുകൊടുത്തത്. ഞങ്ങൾ അവളെ എങ്ങനെയാണ് വളർത്തിയതെന്നറിയാമോടാ? വലിയ മരുമകൻ, അവനവന്റെ സ്ഥാനത്ത് ഇരുന്നാലാണെടാ മര്യാദയും ഗൗരവവും ഒക്കെ, നിനക്കെന്താണ് കുറവു വരുത്തിയത്? പൊങ്കലിനും ദീപാവലിക്കും ക്ഷണിച്ച് സൽക്കരിച്ചിട്ടില്ലേ? നാലുപേരുടെ മുന്നിൽ ബഹുമാനം നല്കിയില്ലേ? നാടു മുഴുവൻ നിന്നെ ഷണ്ഡനെന്നു പറഞ്ഞു. അപ്പോഴും രണ്ടാം കല്യാണം കഴിക്കാനാണ് പറഞ്ഞത്. അതിന് നീ സമ്മതിച്ചില്ല. അവളെ ഒരു ദിവസത്തേക്ക് അയച്ച ഉടനെ എന്താണായിപ്പോയത്? നിന്നെ വേണ്ടെന്നാണോ അവൾ പറഞ്ഞത്. അതാ രണ്ടുമാസമായി അടഞ്ഞുകിടക്കുന്നു. ഭ്രാന്തു പിടിച്ചതുപോലെ നോക്കുന്നു, ചിരിക്കുന്നു. എന്താവുമെന്നറിയില്ല. നിന്നോട് ഇത്രയും ഭ്രാന്തു പിടിച്ചു നടക്കുന്നവളെ വിട്ടിട്ടു പോയല്ലോടാ."

പൂവരശു മരത്തിന്റെ ചില്ലകൾ നിശ്ചലമായി. കാളകൾ ശാന്തമായി കിടന്നിരുന്നു. എല്ലാ ഭാഗത്തും ശാന്തത. "രണ്ടുപേരുടെയും ഒച്ചകേട്ടിട്ട് അവൻ ഓടിപ്പോയതുകണ്ടോ. എന്തിനും ജാഗ്രതയോടെയിരിക്കണം. പാതിരായ്ക്ക് വന്നാലും. വന്നേക്കാം. അവന് അവളെക്കുറിച്ചോർമ്മ വന്നാൽ പാതിരാത്രിയുമില്ല, പകലും ഇല്ല" മാരായി പറഞ്ഞു.

"വരട്ടെ നോക്കാം" എന്നു പറഞ്ഞിട്ട് നല്ലായി ചൂല് കൈയിലെടുത്തു.

കാറ്റ് അട്ടഹസിക്കുന്നതുപോലെ വീശി.

പതിനൊന്ന്

പൊന്നയെ തേടി കാളി വന്നു. അമ്മ പറഞ്ഞ വാക്കുകളൊന്നും അവന് പ്രശ്നമല്ല. അല്ലെങ്കിൽ അവയൊന്നും അവന്റെ ചെവിയിൽ വീണിട്ടില്ല. ഗ്രാമത്തിലുള്ള ഓരോ പൂവരശിനെയും കടന്നുകടന്ന് അവസാനം തൊഴുത്തിലെ പൂവരശിലേക്കുവന്നു. കാളകൾ അവനെ കണ്ടു. നായയ്ക്കും മനസ്സിലായി. കാറ്റായി വന്ന അവന്റെ ക്ഷണം തിരിച്ചറിഞ്ഞ് അവ സന്തോഷിച്ചു. അവനും അവയെ തടവിക്കൊടുത്തുകൊണ്ട് സംസാരിച്ചു. കാളകൾക്കരികിലാണ് അവൻ കൂടുതൽ സമയം നിന്നത്. അവ കിടക്കാതെ അവനെത്തന്നെ നോക്കിക്കൊണ്ടുനിന്നു. "ഇനിയും എന്തിനാണ് നില്ക്കുന്നത്? തീറ്റ മതിയായില്ലേ? എല്ലാം അവൻ നല്കിയ ലാളനയാണ്. കുഞ്ഞിനെ തീറ്റിക്കുന്നതുപോലെ ഒന്നൊന്നായി എടുത്ത് കാളയെ തീറ്റിക്കുന്നത് എവിടെയെങ്കിലും കണ്ടിട്ടുണ്ടോ?" എന്നു വഴക്കു പറഞ്ഞിട്ട് അവൾ പോയി. വൈക്കോൽ അവ തൊട്ടുനോക്കിയില്ല. നാവ് പുറത്തേക്കു നീട്ടി അയവിറക്കിക്കൊണ്ടിരുന്നു.

കാളി തന്റെ കൈകൾ അവയുടെ നക്കലിനു പാകത്തിൽ നീട്ടിക്കൊണ്ടിരുന്നു. "നിങ്ങളെ എങ്ങോട്ടും വിടില്ലെന്ന് പൊന്ന പറഞ്ഞോ." എന്ന് ചോദിച്ചിട്ട് അവയുടെ താണകൊമ്പുകളെ തലോടി. പട്ടി വാലാട്ടിക്കൊണ്ട് വന്ന് അവനെ ഉരസി. വായ് മുഖത്തിനരികിലേക്കു കൊണ്ടുവന്ന് "ശരി, ശരി, മതി പോ" എന്നു പറഞ്ഞ് ലാളനയോടെ തള്ളിവിട്ടു. അത് ഓടിപ്പോയി അല്പം ദൂരെ നിന്നിട്ട് അവനെ തന്നെ നോക്കി. കോഴികൾ കൊക്കി. അമ്മ എഴുന്നേല്ക്കുമെന്നു പേടിച്ച് കോഴികളെ നോക്കി കൈവീശി. അവ ശബ്ദമുണ്ടാക്കാതെ നിന്നു. പൊന്ന തൊഴുത്തിൽ തന്നെ കഴിയുന്നത് അവന് സന്തോഷം നല്കിയിരിക്കണം. അവന് ഇഷ്ടപ്പെട്ട സ്ഥലം അവൾക്കും ഇഷ്ടപ്പെട്ടിരുന്നു. അവളെക്കൊണ്ടൊന്നും പ്രശ്നമില്ല.

എന്നാലും അവളുടെ മുഖം കാണണമെന്ന് തോന്നി. മടിച്ചുമടിച്ചവൻ കുടിലിനകത്തേക്കു കയറി. പൂച്ച ചാടി അടുത്ത ഇടവഴിയിലേക്കോടി. കന്ദമൂപ്പന്റെ ചാരായത്തിന് ഇന്ന് വീര്യം കൂടുതലാണെന്നും പറഞ്ഞ് അമ്മയെ നോക്കിച്ചിരിച്ചു. മാരായി കിടന്നുറങ്ങിയിരുന്നു. അവൾ ഉണർന്നിരിക്കുന്നതായി വിചാരിച്ചുകൊണ്ട് നല്ലായി എന്തോ ചോദിച്ചു. “സംസാരിച്ചു സംസാരിച്ച് ഉറങ്ങി” എന്നു പറഞ്ഞുകൊണ്ട് അവളും കിടന്നു.

ലാന്തറിന്റെ വെളിച്ചം കുടിലിനകം മുഴുവൻ മഞ്ഞ നിറമാക്കി. മണ്ണെണ്ണ തീർന്നു പോകുമെന്നതിനാൽ ചോറുണ്ടയുടനെ അണയ്ക്കുന്നതാണ് പതിവ്. പൊന്ന ഇന്ന് കത്തുവാൻ വിട്ടിരിക്കുകയാണ്. വെളിച്ചത്തിൽ പെരും നിഴലായി അവൻ കാണപ്പെട്ടു. വഴുതനപ്പിഞ്ചുകളെ മാറോടണച്ചുകൊണ്ട് പൊന്ന കിടന്നിരുന്നു. അവന്റെ വിരലുകളാണെന്ന് വിചാരിച്ച് അവൾ തടവി. അവൾ കണ്ണുകൾ അടച്ചിരുന്നു. എന്നാൽ ഉറങ്ങിയിരുന്നില്ല. അവൻ വരുമെന്ന് ഒരുപക്ഷേ, അവൾ അറിഞ്ഞിരിക്കണം. പൂവരശിന്റെ പൂവ് വാടുംതോറും നിറം വർദ്ധിച്ച് വായ് ചുമക്കുന്നതുപോലെയാണ് അവളുടെ മുഖത്തെ വാട്ടം. ചുണ്ടുകൾ അടച്ചും തുറന്നും എന്തോ പിറുപിറുത്തും എങ്ങനെയാണ് അവളെ തൊടുക എന്നു ചിന്തിച്ചുകൊണ്ടവൻ നിന്നു. നെറ്റിയിലേക്കു വീണുകിടക്കുന്ന മുടി നീക്കി തൊട്ടാലോ. കാതുകളെ തലോടിയാലോ. കാറ്റ് ഊതിയാൽ തന്നെ അവൾ അറിയും. അവന്റെ ചെറിയ വിരൽസ്പർശനം പോലും പെട്ടെന്നവൾ മനസ്സിലാക്കും. മറ്റു സമയമായിരുന്നാൽ അവളുടെ കൈകൾ എടുത്ത് നെഞ്ചിൽ വയ്ക്കും. പിന്നെ കവിളോടു ചേർക്കും. ചില സമയം പെട്ടെന്ന് മാറിൽ കൈ വയ്ക്കും. അപ്പോഴൊക്കെ അവൾ പറയും, “നിങ്ങൾക്ക് എപ്പോൾ നോക്കിയാലും അവിടെയാണ് കണ്ണ്. എന്റെ മുഖത്തു നോക്കി എപ്പോഴെങ്കിലും നിങ്ങൾ സംസാരിക്കാറുണ്ടോ?” “അതു കണ്ടാൽ കൈയിൽ കോരിയെടുത്ത് വയറുനിറയെ കുടിക്കണമെന്നു തോന്നില്ലേ? ശരി. നീ പറഞ്ഞതുപോലെ മുഖത്തുനോക്കി സംസാരിക്കാം” എന്നുപറഞ്ഞ് അവൻ മുഖത്ത് ചുണ്ടുകൾ ചേർക്കും.

ഇന്ന് എന്തുചെയ്തു തൊടും എന്നറിയില്ല. അവന് ഒരുതരം നടുക്കമുണ്ടായിരുന്നു. അങ്ങനെ നിന്നാൽ അവന്റെ സമയം അവസാനിക്കും. വന്ന കാര്യം അവളെ അറിയിക്കാതെ പോകേണ്ടിവന്നേക്കാം. ലാന്തർ വെളിച്ചത്തിൽ വാടിക്കണ്ട മുഖത്ത് അവനെക്കുറിച്ചുള്ള ഓർമ്മകൾ തെളിയുന്നതു കണ്ടു. വെളുത്ത സാരിയുടെ ഒരുതുമ്പ് കട്ടിലിനു വെളിയിൽ തൂങ്ങിക്കിടന്നിരുന്നു. അതെടുത്ത് കൈയിൽ പിടിച്ചുകൊണ്ടവൻ നെടുവീർപ്പിട്ടു. ഉടനെ വെളുത്ത സാരിക്കു പുറത്തുകണ്ട ചെമ്മണ്ണ് പുരണ്ട അവളുടെ പാദങ്ങളിൽ തൊട്ടു. തണുത്തതിനാലോ അവന്റെ കൈസ്പർശം ഏറ്റതിനാലോ എന്നറിയില്ല പെട്ടെന്നവൾ കാലുകൾ ഉള്ളിലേക്കു വലിച്ചു. അവൻ കൈ എടുത്തില്ല. അവൾ വിതുമ്പുന്നതു കേട്ടു. അവനും കരച്ചിൽ വന്നു. കാലുകളിൽ മേൽ തലവച്ചു കൊണ്ടവൻ കണ്ണീർ വാർത്തു. കാലുകളെടുത്തവൻ തന്റെ മുഖത്തു കുത്തി. കാൽവെ

ള്ളയിൽ അമർത്തിച്ചുംബിച്ചു. കയർക്കട്ടിലിൽ പാദങ്ങൾ അമർന്നു വേദനിക്കാതിരിക്കാൻ പുതപ്പു വലിച്ചിട്ട് അതിന്റെ മുകളിൽ കാലുകൾവച്ചു. പിന്നെ അല്പം ധൈര്യം സംഭരിച്ച് സാവധാനം അവളുടെ കൈകൾ എടുത്ത് തന്റെ നെഞ്ചത്തു വച്ചു. ഉള്ളംകൈ കരിയിലപോലെ വരണ്ടിരുന്നു. രണ്ടു കൈകളും എടുത്ത് ഉയർത്തി തന്റെ കവിളുകളിൽ ചേർത്തു വച്ചു. അവളുടെ ഉള്ളം കൈകൾ നനഞ്ഞു. ആ കൈകൾ അവന്റെ കവിളുകൾ തുടച്ചു. അവൾ വിതുമ്പുന്ന ശബ്ദം കേട്ടു. അങ്ങനെ തന്നെ ചാഞ്ഞ് അവളുടെ മുഖത്ത് തന്റെ മുഖം വച്ചു. അവൾ നീങ്ങി കട്ടിലിൽ സ്ഥലം കൊടുത്തു. അവരുടെ കല്യാണം കഴിഞ്ഞപ്പോൾ അണിയൂരിലെ ആശാരിയോടു പറഞ്ഞുണ്ടാക്കിയ കട്ടിലാണ് അത്. രണ്ടുപേർക്ക് തിരിഞ്ഞും മറിഞ്ഞും കിടന്നുറങ്ങാം. കാളവണ്ടിയിലാണ് അത് എടുത്തുകൊണ്ടുവന്നത്. അതിലാണ് അവളെ ആദ്യമായി കിടത്തിയത്. അവനും സ്ഥലം ധാരാളം എന്നാൽ അവൻ അരികിൽ കിടന്നില്ല.

ഇരുന്നുകൊണ്ടു തന്നെ മുഖം നേരെയാക്കി അവളുടെ ചുണ്ടിൽ ഉമ്മ വച്ചു. ഇനിയും മുഴുവനായും അവനെ ഉൾക്കൊണ്ടിട്ടില്ല എന്നു മനസ്സിലാക്കി സാരിത്തലപ്പു മടക്കി അവൾ വായ്ക്കുള്ളിലാക്കി. അവൻ തന്റെ ചുണ്ടുകൾകൊണ്ടു അത് പുറത്തേക്കെടുക്കാൻ ശ്രമിച്ചു. പല്ലുകൾ കൊണ്ട് കടിച്ച് പുറത്തേക്കു വലിച്ചു. അവൾ വിട്ടില്ല. അവന്റെ ബലത്തെ അതിജീവിക്കാനാവില്ലെന്നു തോന്നിയിട്ട് അവൾ കൈകൊണ്ട് മുഖം തള്ളി. “എന്താ കുട്ടീ.” കൊഞ്ചലോടെ അവൻ പറഞ്ഞു. “തടിച്ച നാവ് ഇങ്ങനെ നീട്ടുന്നതെന്തിനാ?” അവൾ പറഞ്ഞു. “ഇങ്ങനെയോ” എന്ന് തന്റെ നാവ് പുറത്തേക്കു നീട്ടി പല്ലുകൾകൊണ്ട് കടിച്ചു കാണിച്ചു. കണ്ണുകൾ ചിമ്മി. മുഖം കോടി. അവൾ “അയ്യോ” എന്നു ഭയപ്പാടോടെ കൈകൾ കൊണ്ട് മുഖം പൊത്തി. അവളുടെ കൈകൾ മാറ്റാൻ ശ്രമിച്ചുകൊണ്ട് “ഇങ്ങോട്ട് നോക്ക്” എന്നു പറഞ്ഞിട്ടവൻ വിളിച്ചു. അവൾ “പേടിയാകുന്നു. അടുത്തേക്കു വരരുത്, പോ” എന്ന് പരിഭ്രമത്തോടെ പറഞ്ഞു. അവൻ ചിരിച്ചുകൊണ്ട് “ഇങ്ങോട്ട് നോക്ക്, ഒന്നും ഇല്ല. നിന്നെ പേടിപ്പിക്കാൻ വേണ്ടി അങ്ങനെ ചെയ്തതാണ്” എന്നു പറഞ്ഞു.

ചിലപ്പോൾ അവൻ കളിക്കുട്ടിയാകും. അവൾ തൊഴുത്തിലേക്ക് വരുന്നത് ദൂരെ നിന്നും അവൻ കാണും. അവൻ എവിടെയെങ്കിലും ഒളിച്ചു നില്ക്കും. ഒരു പ്രാവശ്യം അവൾ പൂവരശിന്റെ കൊമ്പിൽ കയറിയിരുന്നു. അവൾ മാമാ മാമാ എന്നുവിളിച്ചുകൊണ്ടേ വന്നു. മറുപടി വന്നില്ല. ആളെയും കണ്ടുപിടിക്കാനായില്ല. “എവിടെ പോയാണ് തൊലഞ്ഞത് ഈ മാമൻ” എന്നു പറഞ്ഞുകൊണ്ട് തൊഴുത്തു മുഴുവൻ തേടി. പൂവരശിന്റെ ചുവട്ടിൽ വന്നപ്പോൾ കൊമ്പ് ബലമായി കുലുക്കിക്കൊണ്ട് ‘ബേ’ എന്ന് അലറിക്കൊണ്ട് താഴേക്കുചാടി. അവൾ ഞെട്ടി പേടിച്ചലറി. “പുളിമരത്തിലെ പ്രേതത്തെ കണ്ടിരിക്കുന്നു. നീ പൂവരശുമരപ്രേതമാണ്” അവൾ പറഞ്ഞു. നിലാവുള്ളൊരു രാത്രിയിൽ അവൾ ചോറ് കൊണ്ടുവന്നു. ഇങ്ങനെ തന്നെയാണ്. തൊഴുത്തു മുഴുവൻ തേടിയിട്ട്, എവിടെയെ

ങ്കിലും പനമരമന്വേഷിച്ച് കള്ള് ഇറക്കിക്കൊണ്ടുവരാൻ പോയിരിക്കും എന്നവൾ വിചാരിച്ചു. തൊഴുത്തിലെ ജോലികളൊക്കെ ഭംഗിയായി ചെയ്തിരുന്നു. ചോറ് കൊണ്ടുപോയി വയ്ക്കാനായി അവൾ കുടിലിനകത്തേക്കു പോയി. പെട്ടെന്ന് എന്തോ ഒന്ന് അരക്കെട്ടിൽ തടവിയതായി തോന്നി. അവൾ വേഗത്തിൽ തിരിഞ്ഞുനോക്കി. ഒന്നും കണ്ടില്ല. തനിക്കങ്ങനെ തോന്നിയതായിരിക്കുമെന്ന് വിചാരിച്ചുകൊണ്ടവൾ അകത്തേക്കു വന്ന് അവിടെ വച്ചു. അപ്പോ അരക്കെട്ടിൽ എന്തോ നന്നായി കുത്തി. പാമ്പോ മറ്റോ ആണോ എന്ന ഭയത്തോടെ പെട്ടെന്ന് അവൾ തിരിഞ്ഞു. ലാന്തർ വെളിച്ചത്തിൽ ഒന്നും കണ്ടില്ല. ഇതിൽ എന്തോ മായയുണ്ടെന്നവൾ വിചാരിച്ചു.

അടുത്ത തവണ അരയിൽ എന്തോ തടവിയപ്പോൾ ഒന്നും അറിയാത്തതുപോലെ ഇരുന്നിട്ട് ഏറുകണ്ണിട്ടു നോക്കി. വലിയ കൊട്ടയ്ക്കുള്ളിൽ നിന്നും ഒരു വടി നീണ്ടുവന്നു "ഓഹോ" എന്നു പറഞ്ഞ് അടുത്തു കിടന്ന ചൂല് അവൾ കൈയിലെടുത്തു. വേഗത്തിൽ കൊട്ട പൊക്കി ദൂരെ തള്ളിയിട്ട് പാമ്പിന്റെ വേലകണ്ടോ എന്ന് പറഞ്ഞ് ചൂലുകൊണ്ട് കുത്തി. അവൻ "ഇല്ല പുള്ളേ ഇല്ല പുള്ളേ" എന്ന് തല്ലുകൊണ്ടു ഒച്ചവച്ചു. ഇങ്ങനെ എത്ര കളികളാണ് അവന്റേത്. തീരെ പ്രതീക്ഷിക്കാത്ത നിമിഷത്തിൽ കുടിലിനു പിറകിൽ നിന്ന് കൈകൾ വിടർത്തി ഓടിവന്ന് ഒരുതവണ തഴുകി. ആടുകൾക്കിടയിൽ ഒളിച്ചിരുന്ന് പെട്ടെന്ന് എഴുന്നേറ്റു നിന്നു. അവൾ "ഇങ്ങനെയൊന്നും ഭയപ്പെടുത്താതെ, ഒറ്റയ്ക്കുള്ള സ്ഥലത്ത് ഇങ്ങനെ ചെയ്താൽ പേടിക്കാതിരിക്കുമോ" എന്ന് ദേഷ്യപ്പെട്ടു. "ഇവിടെ ഞാനല്ലാതെ മറ്റാര് വരാനാണ്? എന്നോടു ചോദിക്കാതെ ഒരു പുഴുവിനോ പ്രാണിക്കോ കൂടി നിന്നെ തൊടാനാവില്ല പുള്ളേ" എന്നവൻ പറയും. അത്തരം കളികളിൽ ഒന്നായിരുന്നോ നാവ് തുറുത്തിയത്?

"നാവ് നീട്ടിയിട്ട് പൂവരശ് മരത്തിൽനിന്നും വായുവിൽ തൂങ്ങുന്നു. ഒരുകൈകൊണ്ട് കൊമ്പിൽ പിടിച്ചിരുന്നോ?" അവൾ ചോദിച്ചു. "ഉം. വല്ലാതെ ഭയന്നു പോയോ?" എന്ന് അവൻ ചോദിച്ചു "പിന്നെ ഇങ്ങനെ ആരെങ്കിലും ചെയ്യുമോ? എന്റെ ചങ്ക് കലങ്ങിപ്പോയി. ആടിന്റെ കണ്ണുകൾ പോലെ കണ്ണുകളും തുറിച്ചുകൊണ്ട് നില്ക്കുന്നു." അവൾ പറഞ്ഞു.

"എല്ലാം ഒരു കളിതമാശ."

"കളിയാണ് കാര്യമാവുക."

"ഇനി മേലിൽ അങ്ങനെ ചെയ്യില്ല."

"ചെയ്യില്ല. നിനക്കിഷ്ടപ്പെടാത്ത ഒന്നും ചെയ്യില്ല."

"സത്യമാണോ?"

"സത്യം, നീയാണെ സത്യം. ശരി, അല്പം ആ ചുണ്ട് കാണിക്ക്."

"പോ, നിങ്ങൾ നിങ്ങളുടെ നാക്ക് കടിച്ചിരുന്നതുപോലെ അങ്ങനെ കടിച്ചുവയ്ക്കും."

"കടിക്കില്ല. വെറുതെ തൊടാനാണ്."

അവൾ ചുണ്ട് കാണിച്ചു. അവൻ തന്റെ ചുണ്ടുകൾ കൊണ്ട് ആ ചുണ്ട് വായിലാക്കി.

"എന്താണ് പല്ലിൽ രക്തം?" അവൾ ചോദിച്ചു.

"ഒന്നുമില്ല. നിനക്ക് അങ്ങനെ തോന്നുന്നതാണ്. നല്ല കുട്ടിയായി കണ്ണുകൾ ഇറുക്കി അടച്ചോളൂ. നിനക്ക് ഞാൻ തൊടുന്നതല്ലാതെ മറ്റൊന്നും കാണില്ല. എന്താ?"

"അതെ, ഇത്രയും നാൾ ഇല്ലാത്ത പൂതി ഇന്നാണ് വന്നിരിക്കുന്നത്."

"ഞാൻ ദിനവും വന്ന് നോക്കുന്നുണ്ട്. നീയല്ലേ എന്നെ തലയുയർത്തി നോക്കാത്തത്. വളരെ മോശമായിപ്പോയതുപോലെ നിന്ന് നോക്കിയിട്ട് പോകും. ഇന്നാണ് വഴുതിന മൊട്ടിനെ ആഗ്രഹിച്ചുകൊണ്ട് വിളിച്ചത്. വന്നു. എന്നു പറഞ്ഞ് വഴുതിന മൊട്ടുകളെ താഴേക്കിട്ടിട്ട് അവൻ മാറിൽ കൈവച്ചു. "പോ" എന്നു പറഞ്ഞിട്ടവൾ മലർക്കെ ചിരിച്ചു.

"എന്തു ചെയ്യാനാണ് ഇപ്പോൾ വന്നിരിക്കുന്നത്?" അവൾ ചോദിച്ചു.

"നിനക്ക് എന്തുവേണമോ അത് നല്കാൻ പോകുന്നു." അവൻ പറഞ്ഞു.

"എനിക്ക് എന്താണ് വേണ്ടതെന്ന് നിങ്ങൾക്കറിയാമോ?"

"പന്ത്രണ്ടു വർഷമായി നിന്റെ കൂടെത്തന്നെയല്ലേ ഉള്ളത് അതു കൂടി അറിയില്ലേ?"

"ഇനിയങ്ങോട്ടും ഉണ്ടാകുമോ?"

"നിന്റെ കൂടെത്തന്നെയാണുണ്ടാവുക."

അവൻ അവളുടെ മാറിൽ മുഖം പൂഴ്ത്തി ഇപ്പോൾ അവന് കട്ടിലിൽ പ്രത്യേകം സ്ഥലം വേണ്ടതില്ല. വളരെ നേരം അവൻ അവിടെയിരുന്നു.

മാരായി ഉറക്കമുണർന്ന് എഴുന്നേറ്റപ്പോൾ ലാന്തർ വെളിച്ചം അണഞ്ഞിരുന്നു. "മണ്ണെണ്ണ തീർന്നുപോയോ." എന്നവൾ സ്വയം ചോദിച്ചു. അകത്ത് കട്ടിലിൽ പൊന്ന തിരിഞ്ഞും മറിഞ്ഞും കിടക്കുന്ന ശബ്ദം കേട്ടു. "ഇനി എന്നാണാവോ അവൾ ശരിക്കും ഉറങ്ങുക." എന്നവൾ പിറുപിറുത്തു.

കാളി ചിരിച്ചു. എണ്ണ ഒഴിക്കാനോ പൊന്നയെ നോക്കാനോ കുടിലിനകത്തേക്കു കടന്ന മാരായിയെ ദിശ മാറ്റാൻ പൂവരശിന്മേൽ കാറ്റിനെ ഊതി ചില്ലകൾ ആട്ടി. "നോക്കെടാ, ഇനിയും കുറുമ്പു കാട്ടുകയാണോ" എന്നു പറഞ്ഞിട്ടവൾ പുറത്തേക്കു പോയി.

കാളി എത്രനേരം ഇരുന്നു, എപ്പോൾ പോയി എന്ന് പൊന്നയ്ക്ക് ഒന്നും അറിയില്ല.

പന്ത്രണ്ട്

നേരം പുലർന്ന് വളരെ നേരം കഴിഞ്ഞിട്ടും പൊന്ന എഴുന്നേറ്റില്ല. പുലർച്ചെ പെട്ടെന്ന് അല്പനേരം മഴ പെയ്തു. പെട്ടെന്നുതന്നെ നില്ക്കുകയും ചെയ്തു. പൊന്നയും മഴ പെയ്തത് അറിഞ്ഞിരുന്നു. ഭൂമിയെ കുളിരണിയിച്ച പെരുംമഴ. എന്നാൽ കണ്ണുതുറന്നില്ല. നോക്കിയും ഇല്ല. അങ്ങനെതന്നെയവൾ കിടന്നു. ഭക്ഷണം കഴിച്ചിട്ട് വലിച്ചെറിഞ്ഞ ഉത്സവകാലത്തെ വാഴയില പോലെ ചുരുണ്ടു കിടന്നു. ഒരുദിവസം ജോലി ചെയ്തപ്പോൾത്തന്നെ ഇങ്ങനെ തളർന്നുപോയല്ലോ എന്ന് നല്ലായി വിചാരിച്ചു. രാത്രി ഉണ്ടാക്കിയ കമ്മം ചോറ് വെള്ളം ഒഴിച്ചു വച്ചിരുന്നു. തൈരും ഉണ്ടായിരുന്നു. എഴുന്നേറ്റാൽ അത് കലക്കിക്കൊടുക്കാം എന്ന് വിചാരിച്ച് കുറേനേരമായി. അവർ ഇരുവരും അല്പം എടുത്തു കുടിച്ചു.

മഴ പെയ്തതിന്റെ ഒരടയാളവും പുറത്തു കണ്ടില്ല. എന്നാൽ ഒരു ഉഴവിനുള്ള മഴയുണ്ടാകും എന്നുതോന്നി. തറ മാത്രം അല്പം നനഞ്ഞു കിടന്നിരുന്നു. അവിടം വൃത്തിയാക്കി. വെയിൽ അടിച്ചു തുടങ്ങി. അപ്പോഴും പൊന്ന അനങ്ങുകകൂടി ചെയ്തില്ല. നല്ലായി സംശയത്തോടെ അടുത്തേക്കു പോയി നോക്കി. ശ്വാസം നേരാംവണ്ണമുണ്ട്. ശരീരക്ഷീണമാണ്. വേറെ പ്രശ്നമൊന്നുമില്ല. കാളി ഉണ്ടായിരുന്നെങ്കിൽ തൊഴുത്ത് എങ്ങനെയിരിക്കുമോ അങ്ങനെ തന്നെ ഇപ്പോഴും ഉണ്ടായിരുന്നു. അവനില്ല അതാണ്. പുറത്തേക്കുവന്നാൽ ആ കുറവ് അങ്ങനെ തന്നെ കാണപ്പെട്ടു. എല്ലാവരുടെ നിലവും പച്ചപിടിച്ചിരിക്കുമ്പോൾ കാളിയുടെ നിലം മാത്രം തനിച്ചു കാണപ്പെട്ടു. അവനുണ്ടായിരുന്നെങ്കിൽ വെള്ളം ഒഴുകുന്ന രണ്ട് കണ്ടത്തിലും പയറുവർഗ്ഗങ്ങൾ നട്ടിരിക്കും. ഈ വർഷം മുളകുനടണമെന്ന് പറഞ്ഞുകൊണ്ടിരുന്നു. ഒരു തൈയാണെങ്കിലും തഴച്ചു വളരും. അഞ്ചാറുമാസം വരെ കായ്ക്കും.

ആരിയം നെല്ല് ഒരു പാടത്ത് വിതച്ചിരുന്നു. മറ്റുപാടങ്ങളിൽ കട ലയും തുവരയും നടും. ചെറുപയർ ഒരരികിൽ. ചുറ്റുമുള്ള പാടങ്ങളി ലൊക്കെ ചോളം. പശുക്കൾക്കും കാളകൾക്കും തീറ്റ കുശാൽ. കറവപ്പ ശുവിന് എപ്പോഴും പച്ചപ്പുല്ല് നല്കും. ഇങ്ങനെ ഓരോന്ന് ആലോചിച്ചു കൊണ്ട് മാടുകളെ കാട്ടിൽ കെട്ടിയിട്ട് പുൽക്കറ്റ കൊണ്ടുവരാനായി പോയി.

"രണ്ടുപേരും പരസ്പരം മുഖത്തോടുമുഖം നോക്കിക്കൊണ്ട് എത്ര നേരമാണ് ഇരിക്കുക. നമ്മൾ പോയി ഒരുകറ്റ പുല്ല് കൊണ്ടുവന്നാൽ കറവപ്പശുവിനെങ്കിലും കൊടുക്കാം. കൃഷി സമയത്ത് ഒരു കർഷകസ്ത്രീ എങ്ങനെയാണ് വെറുതെയിരിക്കുന്നത്?" എന്ന് മാരായി പറഞ്ഞു. നല്ലായി ചട്ടിയും കലവുമൊക്കെ കഴുകി കമഴ്ത്തിവച്ചു. കോഴികൾക്ക് തീറ്റ നല്കി. പനയിൽ വന്നിരുന്ന് ചിലയ്ക്കുന്ന കരിയിലക്കുരുവികളെ നോക്കി. അവ കൂടുകൂട്ടാൻ തുടങ്ങിയിരുന്നു. 'വലിയ ജീവൻ പോയെങ്കിലും ചെറിയ ജീവൻ വളരുന്നു.' എന്നവൾ ചിന്തിച്ചു. പലകക്കല്ലിൻ മേൽ അല്പനേരം ഇരുന്നിട്ട് നോക്കി. കരട്ടൂർ ഒൻപതുമണിയുടെ ശംഖ് മുഴങ്ങി. പൊന്നയെ ഉണർത്തിയാലോ എന്ന് വായും കൈയും കുറുകുറുത്തു. ഇത്രയുംനേരം ഉറങ്ങാൻ ഒരു കുടുംബിനിക്കാവുമോ?

കോഴി കൂവുമ്പോൾ എഴുന്നേറ്റ് കമ്പ് ഇടിക്കുക, ആരിയം നെല്ല് കുത്തുക, തുടങ്ങിയ ചോറിനായുള്ള ജോലി നോക്കണം. മോരുണ്ടാക്ക ണം. അതിനകം നേരം വെളുക്കും. ആണുങ്ങൾക്ക് ആഹാരം നല്ക ണം. മുറ്റവും തൊഴുത്തും തൂത്തുവാരണം. ആണുങ്ങൾ നല്ലതാണെ ങ്കിൽ പാൽ കറന്നുതരും. ഇല്ലെങ്കിൽ അതും പെണ്ണുങ്ങൾ തന്നെ ചെയ്യ ണം. ചില കന്നുകുട്ടികൾ കെട്ടാൻ സമ്മതിക്കാതെ തുള്ളിച്ചാടും. അപ്പോഴും സഹായിക്കാൻ വരാത്ത ആണുങ്ങൾ ഉണ്ട്. നടീൽ കാലമാ യാൽ ജോലികൾ കൂടുതലാണ്. വലിയ ചെമ്പു നിറയെ ചോറും എടു ത്തുകൊണ്ട് നേരം വെളുക്കുമ്പോഴേക്കും പാടത്തെത്തണം. ജോലിയി ല്ലാത്ത ദിവസം ഏതാണ്? ഇരുട്ടിയും ഒരു നാഴിക വരെ ജോലിയാണ്. പിന്നെ കിടന്നാൽ നന്നായി ഉറക്കം വരും. നല്ലായിക്ക് ഈ രണ്ടുമാസങ്ങ ളായി വെറുതെയിരിക്കുന്നതായാണ് തോന്നിയത്. എല്ലാ ജോലിയും മരു മകളാണ് നോക്കുന്നത്. അവൾക്കും മനസ്സിലാകട്ടെ മറ്റൊരാൾകൂടി ഉണ്ടെ ങ്കിൽ എത്ര സഹായകമായിരിക്കുമെന്ന്. അതും ഇത് നടീൽ കാലമാ ണ്. ജോലിക്കാർ വരും. വീട്ടുജോലികൾ അവൾ കൃത്യമായി നോക്കി യാൽ മതി. പുല കഴിയുന്നതുവരെ പൊന്നയെ തനിച്ചു വിടേണ്ടെന്നു കരുതി വന്നവൾ ഇവിടെത്തന്നെ താമസിക്കുന്നവിധമായിപ്പോയി.

മൂന്നുപേരും ചോറുണ്ടാക്കി തിന്നിട്ട് വെറുതെയിരിക്കണം. പശുക്കളെ അവിടെ കൊണ്ടുപോയി കെട്ടുന്നതും പിന്നെ അഴിച്ചുകൊണ്ടുവന്ന് ഇവിടെ കെട്ടുന്നതും ജോലിയാണോ? പൊന്ന എന്തോ പിറുപിറുക്കുന്നതു പോലെ ചോദിച്ചു. പനി വന്നിരിക്കുമോ? തൊട്ടാൽ എഴുന്നേല്ക്കും എന്നു വിചാരിച്ച് തൊട്ടില്ല. നല്ലായി കുടിലിനകത്തേക്കു പോയി. പൊന്ന കണ്ണു

തുറന്നിരുന്നു. പുതുതായി കണ്ണു തുറക്കുന്ന നായ്ക്കുട്ടിയെപ്പോലെ കൺപീലികൾ നനഞ്ഞും പിണഞ്ഞും കാണപ്പെട്ടു. "അമ്മേ" എന്നവൾ വിളിച്ചു. ശബ്ദം പുറത്തേക്കുവന്നതായി പോലും തോന്നിയില്ല. ഈ വാക്കുകൾ കേട്ടിട്ട് എത്ര നാളായിരിക്കുന്നു. ആശയോടെ അരികിലേക്കോടി "പൊന്നു... എന്തു പറ്റി? പനിക്കുന്നുണ്ടോ? കുളിരടിക്കുന്നുണ്ടോ? ഇന്നലെ അങ്ങനെ പണിയെടുത്തിരുന്നില്ലേ." എന്നു പറഞ്ഞുകൊണ്ട് നെറ്റിയിലും കഴുത്തിലുമൊക്കെ കൈവച്ചുനോക്കി. ചൂടൊന്നും ഇല്ല.

"എഴുന്നേല്പ്പിക്കമ്മേ." എന്നു പൊന്ന പറഞ്ഞു. "വാ" എന്നു പറഞ്ഞിട്ട് രണ്ടു കൈകൾ കൊണ്ടും കുഞ്ഞിനെ ഉയർത്തുന്നതുപോലെ കട്ടിലിൽ നിന്നും ഉയർത്തി നിർത്തി. തലയിൽ പിടിച്ചുകൊണ്ടു "തല ചുറ്റുന്നതുപോലെ തോന്നുന്നമ്മേ." അവൾ പറഞ്ഞു. "ഒരു വായ് ചൂടു വെള്ളം കുടിച്ചാൽ എല്ലാം ശരിയാകും. ശരീരം ക്ഷീണിച്ചുപോയി. ഞാൻ തരാം. കട്ടിലിൽ ഇരുന്നിട്ടുതന്നെ കുടിക്കുന്നോ" അവൾ ചോദിച്ചു. "ഇല്ല, വായ് മുഴുവൻ എച്ചിലാണ്. വായ് കൊപ്ലിക്കട്ടെ" പൊന്ന പറഞ്ഞു. "ശരി, എന്റെ തോളിൽ പിടിച്ചിട്ട് വാ. വായ് കൊപ്ലിച്ചിട്ട് കുടിക്കാം" എന്നു പറഞ്ഞുകൊണ്ട് നല്ലായി സാവധാനം നടത്തി.

പൊന്നയ്ക്ക് ചുവടുകൾ വയ്ക്കാൻ തന്നെ പ്രയാസമായിരുന്നു. കാലുകൾ നിലത്തു പതിഞ്ഞതു പോലെതന്നെ തോന്നുന്നില്ല. അമ്മയുടെ തോളുകൾ തന്നെ വലിച്ചുകൊണ്ടുപോകുന്നതായി തോന്നി. തല എവിടെയെങ്കിലും ചായ്ക്കണമെന്നതു പോലെയുണ്ടായിരുന്നു. അമ്മയുടെ തോളത്തു ചാരി. അരയിൽ പിടിച്ചുകൊണ്ട് അമ്മ സാവധാനം നടത്തിക്കൊണ്ടു പോയി. പുറത്തെ വെയിലിന് മുഖം കൊടുക്കാൻ പൊന്നയ്ക്കായില്ല. കണ്ണുകൾ മഞ്ഞളിച്ചു. പൂവരശിന്റെ ഭാഗത്തേക്കു തിരിഞ്ഞു. ഇപ്പോൾ പൂവരശ് ഇലകളോടും പൂക്കളോടും കൂടി പൂർണ്ണമായി കാണപ്പെട്ടു. അമ്മ അവളെ കല്ലിൽ ഇരുത്തിയിട്ട് പാത്രത്തിൽ നിന്നും മൊന്തയിൽ വെള്ളം കോരിക്കൊണ്ടുവന്നു. അതുവരെയും ഇരിക്കാനാവാതെ പൊന്ന കല്ലിൽ ചാരിക്കിടന്നു. ദേഹത്ത് വെയിലേറ്റപ്പോൾ സുഖകരമായി തോന്നി. രാത്രിയെല്ലാം എന്തൊക്കെയോ നടന്നതുപോലെ തോന്നി. എല്ലാം സ്വപ്നം പോലെയും യാഥാർത്ഥ്യം പോലെയും ആകെ കുഴക്കി. അവൾ മാറിൽ തടവി. വഴുതിന പിഞ്ചുകൾ ചെയ്ത പോറലുകൾ നീറ്റി. മാറിടങ്ങൾ രക്തം കെട്ടി കനത്തു. എല്ലാം അവന്റെ വേലയാണ്. ഒരിക്കലും വിടില്ല. ഒപ്പം പോയിച്ചേരുന്നതുവരെ വിടില്ല. അങ്ങനെയെങ്കിലും വേഗത്തിൽ കൂട്ടിക്കൊണ്ടുപോയി തുലയ് എന്നവൾ ചിന്തിച്ചു.

അമ്മ വന്ന് കൈ പിടിച്ച് ഉയർത്തി. ഇരുത്തിയിട്ട് മൊന്ത നീട്ടി. വെയിലേറ്റതിനാൽ വെള്ളത്തിന് അല്പം ചൂടുണ്ടായിരുന്നു. മൊന്ത പിടിക്കാൻ കൈക്ക് ബലമില്ല. താഴേക്ക് ഊർന്നു. ഉടനെ അമ്മ തന്റെ കൈകൊണ്ടു പിടിച്ച് അവളുടെ വായ്ക്കരികിൽ വച്ചു. വെള്ളത്തിൽ വായിലെ അഴുക്കുമുഴുവൻ കൊപ്ലിച്ച് താഴേക്കു തുപ്പി. രണ്ടാമത്തെ കവിൾവെള്ളം ഒരിറക്ക് തൊണ്ടയെ നനച്ചു. ഉടനെ അവൾക്ക് മനം പുരട്ടിക്കൊണ്ടുവന്നു.

കുടലു മുഴുവൻ പുറത്തേക്കു വരുന്നതുപോലെ ഓക്കാനിച്ചു. വെറും വെള്ളം മാത്രമാണ് വന്നത്. എന്നാൽ ഓക്കാനം നിന്നില്ല. അമ്മയുടെ സാരിത്തലപ്പിൽ മുറുകെ പിടിച്ചുകൊണ്ട് കുനിഞ്ഞ് ഓക്കാനിച്ചു. വായ്മാത്രം കുരുവിക്കുഞ്ഞിനെപ്പോലെ തുറന്നു. ഉള്ളിൽ നിന്നും ഒന്നും വന്നില്ല. വളരെ പ്രയത്നിച്ചതിനുശേഷം ഒരു തുള്ളി എച്ചിൽ ഒഴുകി. "ഒരു വായ് കൂടി കുടിക്ക്" എന്നു പറഞ്ഞിട്ട് അമ്മ മൊന്ത നീട്ടി. പൊന്നയ്ക്ക് വായടയ്ക്കാനായില്ല. തലമാത്രം ആട്ടി. "ആഹ് ആഹ്" എന്ന് ഒച്ചയോടെ ശ്വാസം വിട്ടു. അമ്മയുടെ നിർബ്ബന്ധത്തിനു വഴങ്ങി അവൾ മൊന്തയിലെ വെള്ളം വായിൽ വച്ചു. ഒരുതുള്ളിപോലും വായിലേക്കു പോയില്ല. അങ്ങനെ തന്നെ അമ്മയുടെ ദേഹത്തേക്ക് തുപ്പി. ഉള്ളിൽ നിന്നും ഇനിയും പുറത്തേക്കു വരുന്നതുപോലെ അവൾ എക്കിട്ടയിട്ടു.

നാലഞ്ചു പ്രാവശ്യത്തിനുശേഷം പിന്നെ സാധിച്ചില്ല വായ് അങ്ങനെ തന്നെ വച്ചുകൊണ്ട് അവൾ അമ്മയെ കെട്ടിപ്പിടിച്ചു. നല്ലതായിരുന്നല്ലോ. എന്തു പറ്റി നിനക്ക്? നിന്റെ അമ്മായിഅമ്മ കൂടി ഇല്ല, ഞാൻ എന്തു ചെയ്യും?" എന്ന് നല്ലായി ഒച്ചവച്ചു. തൊഴുത്തിന്റെ വേലിക്കരികിൽ കിണറ്റിനടുത്ത് മാരായിയുടെ പുൽക്കറ്റയേറ്റിയ തല തെളിഞ്ഞു. "മാരാ ഇങ്ങോട്ട് ഓടിവാ.. പൊന്നയ്ക്കെന്തോ പറ്റിയിട്ടുണ്ട്" എന്ന് വിളിച്ചുകൂവി. കറ്റ അവിടെത്തന്നെ എറിഞ്ഞിട്ട് മാരായി ഓടി വന്നു. പൊന്ന എന്തെങ്കിലും ചെയ്തുകളഞ്ഞോ എന്നാണവൾക്കു തോന്നിയത്. "അയ്യോ നീയും എന്റെ തലയിൽ കല്ലെടുത്തിട്ടോ." എന്ന് കാടുമേടുകളിലുള്ളവർകൂടി കേൾക്കും വിധം അലറിയും നെഞ്ചിൽ ഇടിച്ചുംകൊണ്ട് ഓടിവന്നു. അകത്തേക്കു വന്ന മാരായിക്ക് പൊന്ന ഛർദ്ദിക്കുന്നത് കണ്ണിൽ പെട്ടു.

ഉടനെ അവൾ മനസ്സിൽ പറഞ്ഞു. ഇത് അതുതന്നെ. "അട പൊന്നാ... ഒറ്റയായി കിടക്കുമെന്ന് വിചാരിച്ചിരുന്നു. വയറ്റിൽ ഒന്നിനെ ഉദിക്കാൻ വച്ചല്ലോ സാമീ... എന്റെ ചെറുക്കൻ ഒരുജീവനെ നല്കിയിട്ടാണ് പോയി ച്ചേർന്നിരിക്കുന്നത്." എന്ന് സന്തോഷത്തോടെ ഒച്ച വച്ചു.

അടുത്തേക്കു വന്ന് പൊന്നയുടെ തലയിൽ കൈവച്ച് ദൃഷ്ടി ഉഴിഞ്ഞു പൊന്നയ്ക്ക് ഒന്നും മനസ്സിലായില്ല. നല്ലായിക്ക് ഇപ്പോൾ മനസ്സിലായി. അത് ഉറപ്പിക്കാനായി പൊന്ന ദൂരത്തായിട്ട് എത്ര മാസമായി എന്നു ചോദിച്ചു. പൊന്നയ്ക്ക് അത് ഓർമ്മയില്ല. കാളി പോയതുമുതൽ ദൂരത്തായതായി അറിയില്ല. "പൊന്നാ ആ ദൈവം കൈവെടിഞ്ഞില്ല. നിന്റെ കെട്ടിയോൻ തന്നെയാണ് നിന്റെ വയറ്റിൽ ഉദിച്ചിരിക്കുന്നത്. ഇനി ഉൽക്കണ്ഠയില്ല പോ." എന്നു പറഞ്ഞു. പൊന്നയ്ക്ക് എല്ലാം മനസ്സിലായി.

എന്നാൽ തലയിൽ കൈ പിടിച്ചുകൊണ്ട് അവൾ പൊട്ടിക്കരഞ്ഞു.

പതിമൂന്ന്

മാരായി പുറപ്പെടുവിപ്പിച്ച ശബ്ദം കേട്ട് തൊട്ടടുത്ത വയലുകളിൽ ഉണ്ടായിരുന്നവരൊക്കെ ഓടി വന്നിരുന്നു. വലിയ ജനക്കൂട്ടം തന്നെ വന്നു ചേർന്നു. കാര്യം അറിഞ്ഞപ്പോൾ "ശ്ശെടാ, ഈ പെണ്ണുങ്ങളൊക്കെ ഇങ്ങനെ തന്നെയാണ് നല്ലതിനും ഒച്ചവയ്ക്കും, ചീത്തയ്ക്കും ഒച്ചവയ്ക്കും. മറ്റൊന്നുകൂടി പോയിച്ചേർന്നെന്നാണ് ഞാൻ വിചാരിച്ചത്. അങ്ങനെ തന്നെ ഓടിവന്നു." എന്നു പറഞ്ഞുകൊണ്ട് പുരുഷന്മാരൊക്കെ സ്ഥലം കലിയാക്കി. സ്ത്രീകൾ ആരും പോയില്ല. പൊന്നയുടെ അരികിൽ പോയി രണ്ടു നല്ല വാക്കുകൾ സംസാരിച്ചു. പൊന്ന ഓരോരുത്തരെയും തലയുയർത്തി നോക്കി. ആരെക്കണ്ടാലും അവൾക്ക് കരച്ചിലാണ് വന്നത്. സ്ത്രീകൾ അല്പം സന്തോഷത്തോടെയും സങ്കടത്തോടെയും പരസ്പരം സംസാരിച്ചുകൊണ്ടിരുന്നു.

"ഉണ്ടായിരുന്നത് ഇപ്പോൾ പോയിച്ചേർന്നിരിക്കുന്നു. കാണാൻ ഭാഗ്യമുണ്ടായില്ല. അവൻതന്നെ ജീവൻ കൊടുത്ത് ജീവൻ ഉണ്ടാക്കിയിരിക്കുന്നു. ആൺകുട്ടി തന്നെയായിരിക്കും ജനിക്കുക നോക്കിക്കോ. ഇപ്പോൾ മൂന്നാം മാസം തുടങ്ങിയിരിക്കും. അതാണ് ഓക്കാനം വരുന്നത്. കുറച്ചു മുൻപേ വന്നിരിക്കേണ്ടതാണ്. പുലയായതിനാൽ താളിക്കൽ നിർത്തിയിരിക്കുകയാണ്. താളിക്കുന്ന മണം വന്നാൽ എപ്പോഴേ ശർദ്ദിച്ചിരിക്കും. തള്ളിപ്പോയത് ആരുംതന്നെ അറിഞ്ഞില്ല. വീട്ടിലെ ആണ് അന്യായമായി പോയിച്ചേർന്ന വ്യസനത്തിലിരിക്കുമ്പോൾ, ഇതാണോ എണ്ണിക്കൊണ്ടിരിക്കുക. അവന് ഒരു ദത്താണിത്. ഇത് പെഴച്ചാൽ ഒരു പിൻഗാമിയെ കണ്ടിട്ട് പോകാം. കൊള്ളിവെക്കാനും കലം ഉടയ്ക്കാനും ഒന്ന് ഇല്ലാതെ പോയി. എല്ലാ ജോത്സ്യരും കുഞ്ഞുണ്ടാകും എന്നുതന്നെയാണ് പറഞ്ഞ

തത്രെ. അതിനകം ഏതോ ഒരു നായ എന്തോ പറഞ്ഞതിന് ഇവൻ പോയി തൂങ്ങി." ദേഷ്യം സഹിച്ചില്ല. ആൾക്കാർ ഓരോന്നായി പറഞ്ഞുകൊണ്ടിരുന്നു. അവർ പരസ്പരം ഓരോന്നും പറഞ്ഞു.

കണ്ണീരും ഓക്കാനവുമായി പൊന്ന ഇരുന്നു. "പൊന്നാ... എന്തിനാണ് കരയുന്നത്. ഇനി നിന്റെ ജീവിതത്തിന് ഭംഗമില്ല, പോ. വിഷമിക്കണ്ട." തോനിക്കാട്ട് തൊരട്ടു മുത്തശ്ശി അരികിൽ വന്നിരുന്ന് മുഖം പിടിച്ചുയർത്തിക്കൊണ്ട് പറഞ്ഞു. ആ മുത്തശ്ശിക്ക് കുട്ടികളില്ല. ചെറുപ്പത്തിൽ തന്നെ ഭർത്താവ് മരിച്ചുപോയി. ഇവിടെ ജ്യേഷ്ഠന്റെ വീട്ടിൽ വന്ന് കാലം കഴിക്കുന്നു. പൊന്നയെ കണ്ടപ്പോൾ മുത്തശ്ശിയുടെ കണ്ണുകൾ നിറഞ്ഞു.

"പട്ടിൻ മേൽ പട്ടുചാർത്തി
പല്ലക്ക് നാലുവച്ച്
പൊന്നും പണ്ടവും അണിഞ്ഞ്
ജീവിച്ചാലും ജീവിച്ചാലും
കുഞ്ഞൊന്ന് ഇല്ലെങ്കിൽ
ഫലമെവിടെ ഭാഗ്യമെവിടെ
സ്വന്തക്കാരെവിടെ
കുഞ്ഞൊന്ന് വന്നല്ലോ
പൊന്നയുടെ ജീവിതത്തിനിനി
ഫലവും ഉണ്ട് ഭാഗ്യവും ഉണ്ട്
പലപേർ സ്വന്തക്കാരായുമുണ്ട്."

മുത്തശ്ശി പാടിയപ്പോൾ എല്ലാവരും സന്തോഷത്തോടെ ചിരിച്ചു. "കിഴവിയെ വിട്ടാൽ ഇവിടെ നാലുപേരെ കൂട്ടി കുമ്മിയടിക്കുമെന്നു തോന്നുന്നല്ലോ" എന്ന് എല്ലാവരും കളിയാക്കി. പൊന്നയുടെ കണ്ണീർ വിരലുകൾ കൊണ്ട് തുടച്ച മുത്തശ്ശി "എന്റെ കഷ്ടപ്പാട് മറ്റൊരാൾക്ക് വരരുതെന്നു വിചാരിക്കുന്നവളാണ് ഞാൻ. നിന്റെ അവസ്ഥയെക്കുറിച്ചാലോചിച്ചിട്ടാണ് വിഷമം. ഏതൊക്കെ കൂടപ്പിറപ്പുകൾ ഉണ്ടായിട്ടും നമുക്ക് ഒന്നുള്ളതുപോലെയാകുമോ മോളേ" എന്നു പറഞ്ഞു.

"കിഴവീ നിക്ക് ഇന്ന് നിങ്ങളുടെ ഏട്ടന്റെ പേരക്കുട്ടിയോടു പോയിട്ട് പറയട്ടെ. അതിനുശേഷം ഉണ്ട് വാർത്ത" എന്ന് ഏതോ ഒരു കുസൃതി ച്ചെറുക്കൻ ഒളിഞ്ഞുനിന്നുകൊണ്ടു പറഞ്ഞു. "നീ പോയി പറ. എന്റെ കഷ്ടപ്പാട് എനിക്കറിയാം. അവനെന്തറിയാം" എന്ന് മുത്തശ്ശി പറഞ്ഞു. പൊന്നയുടെ ഓക്കാനം ഇനിയും നിന്നിട്ടില്ല. "മാരായീ കുറച്ചു ചുക്കുകാപ്പിയുണ്ടാക്കിക്കൊടുക്ക്. ഈ ശർദ്ദിയൊക്കെ നിന്നോളും. പിന്നെ അവൾക്ക് വായിക്ക് പിടിച്ചതെന്തെങ്കിലും ഉണ്ടാക്കിക്കൊടുക്ക്. കാലം പോയി വന്നുദിച്ച ശിശുവാണ്. പൊന്നുപോലെ കാത്തുസൂക്ഷിച്ചോ." എന്നു പറഞ്ഞപ്പോൾ മാത്രമാണ് മാരായി സ്വബോധത്തിലേക്കു വന്നത്. അടുപ്പിൽ നാലഞ്ചു ചുള്ളിക്കമ്പുകൾ വച്ച് തീ കത്തിച്ചു. നല്ലായിക്ക്

അല്പം നാണം വന്നു. ഇതാണെന്ന് തനിക്കു കണ്ടുപിടിക്കാനായില്ലല്ലോ എന്നു തോന്നി.

"മാരയാണ് വന്ന് കണ്ടയുടനെ ഇതാണെന്നു പറഞ്ഞത്. ഞാനൊരു പോഴത്തക്കാരി. മോൾക്ക് എന്തോ പറ്റിയെന്ന് വിചാരിച്ചതല്ലാതെ ഇങ്ങനെയാണെന്ന് ചിന്തിച്ചതേയില്ല. ഇവൾക്ക് എന്തെങ്കിലും നല്ലത് നടന്നാലേ നല്ലത് ചിന്തിക്കാൻ പറയൂ" എന്ന് തന്റെ നിസ്സഹായത നല്ലായി വെളിപ്പെടുത്തി. "എന്തിനാണ് നഴ്സിനെ വിളിച്ച് നാഡി പരിശോധിക്കുവാൻ പറയുന്നത്." എന്ന് ഒരുത്തി പറഞ്ഞപ്പോൾ "അതെന്താ ഉള്ളം കൈയിലെ പുണ്ണിന് കണ്ണാടി?" എന്ന് ഉടനെ നിഷേധിച്ചു മാരായി. എങ്കിലും ഇപ്പോഴും മനസ്സിൽ അതുതന്നെയാണ് ഓടിക്കൊണ്ടിരിക്കുന്നത്.

മാരായി അടുപ്പത്ത് ചട്ടിവച്ച് വെള്ളം ഒഴിച്ചു. നല്ല വാർത്ത കേൾക്കാനായി അത്രയും പേർ വന്നുചേർന്നത് സന്തോഷിപ്പിച്ചു. കാളി ഇരുന്ന് ഇത് നടത്തിയിരുന്നാൽ കൂടുതൽ അഭിമാനകരമായേനെ. അതുകൂടി ഓർമ്മയില്ലാത്ത അളവിന് പരവശയായിരുന്നു. "ഞാനും എന്താ ഏതാന്നു വിചാരിച്ചാണ് ഓടി വന്നത്. കിണറ്റിനടുത്തേക്കു വന്നു. ഇവിടെയിരുന്ന് അവളുടെ അമ്മ കരയുന്നു. എന്തു വിചാരിച്ചിട്ടാണോ. അവന്റെ ഓർമ്മയിൽ കഴിയുകയല്ലേ. എന്തെങ്കിലും ചെയ്തുകളഞ്ഞോ എന്ന് ചിന്തിച്ചു നെഞ്ചു കലങ്ങിപ്പോയി. കറ്റ അവിടെത്തന്നെ എറിഞ്ഞിട്ട് ഓടിവന്നു നോക്കുമ്പോൾ, അവൾ ഓക്കാനിച്ചുകൊണ്ടിരിക്കുന്നു. അപ്പോഴാണ് പെട്ടെന്ന് മനസ്സിൽ ഓർത്തത്. അവൻ പോയതിനു ശേഷം അവൾ തീണ്ടാരിയായിട്ടില്ലല്ലോ എന്നോർത്ത് പോയി. പലവ്യഞ്ജനപ്പെട്ടി പരിശോധിച്ചു. അതിൽ കുരുമുളക് ഉണ്ടായിരുന്നു. ചുക്ക് ഇല്ല."

"ശ്ശെടാ എപ്പോഴോ കുറച്ച് ചുക്ക് വാങ്ങിവച്ചിരുന്നു. അത് എന്റെ വീട്ടിലാണുള്ളത്. നല്ലക്കാ, മോളുടെ മുഖം കഴുകിയിട്ട് കട്ടിലിൽ കിടത്ത്. ഒറ്റ ഓട്ടത്തിനു പോയി ചുക്ക് എടുത്തിട്ടു വരാം" എന്നു പറഞ്ഞിട്ട് തൊഴുത്തിന്റെ വേലി കടന്ന് അവൾ ഓടി. ജോലിക്ക് പോയിക്കൊണ്ടിരുന്ന ആരോ "മാരച്ചേച്ചിയുടെ തുള്ളൽ നോക്ക് ഇനി അവളെ കൈയിൽ പിടിക്കാനാവില്ല." എന്നു പറഞ്ഞു. മാരായിയുടെയും മനസ്സ് കുതിച്ചുചാടിക്കൊണ്ടിരുന്നു. വഴിയിൽ കാണുന്ന ഓരോരുത്തരോടും രണ്ടുവാക്കിൽ "പൊന്നയ്ക്ക് വയറ്റിലുണ്ട്." എന്ന് ചിരിച്ചുകൊണ്ടവൾ പറഞ്ഞു. ഒരാളോടും നിന്നു സംസാരിച്ചില്ല. ഗ്രാമത്തിൽ അവൾ എത്തിച്ചേരുമ്പോൾ "മാരചേച്ചീ... നിങ്ങളുടെ മരുമകൾക്ക് വയറ്റിലുണ്ടോ" എന്ന് ആൾക്കാർ ചോദിച്ചു. "അതിനകം ഇവിടെയും അറിഞ്ഞോ?" "അതെ, ഇന്നാണ് മനസ്സിലായത്." എന്ന് മറുപടി പറഞ്ഞുകൊണ്ട് അവൾ നടന്നു. "ഇത് എത്ര മാസമാ? ഇപ്പോൾ ഏഴോ എട്ടോ?" ഒരുത്തി ചോദിച്ചു. അവൾ ആരാണെന്ന് കാണാൻ മുഖത്തേക്കു നോക്കിയില്ല. "ആരാണെടീ അവൾ ഒരു മെട്ടോൾ? ഏഴെട്ടു മാസമായിട്ടുണ്ടെങ്കിൽ ഇന്നുവരെ അറിയാതെ

പോകുമോ? എന്റെ ചെറുക്കൻ ഇങ്ങനെ പിടഞ്ഞ് പിടഞ്ഞ് പോകുമോ? വേറെ വീട്ടിലെ അടുപ്പിലേക്ക് തീ ചോദിക്കാതെടീ. എന്തോ ഞങ്ങടെ നേരോം കാലോം. അവൻ പോയതിന് ശേഷമാണ് ദൈവം ഇത് കാണിച്ചു തന്നിരിക്കുന്നത്. നല്ലതാണെന്ന് വിചാരിക്ക്" എന്നു പറഞ്ഞിട്ട് ഓടി ഉമ്മ റത്തെ വാതിൽ തുറന്ന് തന്റെ പലവ്യഞ്ജനപ്പെട്ടിയിൽ ഒളിഞ്ഞു കിടന്ന ചുക്കുകഷണം അവൾ എടുത്തു. 'പരിഹസിക്കുന്ന നാവ് ചുക്ക് ചുടു ന്നതുപോലെ ഞാൻ ചുടും. ഇളിച്ചോണ്ടു നിക്കുന്നു. കർമ്മം തൊലഞ്ഞു പോട്ടെ' എന്നവൾ സ്വയം പറഞ്ഞു. തിരിച്ചുവരുമ്പോഴും ഓരോരുത്ത രോടും ഓരോവാക്ക് സംസാരിച്ചുകൊണ്ടുനടന്നു. ഗ്രാമത്തിലെ കിണർ കടക്കുമ്പോൾ കുടം വച്ചുകൊണ്ട് മാരി നില്ക്കുന്നതു കണ്ടു. അവൻ അവളെ കണ്ടതും "കവുണ്ടിച്ചി ഒരുകുടം വെള്ളം കോരി ഒഴിച്ചിട്ട് പോ" എന്നു പറഞ്ഞു. "നിനക്കില്ലാതെയോ, ഇതാ വരുന്നു." എന്നു പറഞ്ഞിട്ട് കോരി. "മാരീ... എന്റെ മരുമകൾ പൊന്ന ഗർഭിണിയായിരിക്കുന്നെടാ. വാർത്ത കാട്ടുപട്ടിയിൽ പോയി സമന്തിയുടെ വീട്ടിൽ പറഞ്ഞിട്ട് വരണം. പോകുമോ" എന്നു പറഞ്ഞു. "എടാ നമ്മുടെ ചിന്ന കൗണ്ടച്ചിയോ? കുട ത്തിലെ വെള്ളം വീട്ടിൽ ഇറക്കി വച്ചിട്ട് അങ്ങനെ തന്നെ പോകാം." മാരി പറഞ്ഞു. അവൾ കുടം നിറച്ചു.

"സമന്തിയുടെ വീട്ടിൽനിന്നും സന്തോഷത്താൽ മടി നിറയെ തരും. മുണ്ട് കിട്ടിയാലും കിട്ടും. പറഞ്ഞാൽ അവർതന്നെ വരും. നീയും ഒരു വാക്ക് വരാൻ പറയ്" അവൾ പറഞ്ഞു. "അതിനെന്താ കൈയോടെ വണ്ടി കെട്ടിയിട്ട് വരാൻ പറയാം. ചിന്ന കൗണ്ടർക്കോ ഭാഗ്യമില്ല" എന്നവൻ പറഞ്ഞത് കാതിൽ വീണ് മായുമ്പോഴേക്കും മാരായി പോയി. നഴ്സി നോട് വരാൻ പറയാൻ മറന്നുപോയല്ലോ എന്നോർമ്മ വന്നു. അവളുടെ വീട് ഗ്രാമത്തിനു പുറത്തായിരുന്നു. അവിടെ പോയി തിരികെ വരാൻ കുറെ നേരമാകും. ആരെയെങ്കിലും പറഞ്ഞയയ്ക്കാമെന്നവൾ ചിന്തിച്ചു. ഗ്രാമത്തിൽ നിന്നും പാടത്തേക്ക് പോകുന്നവരമ്പിന്മേൽ കയറുമ്പോൾ അവൾ ചുറ്റും നോക്കി. ആരോ ഒരുത്തി പുല്ലും കെട്ടും തലയിലേറ്റി ക്കൊണ്ട് എതിരെ വന്നുകൊണ്ടിരുന്നു. നടത്തം വച്ച് ആരാണെന്ന് കണ്ടു പിടിക്കാനായില്ല. അടുത്തേക്കു വന്നപ്പോൾ അത് മൊശക്കാട്ട് പൊങ്കാ യിയാണെന്നു മനസ്സിലായി.

അവൾ ഒരിക്കലും ദോഷമായി ചിന്തിക്കില്ല. സദാ കുടിച്ചിട്ട് അകാ ലത്തിൽ മരിച്ചുപോയ ഭർത്താവിനേയും ഓർത്തുകൊണ്ട് ഒറ്റയാനായി രണ്ടു പെൺമക്കളെയും ആൺകുട്ടിയെയും വളർത്തുന്നവളാണ്. നാലു ദിവസം മുൻപുകൂടി പാടത്തിനടുത്ത് കണ്ടപ്പോൾ "ഇങ്ങനെ ആയി പ്പോയി ചേച്ചീ. മനുഷ്യന്റെ ജീവിതം എന്തൊരു ജീവിതം" എന്നു പറ ഞ്ഞിട്ട് കണ്ണീർ വാർത്തു. അവളെ നിർത്തിയിട്ട് മാരായി കാര്യം പറഞ്ഞു. "പൊങ്കാ നീ ചക്കരക്കത്തിയുടെ വീട്ടിൽ ഒരു കാര്യം പറഞ്ഞിട്ട് നഴ്സി

നോട് ഉടൻ വരാൻ പറയണം" എന്നു പറഞ്ഞു. "നീ പോയി പൊന്നയ്ക്ക് ചുക്കുവെള്ളം ഉണ്ടാക്കിക്കൊടുക്ക്. ഞാൻ പോകുന്ന വഴിക്ക് അങ്ങനെ തന്നെ അവിടെപ്പോയി ഇപ്പോൾ തന്നെ വരാൻ പറയാം. ചക്കരക്കത്തി വീട്ടിലില്ലെങ്കിലും അവളുണ്ടാകും. പറഞ്ഞാൽ ഉടനെ വരും. ഉറപ്പായതാണ്. അവളുടെ വായിൽ നിന്നും ഒരു നല്ല വാക്ക് കേട്ടാൽ മനസ്സിലാശ്വാസമാണ്. ഞാൻ പറയാം പോ" എന്നു പറഞ്ഞിട്ട് പൊങ്കായി പോയി. ഉറച്ച മനസ്സോടെ മാരായി നടന്നു.

മെല്ലെ വീശിയ കാറ്റ് പൂപോലെ ദേഹത്തെ തലോടി.

പതിനാല്

പൊന്ന കട്ടിലിൽ കിടന്നിരുന്നു. ഇപ്പോൾ അവൾക്ക് അല്പം പോലും സംശയമില്ല. രാത്രി കാളി വന്നു. അവളുടെ അടുത്ത് വളരെ നേരം ഇരുന്നു. അവനാണ് അവളുടെ ഉള്ളിൽ കടന്നിരിക്കുന്നത്. ജീവ നോടെ ഉണ്ടായിരുന്നപ്പോൾ അവന് ഈ കൈ വന്നിരുന്നില്ല. ഇപ്പോൾ അവന് കൈവന്നിരിക്കുന്നു. പൊന്നയുടെ കഷ്ടം തീർക്കാനായാണ് ജീവൻ വെടിഞ്ഞിരിക്കുന്നത്. അവൾക്കു വേണ്ടിയാണ് അവൻ ഇതു ചെയ്തിരി ക്കുന്നത്. ഇന്നലെ രാത്രി അവളെ മയക്കത്തിൽ ആഴ്ത്തിയിട്ട് അവൻ സംസാരിച്ച വാക്കുകളൊക്കെ ഇപ്പോൾ ഓർമ്മ വന്നു. ഇപ്പോഴും ആ ശബ്ദം കേൾക്കാനാകുന്നു. "നിനക്ക് എന്താണോ വേണ്ടത് അത് നല്കാൻ പോകുന്നു" അവൻ നല്കിയിരിക്കുന്നു. ഇന്നലെ ഏതാണ് ദിവസം? വ്യാഴാഴ്ച. കാളി പോയതും ഇതേ ദിവസമാണ്. ശരിക്ക് രണ്ടുമാസം കഴിഞ്ഞ് മൂന്ന് ആരംഭിക്കുന്നു.

അവളോട് അവന് ദേഷ്യം ഉണ്ടാവില്ല. അവളെ സഹായിക്കുക എന്ന താണ് അവന്റെ ചിന്ത. അവൾ ഇന്നലത്തെ ദിവസത്തെ ഓർത്തുനോക്കി. ഒരിക്കലും ഇല്ലാത്ത അത്യാഹ്ലാദത്തിൽ കിടന്ന വികാരമായിരുന്നു. അത് അവൾക്ക് ഇപ്പോഴും അറിയാനാവുന്നു. അതിന്റെ ഫലമാണ് ഇന്നത്തെ ശർദ്ദി. എല്ലാവരുടെ കണ്ണുകളെയും കെട്ടുന്ന മായ വിദ്യക്കാരനാണ് കാളി. പൊന്ന 'മാമാ' എന്നു പിറുപിറുത്തു. ശരി എന്റെയകത്തേക്ക് വന്നിരി ക്കുന്നു. ഇനി നിന്നെ വിടില്ല. എന്നാൽ നീ ആൺകുട്ടിയായി ജനിക്കാൻ പാടില്ല. നിങ്ങളുടെ മുത്തശ്ശന് അല്പായുസ്സാണ്. നിങ്ങളുടെ അച്ഛനും അല്പായുസ്സ്, നിങ്ങൾക്കും അല്പായുസ്സ്. എന്റെ മകന് അത് സംഭവി ച്ചുകൂടാ. എനിക്ക് മകളെ നല്ക്. അവളെ വളർത്തി ആളാക്കി നിങ്ങ ളുടെ പേര് പറയിക്കും. നിങ്ങളെപ്പോലെ തന്നെ അവൾ എന്റെ മടിയിൽ

കിടക്കും. അവൾക്ക് ഈ മാറിടം നല്കും. കുടുംബശാപം നിങ്ങളോടെ തീരട്ടെ. ആണായി ജനിച്ചാൽ എന്നെപ്പോലെ ഒരുത്തിവന്ന് കഷ്ടപ്പെട ണം. അതുവേണ്ട. നിനക്ക് എന്താണ് വേണ്ടത് അതു നല്കാം എന്ന് വാക്ക് തന്നതല്ലേ; എനിക്ക് ഇതാണ് വേണ്ടത്. പൊന്ന അബോധാവസ്ഥ യിൽ എന്തൊക്കെയോ പിറുപിറുത്തുകൊണ്ടിരുന്നു. കടലപ്പാടത്ത് കള പറിക്കാൻ വന്ന നാലഞ്ചു മുത്തശ്ശിമാർ മാത്രം ഉണ്ടായിരുന്നു. എല്ലാ വരും ഇനി പൊന്നയ്ക്ക് പ്രശ്നങ്ങളൊന്നും ഇല്ല എന്ന് പറഞ്ഞുകൊണ്ട് ജോലി നോക്കാനായി പോയി. മാരായി വേഗത്തിൽ വന്നു. ചുക്ക് ഉണ്ടാ യിരുന്നോ മാരാ എന്ന് മുത്തശ്ശി ചോദിച്ചു. "വാങ്ങിവച്ചിരുന്നു. ഒരത്യാ വശ്യം വന്നാൽ എവിടേക്ക് ഓടാനാ? നമ്മുടെ പക്കൽ ഉണ്ടെങ്കിലല്ലേ പറ്റൂ" എന്നു പറഞ്ഞുകൊണ്ട് ചുക്ക് പൊടിച്ച് വെള്ളം ചൂടായിക്കൊണ്ടി രുന്ന ചട്ടിയിലേക്കിട്ടു. മടിയിൽ കെട്ടിക്കൊണ്ടുവന്ന കരുപ്പട്ടി മന്തുകൊണ്ട് തല്ലിപ്പൊട്ടിച്ച് അതിനകത്തേക്കിട്ടു. അണഞ്ഞിരുന്ന അടുപ്പ് ഓല കത്തിച്ച് വീണ്ടും എരിച്ചു.

നല്ലായിയെ നോക്കി "നിന്റെ മോള് എന്തു പറയുന്നു." എന്നു ചോദിച്ചു. "എന്റെ മോളാണത്രെ. നിങ്ങളുടെ മരുമകളല്ലേ. ഒരോർമ്മയും ഇല്ലാതെ മയങ്ങിക്കിടക്കുകയാണ്. എപ്പോൾ എഴുന്നേറ്റുവരുമോ എന്ന റിയില്ല." എന്ന് നല്ലായി ഉൽക്കണ്ഠപ്പെട്ടു. മാരായി ചുക്കു കാപ്പി ഇറക്കി ഒരു ചെറിയ മൊന്തയിലേക്കൊഴിച്ച് ആറ്റി. അത് നല്ലായിയുടെ നേർക്ക് നീട്ടിയിട്ട് "കൊണ്ടുപോയി കൊട് ആറ്റിയിട്ടുണ്ട്. തൊണ്ടയ്ക്ക് നല്ലതാ ണ്. ഈ അടുപ്പിൽ തന്നെ കുറച്ചു ചോറുണ്ടാക്കാം. അതാണ് വായ്ക്ക് നല്ലത്. താളിക്കാതെ പരിപ്പു കറിയുണ്ടാക്കിക്കൊടുക്കാം" എന്നു പറ ഞ്ഞു. ചുക്കുകാപ്പി എടുത്തുകൊണ്ടു പോയി പൊന്നയെ എഴുന്നേല്പി ച്ചിരുത്തി അല്പാല്പമായി കുടിപ്പിച്ചു. രണ്ടു വായ് അകത്തേക്കു ചെന്ന യുടനെ വലിയ ഏമ്പക്കം വന്നു. "ഇങ്ങനെ ഏമ്പക്കം വരും. കുറേശ്ശെ കുറേശ്ശെ കുടിക്ക്" എന്നു പുറത്തുനിന്നും തേനോ മുത്തശ്ശി പറഞ്ഞു.

ആ മുത്തശ്ശി തന്നെ മാരായിയോട്, "എന്താ, മാരാ ഇനിയും പുല കഴിഞ്ഞിട്ടില്ലല്ലോ പിന്നെങ്ങനെ നെല്ല് ചോറുണ്ടാക്കും?" എന്നു ചോദി ച്ചു. ഇത് പ്രതീക്ഷിച്ചുതന്നെ മാരായി മറുപടി ആലോചിച്ചു വച്ചിരുന്നു. "വീട്ടിലല്ലേ ഉണ്ടാക്കാൻ പാടില്ലാതുള്ളൂ. തൊഴുത്തിലെന്താ? രണ്ടു മാസ മായി ഇവിടെനിന്ന് തന്നെയല്ലേ വച്ചുണ്ടാക്കി തിന്നുന്നത്. വീട്ടിൽ ഇനിയും ഒരു ദിവസം പോലും അടുപ്പു കത്തിച്ചിട്ടില്ല. പുല കഴിഞ്ഞ് മലയ്ക്കു പോകുന്ന അന്ന് വീട് വൃത്തിയാക്കി എല്ലാം ആചാരപ്രകാരം ചെയ്യാം. ഇപ്പോൾ ഇവിടെ നിന്ന് ഉണ്ടാക്കി കൊടുത്താൽ മതി. അവള് പാടുപെടു കയാണ്. ഒരു നേരമെങ്കിലും നെല്ല് ചോറ് കൊടുത്താലേ വായ്ക്ക് രുചി യുണ്ടാവൂ. ആചാരമൊക്കെ നമ്മളുണ്ടാക്കുന്നതല്ലേ. ഞാൻ പറയുന്നത് ശരിയല്ലേ." എന്നുപറഞ്ഞ് മുത്തശ്ശിയെയും ഇണയ്ക്ക് വിളിച്ചു. "അതി ലെന്തിരിക്കുന്നു. ഇപ്പോൾ വേറൊരാളുടെ വീട്ടിൽ നിന്നും ഉണ്ടാക്കിക്കൊ ണ്ടുവന്നാൽ എങ്ങനെയാണോ അതു പോലെതന്നെയാണ് ഇത്. ഉണ്ടാ

ക്കിക്കൊടുക്ക് മാരാ. നിന്റെ മകൻ കാളി വേണമെങ്കിൽ വന്ന് വേണ്ടെന്നു പറയട്ടെ." മുത്തശ്ശി പറഞ്ഞു.

പൂവരശ് മരച്ചുവട്ടിലെ തണലിൽ മുത്തശ്ശിമാർ ഇരുന്നിരുന്നു: ഇടുപ്പിൽ തിരുകിയിരുന്ന മടി സഞ്ചി തൊരട്ടു മുത്തശ്ശി പുറത്തേക്കെടുത്തു. "മടിസഞ്ചി ഒരിക്കലും ഇടുപ്പുവിട്ട് ഇറങ്ങാറേ ഇല്ല. മരിച്ചാലേ ചെലവിന് സഞ്ചി എടുക്കാവൂന്ന് പറഞ്ഞിരിക്കുകയാണ്. ഇതിൽ വെറ്റിലയും പുകയിലയും ഉണ്ട്. ചുണ്ണാമ്പ് ഡപ്പിയും ഉണ്ട്. കാണണോ" എന്നു പറഞ്ഞ് സഞ്ചിയുടെ ചുരുക്ക് നിവർത്തി. ഓരോരുത്തരും മുറുക്കി. മാരായി ചോറുണ്ടാക്കുന്ന ജോലി ആരംഭിച്ചു. പൊന്ന കുറച്ചുമാത്രമേ ചുക്കുകാപ്പി കുടിച്ചുള്ളൂ. എന്നാലും വയറ്റിൽ അത് തങ്ങിയതു തന്നെ വലിയ കാര്യം. നഴ്സ് തങ്കമ്മ "വലിയ കൗണ്ടച്ചിമാരൊക്കെ ഒന്നു ചേർന്ന് ഇവിടെ ഇരിക്കുന്നുണ്ടല്ലോ. വിശേഷം ഉള്ളതുപോലെ തോന്നുന്നു" എന്നു പറഞ്ഞുകൊണ്ട് കുടിലിനകത്തേക്കു വന്നു. "വലിയ വിശേഷമെന്നാൽ നിനക്ക് ഉത്സവമാണല്ലോ." തൊരട്ടു മുത്തശ്ശി പറഞ്ഞു.

"അതെ കൗണ്ടച്ചി; ഈ നാലുപേരും എൺപത് കടന്നിരിക്കുന്നു. ഓരോന്നും ഇപ്പോൾ പോകും, ഇപ്പോൾ പോകും എന്ന പരുവത്തിലിരിക്കുന്നു. ഒന്നും കെട്ടഴിച്ചു പോകുന്നവഴി കാണുന്നില്ല." എന്ന് തങ്കമ്മ പറഞ്ഞുകൊണ്ട് പോയി. "നിന്റെ കെട്ടിയോൻ ക്ഷൗരക്കൂലി വാങ്ങുന്നില്ലേ. നിനക്കത് പോരെ, ചാവ് കൂലിയും ചോദിക്കുകയാണോ?" അത് കേൾക്കാത്തതുപോലെ "കാളി കൗണ്ടറെപ്പോലെ ചെറുപ്പക്കാരൊക്കെ പോയിത്തീരുന്നു. ഈ പഴംകട്ടകളൊക്കെ അങ്ങനെ തന്നെ ഇരിക്കുന്നു. എന്നാണ് പറഞ്ഞത്. ഇരിക്ക്, ഇരിക്ക് എല്ലാവരും നൂറ് കടക്ക്." അവൾ പറഞ്ഞു. "വേണമെങ്കിൽ എല്ലാവർക്കും ഒരു മരുന്ന് തന്നേക്ക്. രാജകീയമായി പോയിച്ചേർന്നോളാം." തെരട്ടു മുത്തശ്ശി പറഞ്ഞു. തങ്കമ്മ ഇങ്ങനെ എല്ലാവരോടും വമ്പ് പറയും. ആർക്കും തന്നോട് ദേഷ്യം വരുന്നതുപോലെ ഒന്നും പറയില്ല. ഗ്രാമത്തിലെ ഒരൊറ്റ നഴ്സാണവൾ. അവൾ സ്ത്രീകളെ ചികിത്സിക്കും. പ്രസവവും അവൾ തന്നെ. അവളുടെ ഭർത്താവിന് ക്ഷൗരം ചെയ്യലാണ് ജോലിയെങ്കിലും പുരുഷന്മാരെ അവൻ ചികിത്സിക്കും. എല്ലാറ്റിനും ചേർത്ത് വർഷക്കൂലിയാണ്. ചുരുണ്ടുകിടന്ന പൊന്നുടെ വലത്തെ കൈ എടുത്ത് അവൾ നാഡി പരിശോധിച്ചു. "കാളി കൗണ്ടറുടെ ജീവനാണ് കൗണ്ടച്ചിയുടെ വയറ്റിനകത്ത് പൂത്തിരിക്കുന്നത്. ഇതൊക്കെ ഉറപ്പാണ്. നാളെ രാവിലെ നാല് ഗുളിക തരാം. ദിവസം ഓരോന്ന് വായിലിടട്ടെ. ഓക്കാനമൊക്കെ നില്ക്കും." അവൾ പറഞ്ഞു. പൊന്ന അവളെ നോക്കി മെല്ലെ ചിരിച്ചു. "മുഖത്ത് ചിരി വരുന്നു. സുഖമായി പ്രസവിക്കും. വംശം വർദ്ധിക്കും. കുഞ്ഞ് കളിച്ചു നടക്കും." എന്ന് ആശംസിച്ചു. ഒരു നാഴി കമ്പ് കൊണ്ടുവന്ന് നല്ലായി അവളുടെ മടിയിലേക്കിട്ടു കൊടുത്തു. അതു വാങ്ങി മടിയിൽ കെട്ടിക്കൊണ്ട് അവൾ പുറത്തേക്കുവന്നു.

"നിന്റെ നാവ് വല്ലാതെ തുള്ളുന്നുണ്ട്. ചക്കരക്കത്തിയോടു പറഞ്ഞ്

അറുത്തു മാറ്റിക്കും." തൊരട്ടു മുത്തശ്ശി പറഞ്ഞു. "അതൊന്നും നടക്കില്ല. അവൻ പൂർണ്ണമായി ഇവളുടെ കോവിലിൽ കുമ്പിട്ടു കിടക്കുകയാണ്. എന്ത് അങ്ങനെയാണോ. ഏത്തമിട്ട് കുമ്പിടുന്നോ അതോ സാഷ്ടാംഗം കുമ്പിടുന്നോ?" "ഉം നിന്നിട്ട് കുമ്പിടുന്നു. വൃദ്ധകളുടെ സംസാരം നോക്ക്." "കണ്ടെടീ അവനല്ലേ കൈയിൽ കത്തിയുമായി കറങ്ങി നടക്കുന്നത്. കത്തിക്ക് മൂർച്ചകൂട്ടാൻ കല്ല് വച്ചിട്ടുണ്ടോ തങ്കമ്മേ." മുത്തശ്ശിമാർ പറഞ്ഞുപറഞ്ഞു ചിരിച്ചു. "ഒരു വെറ്റില താ മുത്തശ്ശീ." തൊരട്ടു മുത്തശ്ശിയോട് തങ്കമ്മ ചോദിച്ചു. അവർ മടിസഞ്ചി പുറത്തേക്കെടുത്തു. "ചുരുക്കു സഞ്ചി വച്ചിട്ടാണ് ഈ തള്ള നെഗളിക്കുന്നത്." "അതെയെടീ, എന്റെ കൈയിൽ ഉള്ളത് ചുരുക്കു സഞ്ചിതന്നെയാണ്. നീയല്ലേ തിളങ്ങുന്ന സ്വർണ്ണസഞ്ചി വച്ചിരിക്കുന്നത്. പെട്ടെന്ന് തുറക്കാൻ" എന്നു പറഞ്ഞുകൊണ്ട് അര വെറ്റിലയും പാക്കും കൊടുത്തു.

"ഒരു വെറ്റില മുഴുവൻ തന്നാൽ കുറഞ്ഞു പോകുമോ? ഇത് ഒരു വായ്ക്കുണ്ടോ" അവൾ പറഞ്ഞു. "ഞങ്ങളുടെ വെറ്റിലയൊക്കെ വായ്ക്ക് മതിയാകുമോ നഴ്സേ?" "അമ്മച്ചിമാരോട് സംസാരിച്ചിട്ട് എനിക്ക് കുന്നു കയറാനാകുമോ? കുറച്ച് ചുണ്ണാമ്പ് താ. മുറുക്കിയിട്ട് ഞാൻ പോകുന്നു. ജോലിയുണ്ട്." "വെറ്റില ഭദ്രമായി കൊണ്ടുപോയി വച്ചിട്ട് ചുണ്ണാമ്പ് ചോദിക്കെടീ." "മതി, എനിക്കും എല്ലാം അറിയാം. എന്തോ ഇന്നാണ് കൗണ്ടച്ചിയുടെ വീട്ടിൽ ഇങ്ങനെ നാലുപേര് വന്നിരുന്ന് സന്തോഷത്തോടെ സംസാരിച്ച് ചിരിച്ചുകൊണ്ടിരിക്കുന്നത്. നന്നായി ഇങ്ങനെ തന്നെ എപ്പോഴും സന്തോഷമായിരിക്കട്ടെ." എന്ന് തങ്കമ്മ പറഞ്ഞു. "സന്തോഷം, സന്തോഷം, നഴ്സമ്മേ" എന്നുപറഞ്ഞു തൊരട്ടു മുത്തശ്ശി പാടാനാരംഭിച്ചു. മറ്റു മുത്തശ്ശിമാർ കൈമുട്ടി കുമ്മിയടിച്ചു.

"സന്തോഷം സന്തോഷം നഴ്സമ്മേ
ചിലങ്കയുടെ ശബ്ദമെവിടെ നഴ്സമ്മേ
കമ്പുമണി കുലുങ്ങുതെടീ നഴ്സമ്മേ
കരുപ്പട്ടി ചേർത്തോടീ നഴ്സമ്മേ
വാതിലടച്ചോളെടീ നഴ്സമ്മേ
കരുത്തോടെ ഇടിക്കെടീ നഴ്സമ്മേ."

"ഈ വൃദ്ധകൾ ഇന്നെന്നെ വിടില്ലെന്നു തോന്നുന്നു. ഞാൻ പോകുന്നു സ്വാമീ." എന്നു പറഞ്ഞിട്ട് തങ്കമ്മ പുറത്തേക്ക് ഒറ്റ ഓട്ടം വച്ചു കൊടുത്തു. മടി ഭദ്രമെടീ കമ്പ് മുറുക്കി പിടിച്ചോളൂ എന്ന വാക്കുകൾക്ക് അവളിൽ നിന്നും മറുപടി വന്നില്ല. ചോറ് തിളയ്ക്കുന്ന മണം. മറ്റൊരു അടുപ്പിൽ മാരായി പരിപ്പും വച്ചിരുന്നു. "ചേച്ചീ, ഈ മുത്തശ്ശിമാർ പാട്ടുപാടി തളർന്നു പോയി. കമ്മംചോറ് കഞ്ഞിയാക്കിക്കൊടുക്ക് തളർച്ച മാറട്ടെ. നേരം ഉച്ചയായി." മാരായി പറഞ്ഞു.

"തൈരുണ്ടെങ്കിൽ കുറച്ച് ഒഴിച്ച് കലക്ക്. ഈ വെയിലത്ത് ഇനി ഞങ്ങടെ വീട്ടിൽ പോയി എങ്ങനെ കുടിക്കാനാ. കഞ്ഞി കുടിച്ചിട്ട് ഈ പൂവരശിന്റെ ചുവട്ടിൽ അല്പനേരം കാലും നീട്ടി ഇരുന്നിട്ട് വെയിലാറി

യിട്ട് പൊയ്ക്കൊള്ളാം." "അതിനെന്താ, അമ്മച്ചീ. രാത്രിയും ഇവിടെ താമസിച്ചിട്ട് പൊയ്ക്കോളൂ. പൂവരശിന്റെ ചുവട്ടിൽ രണ്ട് കട്ടിലിടാം." "പൂവരശിനു മുകളിൽ നിന്റെ മകനുണ്ടാകുമല്ലോ." അവൻ മുകളിൽ ഇരുന്നിട്ട് പോട്ടെ. ബുദ്ധികെട്ട നായ. നിങ്ങൾ തണലത്തിരിക്ക്. തണലിനെയും അവൻ വന്ന് പിടിക്കുമോ?" "ഞങ്ങളെ എന്തു ചെയ്യാനാ. അങ്ങനെ പിടിച്ചുകൊണ്ടുപോകുന്നെങ്കിൽ സന്തോഷത്തോടെ പോയിച്ചേരാം. ഇനിയെന്തിന് വെറുതെ ഭൂമിക്ക് ഭാരമാകണം?" പ്ലെയിറ്റിൽ ചോറും പരിപ്പുകറിയും എടുത്തുകൊണ്ട് മാരായി പൊന്നയുടെ അടുത്തേക്കു കൊണ്ടുപോയി. പൊന്ന പ്ലെയ്റ്റു വാങ്ങി മടിയിൽ വച്ചു. ആവിയിൽനിന്നും പുതുമണം അവളുടെ മൂക്കിലേക്കു കയറി.

ആദ്യമായി ഭക്ഷണം കഴിക്കുന്ന ആകാംക്ഷയോടെ പൊന്ന പ്ലെയ്റ്റിലേക്കു നോക്കി.

പതിനഞ്ച്

മാരായി പറഞ്ഞതുപോലെ തന്നെ മുത്തുവും അച്ഛനും കാളവണ്ടിയിൽ വന്നു. മുത്തുവിന്റെ ഭാര്യ, മകൻ എല്ലാവരും വന്നിറങ്ങി. സ്ത്രീധനം കൊണ്ടുവരുന്നതുപോലെ വണ്ടിയിൽ നിന്നും ചെറിയ ചെറിയ ചാക്കുകൾ ഇറക്കി. ചില പിത്തള പാത്രങ്ങളും ഇറക്കി. ഓരോന്നിലും ധാന്യങ്ങളും പരിപ്പുവകകളും കരുപ്പട്ടിയും തേങ്ങയും അങ്ങനെ പലവകകളും ഉണ്ടായിരുന്നു. നാത്തൂൻ ഓടിവന്ന് പൊന്നയെ കെട്ടിപ്പിടിച്ചു. പൂവരശിന്റെ ചുവട്ടിൽ ഓലക്കീറ്റുകൾ ഇട്ട് കിടന്നിരുന്ന മുത്തശ്ശിമാർ എഴുന്നേറ്റ് കാളി ഉണ്ടായിരുന്നെങ്കിൽ ഇതിലും വലിയ സമ്മാനങ്ങൾ കൊണ്ടുവന്നിറക്കിയേനെ" എന്നവർ പരസ്പരം പറഞ്ഞു.

"ആൺകുട്ടി ജനിക്കട്ടെ. മാമന്റെ സമ്മാനം സ്വർണ്ണമായി വന്നു കുമിയും." "മാമന് ആൺകുട്ടിയുണ്ടല്ലോ. ഇവൾക്ക് പെൺകുട്ടി ജനിച്ചാൽ പരസ്പരം കെട്ടിച്ചു കൊടുക്കാം. അവിടെയും ഒന്ന് ഇവിടെയും ഒന്ന്. സ്വത്തോടു സ്വത്ത്, സ്വന്തത്തോടു സ്വന്തം." "നമ്മൾ വിചാരിക്കുന്നു. ആ മുകളിലിരിക്കുന്നവനും വിചാരിക്കണമല്ലോ." "അതു ശരി, നമ്മൾ വിചാരിക്കുന്നതു നടന്നാൽ പിന്നെ മുകളിലിരിക്കുന്നവനെന്തിനാണ്" എന്നൊക്കെ അവർ പറഞ്ഞുകൊണ്ടിരുന്നു.

പരിപ്പും കൂട്ടി ചോറ് തിന്നപ്പോൾ പൊന്നയ്ക്ക് ദേഹത്ത് ഒരു ബലം വന്നതുപോലെ തോന്നി. നാത്തൂന്റെ കൈ പിടിച്ചുകൊണ്ട് പുറത്തേക്കു വന്ന് കല്ലിൽ ഇരുന്നു. നാത്തൂൻ അവളുടെ മുടി അഴിച്ച് എണ്ണ തേച്ചു കൊടുത്തു. ഈയിടെയായി പൊന്ന തലമുടി ശ്രദ്ധിച്ചിരുന്നില്ല. മുടിയിലാകെ ചിക്കു കെട്ടിയിരുന്നു. അവൾ ഈർലി എടുത്ത് ചിക്ക് കളയാൻ തുടങ്ങി. പൊന്ന ഒന്നും അറിയാത്ത മാനസികാവസ്ഥയിലായിരുന്നു. അമ്മയും അമ്മായിഅമ്മയും ഇത്രയും സന്തോഷിക്കുമെന്ന് വിചാരിച്ചിരുന്നില്ല.

കുഞ്ഞില്ലെന്നത് ഈ നാടും ലോകവും എന്തിനാണ് ദുഃഖമായി കരുതുന്നത് എന്ന് പൊന്നയ്ക്ക് ഇപ്പോൾ കുറേശ്ശെ മനസ്സിലായിത്തുടങ്ങി. ഒരു കുഞ്ഞിൽ ഇത്രയും സന്തോഷങ്ങൾ അടങ്ങിയിട്ടുണ്ടോ. തുടക്കം തന്നെ ഇങ്ങനെയാണെങ്കിൽ ഇനി കുഞ്ഞ് ജനിച്ച് വളർന്നുവരുമ്പോൾ എങ്ങനെയൊക്കെയായിരിക്കും എന്നവൾ ചിന്തിച്ചു. "രാവിലെയാണ് ശർദ്ദിയുണ്ടാവുക. എക്കി എക്കി ഓക്കാനിക്കരുത്. തൊണ്ട മുറിയും. ഒരു തുണ്ട് കരുപ്പട്ടി വായിലിട്ടോളൂ. നിന്നോളും. അല്പനേരം കിടന്നിട്ട് എഴുന്നേറ്റാൽ തലക്കറക്കം മാറും. പറ്റുന്ന ജോലികൾ ചെയ്യ്. അഞ്ചുമാസം ആയാൽ ശർദ്ദി നിന്നോളും. പിന്നെ സാധാരണപോലെയാകും." എന്നിങ്ങനെ പല അഭിപ്രായങ്ങളും നാത്തൂൻ പറഞ്ഞുകൊണ്ടിരുന്നു.

"മുത്തുച്ചെറുക്കാ, ഇനി മുതൽ ഞങ്ങൾക്കെന്താണ്? നിന്റെ കൂട്ടുകാരൻ ധൃതിപിടിച്ചു പോയി. പോയവൻ വിചാരിച്ചാൽ ഇനി എഴുന്നേറ്റു വരാനാകുമോ? പറ്റുമായിരുന്നെങ്കിൽ എല്ലാവർക്കും സന്തോഷം തന്നെ. അച്ഛനെ തിന്നിട്ടായിരുന്നോ ഇത് ഉദിക്കേണ്ടിയിരുന്നത്? ഇനി മുതൽ നീയാണ് സാമീ... ഞങ്ങൾക്ക് തുണയായിരിക്കേണ്ടത്. രാത്രിമഴ പെയ്തിരുന്നു. ഇന്നു രാവിലെ അവൻ ഉണ്ടായിരുന്നെങ്കിൽ കലപ്പ കെട്ടുമായിരുന്നു. നെല്ലും കടലയും വിതയ്ക്കാനുള്ള സമയം കഴിഞ്ഞിരിക്കുന്നു. ചോളമെങ്കിലും പാടം മുഴുവൻ വിതയ്ക്കാം. ആ അഞ്ചാറ് ജീവികൾക്ക് തീനി വേണ്ടേ. പുല്ല് കിളിർത്തിരുന്നെങ്കിൽ പറിച്ചുകൊടുക്കാം. അവൾ വീട് നോക്കിയിരുന്നിട്ട് പെറ്റിട്ടു വരട്ടെ ഞാൻ വയലുകൾ നോക്കാം. എന്തെങ്കിലും ചെയ്യ് സാമീ." അവൾ പറഞ്ഞു.

"ഇനിയും സമയമുണ്ട് അമ്മായീ. ഒരു പാടത്ത് ഇന്നുതന്നെ ചോളം വിതയ്ക്കാം. ബാക്കി നാളെ നോക്കാം. നനവുള്ളപ്പോൾ തന്നെ വിതയ്ക്കാം. ഒന്നും കുറവുവരുത്തണ്ട." അവൻ പറഞ്ഞു. "അതെ സാമീ. വീട്ടിൽ ഒന്നു വളരുമ്പോൾ പാടത്തും കൃഷി നടക്കണം. അപ്പോഴാണ് നല്ലത്. പാടം നിറയുന്നതുപോലെ വീടും നിറയും. ഇന്നുതന്നെ വിതയ്ക്കപ്പാ. ചോളം എത്രയുണ്ടെന്നറിയില്ല. ചോളവിത്ത് തികച്ചും ഉണ്ടാവില്ല. നെല്ലും കടലയും വിതയ്ക്കാമെന്നു വിചാരിച്ചിട്ട് ബാക്കിക്കാണ് ചോളം വച്ചിരിക്കുന്നത്. പൊന്നയോടു ചോദിക്കാം. അല്ലെങ്കിൽ പോയി വളംവച്ച മുറിയിൽ നോക്കാം. അപ്പോൾ മനസ്സിലാകും." അവൾ പറഞ്ഞു. പാടത്തേക്കു പോയി ഏതിൽ നിന്നും തുടങ്ങാം. എന്ന് നോക്കാനായി മുത്തു പോയി.

പൊന്നയുടെ മുഖത്തേക്ക് നേരെ നോക്കാൻ മുത്തുവിന് ഇപ്പോഴും ധൈര്യമില്ല. എന്തന്വേഷിക്കാനാണ്? പതിനാലാം ഉത്സവമാണ് അവൾക്ക് കുഞ്ഞിനെ നല്കിയിരിക്കുന്നത്. അവൾക്ക് ഒരു കുറവും ഇല്ല. കാളിക്കാണ്. കാളിയുണ്ടായിരുന്നെങ്കിൽ എന്തു വിചാരിച്ചിരിക്കും. തന്റെ കുറവ് എല്ലാവരെയും അറിയിക്കാൻ വന്ന കുഞ്ഞാണെന്ന് സങ്കടപ്പെട്ട് വേദനിച്ചിരിക്കുമോ? നാട്ടുകാർക്കൊന്നും ഇനി പറയാനാവില്ലെന്ന് സന്തോഷിച്ചിരിക്കുമോ? ഏതോ ഒരു ദൈവം കൊടുത്ത കുഞ്ഞ്. ചിന്തിച്ചു നോക്കി

യാൽ എല്ലാവരും ദൈവത്തിന്റെ കുഞ്ഞ് തന്നെ. നൂൽപിടിച്ചതുപോലെ നേരെ വന്നു ചേർന്ന വംശം ഏതാണ്. ഏതു കുടുംബത്തെ എടുത്താലും എന്തെങ്കിലും ഒരു കഥയുണ്ടാകും. അവൻ അങ്ങോട്ടു പോയി. അവൾ ഇങ്ങോട്ടു പോയി, എന്നുള്ള പേര് വാങ്ങാത്ത കുടുംബം ഏതാണ്. 'കണ്ട വന് ജനിച്ച സന്തതി' എന്ന് അവനെ എത്രയോ തവണ അച്ഛൻ വിളിച്ചിരിക്കുന്നു. അങ്ങനെയാണെങ്കിൽ അങ്ങനെയൊരഭിപ്രായം അദ്ദേഹത്തിന് ഉണ്ടായിരിക്കുക തന്നെയായിരിക്കുമല്ലോ. ആലോചിച്ചാൽ ആൾമാറിപ്പോയത്, ജാതി മാറിപ്പോയത്, ഗ്രാമം മാറിപ്പോയത്, നാട് മാറിപ്പോയത്, അങ്ങനെ എത്ര കഥകൾ.

ചെങ്കരട്ടുപ്പാളയത്ത് 'വെള്ളപ്പയ്യൻകാട്' എന്ന ഒന്നുണ്ട്. ആ ഗ്രാമത്തിലേക്ക് കൂലിക്ക് കാളയെ പൂട്ടാൻ പോയപ്പോൾ അറിഞ്ഞതാണ്. ആ കുടുംബത്തിൽ തലമുറയ്ക്ക് ഒരാളെങ്കിലും വെളുവെളുത്ത് വെള്ളക്കാരനെപ്പോലെ ജനിക്കുന്നത് പതിവാണ്. വെളുപ്പായിരിക്കുന്നത് അഭിമാനമായാണ് കരുതുന്നത്. കാട്ടുകാരൻ വെളുപ്പാണ്. അദ്ദേഹത്തോടു സംസാരിച്ചുകൊണ്ടിരുന്നപ്പോൾ അദ്ദേഹം പറഞ്ഞു. "അക്കാലത്ത് ഞങ്ങളുടെ വംശത്തിൽ ഒരു പെൺകുട്ടി സുന്ദരിയായിട്ടുണ്ടാകും. നമ്മുടെ ആൾക്കാരെപ്പോലെ കറുത്തിട്ടു തന്നെയായിരിക്കും. എന്നാലും മുഖശ്രീ കണ്ടാൽ ആരും ഇഷ്ടപ്പെടും. കല്യാണം കഴിഞ്ഞ് ഭർത്താവിന്റെ കൂടെ തേര് കാണാൻ പോയിരുന്നു. അവിടെ ഇവളെ കണ്ട ഒരു വെള്ളക്കാരൻ വിടില്ലെന്നു പറഞ്ഞ് കൂട്ടിക്കൊണ്ടുപോയി. ഭർത്താവും പിന്നാലെ തന്നെ പോയി ബംഗ്ലാവിനു പിറകിൽത്തന്നെ നിന്നു. പിറ്റേന്നു രാവിലെ വരെ അവിടെ തന്നെ നിന്നു. ഉള്ളിലേക്കു പോയ ഭാര്യയെ അവിടെത്തന്നെ വിട്ടിട്ടു വരാൻ പറ്റുമോ? അല്ല, അയാളെ എതിർത്ത് തല്ലുകൂടാനാകുമോ. പറയ്. പിറ്റേന്ന് അവൾ കരഞ്ഞുകൊണ്ടാണ് വന്നത്. പിന്നാലെ വന്ന വെള്ളക്കാരൻ ചിരിച്ചുകൊണ്ട് അവന്റെ പുറത്ത് തട്ടിക്കൊണ്ടത്രെ. 'നോക്ക്. ഇങ്ങനെയൊരു സുന്ദരിയായ ഭാര്യയെ നിനക്കു കിട്ടിയിരിക്കുന്നു; സന്തോഷമായിരിക്ക്' എന്ന് അർത്ഥം. ഒരു കെട്ട് പണവും എടുത്തു നീട്ടി. ഇവൻ അതിൽ തൊടുകപോലും ചെയ്തില്ല. അവൻ കരഞ്ഞു. ശരി, എന്തു നല്കിയാൽ സന്തോഷമാകും. എന്നു നോക്കിയിട്ട്, ഈ ഗ്രാമത്തിലുള്ള പത്തേക്കർ പുറം പോക്ക് നിലം എഴുതിക്കൊടുത്തത്രെ. കർഷകന് മണ്ണ് കിട്ടിയാൽ മതി, എല്ലാം മറക്കും, എന്തും നല്കും. അങ്ങനെ കിട്ടിയ നിലമാണിത്. മുത്തശ്ശിയോ മുതുമുത്തശ്ശിയോ മൂലം കിട്ടിയതാണിത്. അല്ലെങ്കിൽ ഇങ്ങനത്തെ തോട്ടവും വയലും വാങ്ങാൻ സമ്പത്തെവിടെയാണ്? ആ വെള്ളക്കാരൻ വിതച്ച വിത്ത് ഇപ്പോഴും വന്നുകൊണ്ടേയിരിക്കുന്നു. ഒരു തലമുറയിൽ മകനോ മകളോ വെളുത്തിട്ടാണ് ജനിക്കുന്നത്. അങ്ങനെ വെള്ളപ്പയ്യൻകാടെന്ന പേര് നിലനിന്നുപോന്നു. ഇവിടെ ഗ്രാമത്തിലും ജാതിവിട്ട് വേറെ ജാതിയിൽ പോകുന്നതൊക്കെ രഹസ്യമായി നടക്കുന്നുണ്ട്. വെള്ളക്കാരന്റെ കൂടെ പോയത് ഗ്രാമം അറിഞ്ഞ് നടന്നതാണ്. ആര് ചോദിച്ചാലും ഞാൻ ഇതുതന്നെ പറയും.

കല്യാണം കഴിക്കുമ്പോൾ തന്നെ വെളുത്ത കുട്ടി ജനിക്കും. എന്നു പറഞ്ഞിട്ടാണ് ചെയ്യുന്നത് എന്ന് അവർ വിശദമായി പറഞ്ഞു. ഒപ്പം "വെളുത്തിട്ടിരുന്നാൽ ഒരുത്തനും കുറച്ചിലായി കരുതുന്നില്ല, എല്ലാവരും അഭിമാനമായിട്ടാണ് കാണുന്നത്." എന്നു പറഞ്ഞു.

മുത്തു പാടത്തേക്ക് നോക്കി. എല്ലാ വയലുകളും ഉഴുതുവച്ചിരുന്നു. കുറച്ചു കൊളുഞ്ചികളുടെ തല കാണപ്പെട്ടു. നനഞ്ഞു കിടന്ന ചാലിൽ നിന്നും കൊളുഞ്ചി പറിക്കാൻ തുടങ്ങി. ഇതും എത്രയോ കൈമാറിയ നിലമാണ്. ഇനി വരുന്ന ആൾ ഉഴുത് വിതയ്ക്കാതിരിക്കുമോ? പൊന്നയെ കഷ്ടപ്പെടുത്താതെ എല്ലാ ഏർപ്പാടുകളും ചെയ്യണം. കാളി ഇല്ലാത്ത കുറവ് ഒരിക്കലും നികത്താനാവില്ല. അങ്ങനെ ഇഴുകിച്ചേർന്നിരുന്നവരാണ് ഇരുവരും. അവൾക്കുവേണ്ടി എല്ലാം ഉപേക്ഷിച്ചിട്ട് തൊഴുത്തേ ശരണം എന്നു പറഞ്ഞ് കിടന്നവനാണ്. കല്യാണത്തിന് മുൻപ് ഒരു തവണയെങ്കിലും ആളെ തേടിപോകും. സ്ഥലം തീരുമാനിച്ച് ആളെ പറഞ്ഞയച്ചാൽ ആൾ എത്തിച്ചേരും. പണിക്കാരി മാരിയോട് മുത്തു ഒരുവാക്ക് പറയും. അത്രതന്നെ ആവശ്യപ്പെടുന്നതുപോലെ കിട്ടും. അളിയന്മാർ രണ്ടുപേരും ഒരുത്തിയുടെ കൂടെ കിടന്ന ദിവസങ്ങളും ഉണ്ട്. അവൻ അനിയത്തിയെ കല്യാണം കഴിക്കാൻ പെണ്ണ് ചോദിച്ചപ്പോൾ പുറമെ സന്തോഷത്തോടെ സമ്മതിച്ചെങ്കിലും കല്യാണത്തിനു ശേഷം എങ്ങനെയായിരിക്കും എന്ന ഭയമായിരുന്നു. എന്നാൽ ഇത്രമാത്രം അവൻ പൊന്നയേ ഗതി എന്നു പറഞ്ഞ് കിടക്കുമെന്നു കരുതിയിരുന്നില്ല. അവളും അവനെ കൈപ്പിടിയിൽ ഒതുക്കിയിരുന്നു. അവൾക്കിഷ്ടമില്ലാത്ത ആരോടെങ്കിലും കൂട്ടുകൂടിയാൽ അവൾ തീ കോരിയിടും.

അതിനനുസരിച്ചവിധത്തിൽ അവൾ അവനെ വച്ചിരുന്നു. "നീ എനിക്കു ചെയ്തതിൽ വച്ച് ഏറ്റവും വലിയ കാര്യം അനിയത്തിയെ തന്നതാണ് അളിയാ." എന്ന് അവൻ ഇടയ്ക്കിടെ പറയും. അല്പം തന്നെക്കുറിച്ചോർത്തിരുന്നെങ്കിൽ ഈ തീരുമാനത്തിൽ വരുമായിരുന്നില്ല. പൊന്നയെ തന്റെ നിധിയായി അവൻ കരുതി. കാളിയില്ലാതെ അവിടെ ശൂന്യമായിരിക്കുന്നതായവന് തോന്നി. പകുതിയോളം കൊളുഞ്ചി പറിച്ചപ്പോഴേക്കും അച്ഛൻ "എടാ... ചെറുക്കാ." എന്നു വിളിച്ചു. കാളി പോയതിനുശേഷം അച്ഛന് മുത്തുവിനോട് സ്നേഹം കൂടിയിരുന്നു. "വരുന്നൂ... വരുന്നൂ." അവൻ ഉറക്കെ പറഞ്ഞു. എന്നാലും ബാക്കിയുള്ളതും കൂടി പറിച്ച് ഒരു കെട്ടാക്കി അവൻ എടുത്തുകൊണ്ടുപോയി. എല്ലാം ഇളം കൊളുഞ്ചിയാണ്. ഓരോന്നിൽ പൂക്കൾ കാണപ്പെട്ടു. ഇനിയും കായുണ്ടാകാൻ തുടങ്ങിയിട്ടില്ല. അങ്ങനെ തന്നെ കുപ്പക്കുഴിയിൽ ഇട്ടാൽ നല്ല വളമാകും. കാളി അങ്ങനെ ഓരോന്നും ചിന്തിച്ചു ചെയ്യും.

അവൻ ഉണ്ടായിരുന്നെങ്കിൽ എങ്ങനെയുണ്ടായിരിക്കും എന്ന ചിന്ത അവനെ വേട്ടയാടി.

പതിനാറ്

ആ പതിവിനെക്കുറിച്ച് മുത്തുവിന് ഒന്നും അറിയില്ല. അച്ഛന് അറിയാമായിരുന്നു. നല്ല നേരത്തിന് തൊരട്ടു മുത്തശ്ശിയാണ് അത് ഓർമ്മിപ്പിച്ചത്. വൈകുന്നേരമായി വെയിൽ താഴാൻ തുടങ്ങിയപ്പോൾ മുത്തശ്ശിമാരെല്ലാം മടങ്ങി. സമ്മാനമായി കൊണ്ടുവന്നതിൽ ഓരോരുത്തർക്കും രണ്ടു പഴവും ഓരോ കരുപ്പട്ടിയും വാങ്ങി മടിയിൽ കെട്ടി. "കെളവികൾക്ക് ഇത്രയ്ക്കും കൊടുക്കണോ, വന്ന് വിവരം പറഞ്ഞ മാരിക്ക് എന്താണപ്പാ കൊടുത്തത്?" കുള്ളപ്പാട്ടി ചോദിച്ചു. "അതൊക്കെ അവന്റെ മനസ്സ് നിറയും വണ്ണം കൊടുത്തു മുത്തശ്ശീ." മുത്തു പറഞ്ഞു. മാരി ഉടനെ പോയി. വേറെ ആര് ഇതറിഞ്ഞാലും പോകാൻ തയ്യാറായിരിക്കും. പിള്ളേര് അറിഞ്ഞാൽ ഉടനെ ഒറ്റ ഓട്ടത്തിന് പോയി വിവരം പറഞ്ഞിട്ട് സമ്മാനവും വാങ്ങും. അതുകൊണ്ട് അവൻ ആരെയും അറിയിച്ചില്ല. പാടവരമ്പിൽ കൂടി വേഗത്തിൽപോയി.

പോകുന്ന വഴിക്ക് പാടത്തു വച്ചുതന്നെ മുത്തുവിനെ കണ്ട് വിവരം പറഞ്ഞു. അപ്പോൾ അവനുണ്ടായ ആഹ്ലാദത്തിൽ "മാരിയപ്പാ എങ്ങനത്തെ വാർത്തയാണ് നീ കൊണ്ടുവന്നിരിക്കുന്നത്?" എന്നു പറഞ്ഞുകൊണ്ട് ഓടിവന്ന് അവനെ കെട്ടിപ്പിടിച്ച് എടുത്തുയർത്തി. "സാമീ, വിട്. ആരെങ്കിലും കണ്ടാൽ എന്തു പറയും." ലജ്ജയോടെ മാരി പറഞ്ഞു. "ശരി വീട്ടിലേക്കുവാ" എന്നു പറഞ്ഞിട്ട് ഓടിപ്പോയി. മാരി അവിടെ എത്തിച്ചേരുന്നതിനും മുൻപേ അവന് പുതിയ മുണ്ടും രണ്ടു രൂപയും എടുത്തുവച്ചിരുന്നത് കൊടുത്തു. "മതിയോ, മാരീ." അവൻ ചോദിച്ചു. മാരിക്ക് ഭയങ്കര സന്തോഷമായി. അവിടെ നിന്നുതന്നെ ഉച്ചഭക്ഷണം കഴിച്ചിട്ട് അവരുടെ കൂടെ വണ്ടിയിൽ വന്ന് ഗ്രാമത്തിൽ ഇറങ്ങി. പൊന്നയ്ക്കും മാരായിക്കും സഹായകമായി പാടത്തെ ജോലികൾ ചെയ്യാൻ സ്ത്രീകൾ

വല്ലവരും ഉണ്ടെങ്കിൽ പറയണമെന്നും മുത്തു മാരിയോട് പറഞ്ഞുവച്ചിരുന്നു.

വെറ്റില പാക്ക് വായ്നിറയെ മുറുക്കിക്കൊണ്ട്: "പൊന്ന സുഖമായി പ്രസവിച്ചു വളർത്തും. ഞങ്ങളൊക്കെ ഇല്ലേ? എന്തിനും വിളിച്ചോളൂ. വന്ന് വായ്ക്ക് രുചിയുള്ളത് ഉണ്ടാക്കിത്തരും." തേനാ മുത്തശ്ശി പറഞ്ഞു. ഉടനെ തൊരട്ടു മുത്തശ്ശി, "വിവരം ഗ്രാമത്തിൽ പറഞ്ഞോ. എനിക്ക് ഓർമ്മയുണ്ടായിരുന്നില്ല." എന്ന് ഓർമ്മിപ്പിച്ചു. പിന്നീടാണ് പതിവുമനസ്സിലായത്. ഭർത്താവ് മരിച്ചശേഷം ഭാര്യ ഗർഭിണിയാണെന്നറിഞ്ഞാൽ ഗ്രാമത്തെ അത് അറിയിക്കണം. കാര്യം ചെയ്യുന്ന അന്ന് ഗ്രാമം മുഴുവൻ ഒത്തുചേർന്നിരിക്കും. കാനാക്കാട്ടിൽ പോയിവന്ന് വീട്ടിനകത്ത് ദൈവത്തെ കുമ്പിട്ടയുടനെ ചക്കരക്കത്തി മുറ്റത്തുവന്ന് നിറകുടം താഴെവച്ചിട്ട് നില്ക്കും. ഭാര്യ മുങ്ങിക്കുളിച്ച് ഈറനോടെവന്ന് കുടം തൊട്ട് നമസ്കരിക്കും. ഉടനെ ചക്കരക്കത്തി ഉറക്കെ പറയും.

"ബന്ധുക്കൾ, മാമൻ, അളിയൻ, നാട്ടിലെ ജാതിജനം എല്ലാവരും കൂടിയിരിക്കുന്ന ഈ സഭയോട് ഒരു വിവരം അറിയിക്കുന്നു. ഇന്ന ആഴ്ച ഇന്ന നേരത്ത് ഇന്ന ഗ്രാമം ഇന്ന വയൽ. ഇന്നയാളുടെ മകൻ ഇന്നയാളുടെ താലി ഇന്ന് വാങ്ങി വെള്ള ഉടുത്തു നില്ക്കുന്ന ഇന്നയാളുടെ ഭർത്താവ് ഈ ലോകം വിട്ട് പരലോകത്തേക്കു പോയി ചേർന്നിരിക്കുന്നു സാമികളേ. അവർ പോയ ഇടത്ത് ഒരു വിഘ്നവും ഇല്ലാതെ ദൈവത്തിന്റെയടുത്ത് പോയിച്ചേരണമെന്ന കാര്യം വച്ചിരിക്കുന്ന ഇന്ന നാളിൽ അവരുടെ ഉത്തമ പത്നിയായവളുടെ വയറ്റിൽ കരുവിട്ടിട്ടുപോയ വാർത്ത പ്രായമായവരുടെ മുന്നിൽ നിന്നിട്ടു പറയുന്നു സാമികളേ. ഇന്ന മാസം ഇന്ന ദിവസം കരുവിന് ഇത്രമാസം ആകുന്നെന്ന് കണക്ക് പറയാം. സ്വാമികളേ. പത്തോ ഇരുപതോ ദിവസം മുന്നോട്ടോ പിന്നോട്ടോ ആകുന്നത് ദൈവത്തിന്റെ കണക്കാണ് സാമികളേ. ഭർത്താവ് പോയ പ്രയാസം സഹിക്കാനാവാതെയിരിക്കുന്ന അവൾക്കായി ഈ വാർത്ത ഞാൻ സഭയ്ക്കു മുന്നിൽ നിന്നുകൊണ്ട് പറയുന്നു സാമിമാരെ. ആരും തർക്കം പറയാതെ അംഗീകരിക്കണം സാമികളേ."

എല്ലാവരും കേൾക്കാൻ വണ്ണം അവൾ ഉറക്കെ അറിയിക്കും. ഗ്രാമത്തിലെ മുതിർന്ന ഒരാൾ എല്ലാവർക്കും വേണ്ടി "ശരിയപ്പാ, സമ്മതിച്ചിരിക്കുന്നു. ഇനിയങ്ങോട്ടുള്ള കാര്യങ്ങൾ നോക്ക്." എന്നു പറയും. അതുവരെ തലകുനിച്ചു നില്ക്കുന്ന പെണ്ണിനെ ഏതെങ്കിലും ഒരു കുടുംബിനി വന്ന് കൂട്ടിക്കൊണ്ട് അകത്തേക്കു പോകും. നാളെ ആരും ഭർത്താവില്ലാതെ കുഞ്ഞിനെ പ്രസവിച്ചു എന്ന് മോശമായി പറയാൻ പാടില്ല എന്നതിനുവേണ്ടിയാണ് ഈ ഏർപ്പാട്. കാര്യം ചെയ്യുന്നതുവരെ ഗർഭിണിയായ കാര്യം അറിഞ്ഞിരുന്നില്ല. അതിനുശേഷമാണ് കാര്യം മനസ്സിലാകുന്നതെങ്കിൽ അതും ദേശത്തെ അറിയിക്കണം. ഗ്രാമത്തിലെ കൗണ്ടരോട് പറഞ്ഞ് നാട്ടു പഞ്ചായത്ത് കൂട്ടി അവിടെ പോയി പൊതുവായി എല്ലാ

വരെയും വിവരം അറിയിക്കണം. ഇല്ലെങ്കിൽ ഊരുവിലക്ക് ഏർപ്പെടുത്തും. മുത്തശ്ശി ഇതു പറഞ്ഞതിനുശേഷമാണ് ഓരോരുത്തരും "അതെ" എന്നു പറഞ്ഞത്. ഗ്രാമത്തിൽ അങ്ങനെ നടന്നിട്ട് വളരെ കാലമായിരിക്കുന്നു. അതുകൊണ്ട് ഒരാൾക്കും ഓർമ്മയുണ്ടായിരുന്നില്ല. ആദ്യം കൗണ്ടരുടെ യടുത്തു പോയി വിവരം പറഞ്ഞിട്ട് എന്നാണ് നാട്ടുകൂട്ടം ചേരുന്നത് എന്നു തീരുമാനിച്ചിട്ട് ആളെ വിട്ട് അറിയിക്കണം. കൂട്ടത്തിൽ വിവരം പറയു മ്പോൾ ബന്ധുക്കൾ മുന്നിൽ വന്നു നില്ക്കണം. കാളി വീട്ടിൽ ഒറ്റ ഒരു ത്തനാണ്. അവന്റെ അച്ഛനും അങ്ങനെയായിരുന്നു. മുത്തശ്ശനും. അതി നാൽ കൂടപ്പിറപ്പുകൾ ആരും ഉണ്ടായിരുന്നില്ല.

കാളി വേടക്കൂട്ടമാണ്. വേടക്കൂട്ടത്തിൽപ്പെട്ട എല്ലാവരും അവന്റെ ബന്ധുക്കളാണ്. ആ വീടുകളിൽപോയി പറയാനും മാരായി നിർബ്ബന്ധ മായും പോയേ തീരൂ. നിങ്ങൾ ആദ്യം പോയി കൗണ്ടരോടു പറയ്. അച്ഛ നെയും കൂടെ കൂട്ടിക്കോ. എപ്പോഴാണ് നാട്ടുക്കൂട്ടം എന്നറിഞ്ഞിട്ട് ബന്ധു ക്കളുടെ വീട്ടിൽ നാളെ രാവിലെ പോയി വിളിക്കാം. അതിന് നിങ്ങൾതന്നെ പോകണം. ഞാൻ പോയാൽ ഇവനാരെടാ അളിയൻ വന്നു വിളിക്കു ന്നത് എന്നു പറയും അതുകൊണ്ടാണ്." മുത്തു പറഞ്ഞു.

മാരായി മുത്തുവിന്റെ അച്ഛന്റെ കൂടെ പുറപ്പെട്ടു. അവരുടെ കൂടെ നടന്നുകൊണ്ട് തൊരട്ടു മുത്തശ്ശി പറഞ്ഞത് പൊന്നയുടെ കാതുകളിൽ വീണു. "കെട്ടിയോൻ ജീവനോടെയുണ്ടായിരുന്നപ്പോഴേ അവനാൽ ഉണ്ടായ കരുവാണ് ഇത്. കണ്ടവന്റെയടുത്തുപോയി വാങ്ങിയിട്ടു വന്ന തല്ലെന്ന് നാട്ടുകാരോട് പറയാൻ" എന്ന് മുത്തശ്ശി വിശദീകരിച്ചു.

നാത്തൂൻ മുടി ചീകിക്കൊണ്ടിരിക്കെ കല്ലിൽ ഇരുന്നിരുന്ന പൊന്ന എഴുന്നേറ്റുപോയി കട്ടിലിൽ കിടന്നു. കാളിയോട് രാവിലെയുണ്ടായിരുന്ന പ്രിയം പൂർണ്ണമായി ഇപ്പോൾ ഒഴുകിപ്പോയി. ഗ്രാമജനങ്ങളുടെ മുന്നിൽ പോയി നിന്ന് "ഞാൻ ഇവനുവേണ്ടിയാണ് സാരി വിരിച്ചത് എന്നു പറ യേണ്ട" അപമാനം നല്കിയിട്ട് പോയിരിക്കുന്നു. 'ഇവനല്ല, പതിനാലാം ഉത്സവത്തിന് ഏവനോ ആണ് സാരിത്തലപ്പു വിരിച്ചത് എന്നു പറഞ്ഞാൽ നാട്ടുകാർ എന്തു ചെയ്യും? ഇന്നലെ രാത്രിവന്ന് എത്ര സംസാരിച്ചു, ഇന്ന് എന്തുചെയ്യും? നാട്ടുകാരുടെ മുന്നിൽപോയി നില്ക്കുകയാണല്ലോ ഭാര്യ എന്ന് പറഞ്ഞ് രക്ഷിക്കാൻ വരുമോ? മരിച്ചാലും വിടാതെ ഏതെങ്കിലും ഒരുവിധത്തിൽ ദ്രോഹിച്ചുകൊണ്ടിരിക്കുന്നതുപോലെ.' അവൾക്ക് ഒന്നും മനസ്സിലായില്ല. കമിഴ്ന്നുകിടന്ന് കരഞ്ഞുകൊണ്ടിരുന്ന പൊന്നയുടെ അരി കിലേക്കുവന്ന് തലയിൽ തലോടിയ നല്ലായി. "കമഴ്ന്നു കിടക്കാതെ മോളേ, എപ്പോഴും ചരിഞ്ഞാണ് കിടക്കേണ്ടത്. കരയാതെ, ഇതൊക്കെ നമ്മൾ സഹിക്കണമെന്ന് വിധിയാണ്. വിധിയാണെന്നു കരുതിക്കോളൂ. അവൻ പോയെങ്കിലും നമുക്ക് ജീവിച്ചേ പറ്റൂ. ലോകത്തെയും നാടി നെയും ശത്രുക്കളാക്കിയിട്ട് ജീവിക്കാനാവുമോ? നീ വെറുതെ മുന്നിൽ വന്നു നിന്നാൽ മതി." എന്നു പറഞ്ഞിട്ട് ആശ്വസിപ്പിച്ചു.

പൊന്ന എഴുന്നേറ്റ് ചരിഞ്ഞു കിടന്നു." നിങ്ങൾ പോയിക്കോളൂ.

ഞാൻ നോക്കിക്കൊള്ളാം." എന്നു പറഞ്ഞുകൊണ്ട് നാത്തൂൻ വന്നു. "ഇതെന്തിനാണ് കരയുന്നത്. ഗർഭിണി കരയാൻ പാടില്ല. ഞങ്ങളൊക്കെ നിന്റെ കൂടെയുണ്ടല്ലോ. പിന്നെന്താ? നാട്ടുനടപ്പ് ചിലതുണ്ട്. സ്ത്രീക ളുടെ മനസ്സ് എങ്ങനെയൊക്കെ വിഷമിക്കുന്നുണ്ടെന്ന് അവർ അറിയു ന്നുണ്ടോ? നാലുപേരുടെ മുന്നിൽ പോയി നില്ക്കാനുള്ള വിഷമം മനസ്സി ലായാൽ എന്തിനാണ് ഇങ്ങനെ വിട്ടിട്ട് മരിക്കുന്നത്? ഉള്ളവന് സ്ത്രീക ളുടെ വിഷമം മനസ്സിലാകാനാണോ പോകുന്നത്. അതിനെക്കുറിച്ചൊന്നും കൂടുതൽ ചിന്തിക്കണ്ട. ഇങ്ങനെ ചെയ്യണോ, ശരി, ചെയ്യാം എന്നു പറഞ്ഞ് പോകണം. എത്രയൊക്കെ ക്ഷേത്രങ്ങൾ കയറിയിറങ്ങി. എത്ര വഴിപാ ടുകൾ നടത്തി. ഇന്ന് കിട്ടിയിരിക്കുന്നു. ആ സന്തോഷത്തെ മനസ്സിൽ വച്ചോളൂ. ഇതും ഇല്ലാതെ പോയിരുന്നെങ്കിൽ തരിശുഭൂമിയായിപ്പോയി രുന്നേനെ. ജ്യേഷ്ഠനും അച്ഛനും പരിമിതികളുണ്ട്. നിനക്കായി ഇപ്പോൾ ഒന്നുവന്നിരിക്കുന്നു. അതിനെയോർത്ത് സന്തോഷിക്ക്. എല്ലാത്തിനും വിഷ മിച്ചാൽ വിഷമിച്ചുകൊണ്ടിരിക്കണം." അവൾ വളരെനേരം സംസാരിച്ചു.

തൊഴുത്തിൽനിന്നും വീട്ടിലേക്ക് മാറിയാലോ എന്ന് അപ്പോൾ അവൾക്കു തോന്നി. കാളിയുടെ ഓർമ്മകളോടെ എപ്പോഴും ഇരിക്കണ മെന്നതിനാലാണ് അവനിഷ്ടപ്പെട്ട തൊഴുത്തിൽത്തന്നെ കഴിയാൻ വിചാ രിച്ചത്. ഇവിടെയിരുന്നാൽ അവൻ വിഷമിപ്പിച്ചുകൊണ്ടേതന്നെയിരിക്കും. പ്രസവിച്ചിട്ടു വരുന്നതുവരെ സ്വന്തം വീട്ടിൽ പോയി നിന്നാലോ എന്നും അവൾ ആലോചിച്ചു.

കാളിയെക്കുറിച്ച് ദേഷ്യത്തോടെ അവൾ ചിന്തിച്ചുകൊണ്ടിരുന്നു.

പതിനേഴ്

നാട്ടുക്കൂട്ടം അടുത്ത വെള്ളിയാഴ്ച രാത്രിയാണ് നടന്നത്. പെട്ടെന്ന് വേണ്ടതല്ലെങ്കിൽ മറ്റു സമയങ്ങളിൽ എല്ലാം വെള്ളിയാഴ്ചയാണ് നാട്ടുക്കൂട്ട ദിവസം. ഗ്രാമം മുഴുവൻ വിവരം എത്തിച്ചേർന്നിരിക്കുന്നു. എകാലിയോടും ചക്കരക്കത്തിയോടും മാരായി നേരിട്ടുപോയി പറഞ്ഞിട്ടു വന്നു. എകാലിക്ക് പായ വിരിക്കുന്ന ജോലി മാത്രമാണ്. ചക്കരക്കത്തിക്കാണ് മറ്റെല്ലാം. എന്തൊക്കെ സാധനങ്ങൾ വേണമോ അതൊക്കെ വാങ്ങിക്കൊണ്ടു വരാൻ പറഞ്ഞ് മുത്തു അഞ്ചുരൂപയെടുത്തു അവനു കൊടുത്തു. മാരായി ചോദിച്ചപ്പോൾ "എല്ലാം നോക്കിക്കൊള്ളാം വിട്, എന്നു മാത്രം പറഞ്ഞു. ബന്ധുക്കളുടേത് പതിനേഴു വീടുകളുണ്ട്. മാരായി എല്ലാവരുടെ അടുത്തും പോയി പറഞ്ഞിട്ടു വന്നു.

"ആ കാളിയമ്മയ്ക്ക് ഞങ്ങളുടെ വീടിനോട് എന്ത് ദേഷ്യമാണ് എന്നറിയില്ല. ഇത്രയും കഷ്ടങ്ങൾ നല്കുന്നു. ഗർത്തത്തിൽ ഇറക്കിയെന്ന് ഉൽക്കണ്ഠപ്പെട്ടിരുന്നു. പിടിച്ചുമുകളിലേക്ക് കയറിക്കോ എന്നു പറഞ്ഞ് ഇപ്പോൾ ഒരു വള്ളി നല്കിയിരിക്കുന്നു. ഭർത്താവിനെയും തിന്ന് മകനെയും തിന്ന് ഒറ്റയായി കിടക്കുന്ന ശവമാണ് ഞാൻ. എന്റെ മരുമകൾ ഇപ്പോൾ ഗർഭിണിയായിരിക്കുന്ന ഒന്നാണ് എന്റെ ബലം. ഈ ഗ്രാമത്തിൽ എനിക്ക് നിങ്ങളല്ലാതെ ആരാണുള്ളത്. ഉറ്റവരും ഉടയവരും എന്ന് ആരും ഇല്ല. എന്തിനും ഏതിനും നിങ്ങൾ തന്നെ മുന്നിൽ നില്ക്കണം." എന്ന് നയത്തോടെ എല്ലാവരോടും പറഞ്ഞു. കാളിയുടെ മരണാനന്തര കാര്യങ്ങളൊക്കെ മുത്തുവാണ് ചെയ്തത്. അത് ചിലർക്ക് മനോവേദനയുണ്ടാക്കി. "കാര്യങ്ങൾ ചെയ്യുമ്പോൾ ഞങ്ങളെയൊന്നും ഓർമ്മയുണ്ടായിരുന്നില്ലേ മാരാ നിനക്ക്. ഇപ്പോൾ മാത്രം ബന്ധുക്കളെക്കുറിച്ചോർമ്മ വന്നോ" എന്ന് അവർ ചിരിച്ചുകൊണ്ട് ചോദിച്ചു. ഈ ചോദ്യം എപ്പോഴെങ്കിലും വരുമെന്ന് മാരായി പ്രതീക്ഷിച്ചിരുന്നതാണ്.

കൂടപ്പിറപ്പിന്റെ ഒരു വീട് ഉണ്ടായിരുന്നെങ്കിൽ അന്ന് പ്രശ്നമില്ല. നിങ്ങളെ ഞാൻ ഏതു വീട്ടിലെ ബന്ധുവാണെന്നാണ് വിളിക്കുക. ഒരു കൂട്ടരെ വിളിച്ചാൽ മറ്റൊരു കൂട്ടരുടെ പൊല്ലാപ്പ്. അതും അന്നെനിക്ക് ഒരു ഓർമ്മയും ഉണ്ടായിരുന്നില്ല. ഈ വൈരത്തിൽ ഓരോരുത്തനും സ്ത്രീകളെ നരകിക്കാൻ വിട്ടിട്ട് മരിച്ചുകളയുന്നല്ലോ എന്ന് കുശുമ്പു പറഞ്ഞുകൊണ്ടിരുന്നു. ആ നേരത്ത് ചടങ്ങുകൾ നടത്തുന്നത് ആരാണെന്ന് ചോദിച്ചപ്പോൾ അളിയൻ വന്നു നിന്നു. അവന് കാളിയെ അത്രയ്ക്ക് ജീവനായിരുന്നു. രണ്ടുപേരും ചെറുപ്പം മുതല്ക്കേ ചങ്ങാതിമാരായിരുന്നു. അങ്ങനെയാണ് പെണ്ണിനെ കൊടുത്തത്. അവൻ വന്ന് മുന്നിൽ നിന്നപ്പോൾ എനിക്ക് മറുത്തു പറയാനായില്ല. അവനും ഒരാശ്വാസമായിരിക്കും എന്നു വിചാരിച്ചിട്ടാണ് വിട്ടത്. സാധാരണ മരണമായിരുന്നെങ്കിൽ ചടങ്ങുകളൊക്കെ നന്നായി ചെയ്തിരുന്നേനെ. രണ്ടു പെണ്ണുങ്ങളെ നടുക്കടലിൽ വിട്ടിട്ട് പോയ ഈ നായയ്ക്ക് ചടങ്ങുകളൊക്കെ ഒരു കുറവാണോ? എന്തോ പേരിന് അളിയന്റെ ഭാര്യ നമ്മുടെ മകളാണെന്ന മുറയിൽ അവൾ പുരപ്പുറത്ത് അന്നമിട്ടു. എടാ സാമീ... കാളീ... നിനക്കിത് ന്യായമാണോടാ. പുരപ്പുറത്ത് ചോറിട്ട് കാത്തിരുന്നിട്ടും കാത്തിരുന്നിട്ടും ബലിച്ചോറ് കൊത്താൻ കാക്കവന്ന് കരഞ്ഞില്ലല്ലോ നിന്റെ കാലം വന്നു ചേർന്നിട്ടില്ലല്ലോ കാളിയപ്പാ. നിന്റെ കണക്ക് തീർന്നിട്ടില്ലല്ലോ. കാലം വന്നണഞ്ഞില്ലല്ലോ. കാലം വന്നണഞ്ഞില്ലല്ലോ എന്ന അലമുറയോടെ പറഞ്ഞു നിർത്തി. സംബന്ധ വീട്ടിലെ പെണ്ണുങ്ങൾ "മാരച്ചേച്ചീ... കരയാതെ. എന്തോ ചോദിക്കണമെന്നു കരുതി ചോദിച്ചതാണ്. സ്ത്രീകളുടെ കഷ്ടം സ്ത്രീകൾക്കേ മനസ്സിലാവൂ. നിങ്ങൾക്ക് ആരാണ് വരാതെ പോവുക. ആണുങ്ങളോടൊക്കെ പോകാൻ പറയാം. സ്ത്രീകൾ വന്നു നില്ക്കുന്നുണ്ടല്ലോ." എന്നു പറഞ്ഞിട്ട് പറഞ്ഞയച്ചു.

മാരായി സ്വന്തം ബന്ധുക്കളോടും പോയി പറഞ്ഞിട്ടുവന്നു. അവൾക്ക് രണ്ട് അനിയൻമാരാണ്. വരവും പോക്കും നന്നായി തന്നെയാണ് നടന്നുകൊണ്ടിരുന്നത്. കാളി ചെറുപ്പത്തിൽ അമ്മാവന്റെ വീട്ടിൽ പോയി കുറച്ചു ദിവസം താമസിച്ചിട്ടുണ്ട്. അമ്മാവൻമാർക്ക് അവൻ മുൻനിരയിൽ നില്ക്കാതെ കാളി തന്നെ സ്വയം പെണ്ണു കണ്ടതിൽ അല്പം ദുഃഖമുണ്ടായിരുന്നു. അതിനാൽ അവർ പോക്കും വരവും നിർത്തി. അവരുടെ സ്വന്തത്തിൽ പെണ്ണു കണ്ടിരുന്നെങ്കിൽ സ്വന്തബന്ധം മുറിഞ്ഞു പോകില്ലായിരുന്നു. അവന് കുഞ്ഞില്ലെന്നറിഞ്ഞപ്പോൾ സ്വത്തിൻമേൽ അല്പം ആശവച്ച് സംസാരിച്ചു. ഒന്നുരണ്ടുവർഷം മാരിയമ്മൻ കോവിലിൽ നോമ്പിനും ക്ഷണിച്ചു. കാളിയും പൊന്നയും പോയിവന്നു. എന്നാലും പൊന്നയെ അവർക്കിഷ്ടമായിരുന്നില്ല. വലിയമ്മാവന്റെ ഭാര്യയുമായി പൊന്നയ്ക്ക് വലിയ പ്രശ്നമുണ്ടായി.

കല്യാണം കഴിഞ്ഞിട്ട് ഏഴാമത്തെ വർഷമായിരുന്നു അത്. മാരിയമ്മൻ കോവിൽ നോമ്പിന് രണ്ടു അമ്മാവന്റെ വീട്ടുകാരും വന്ന് വിളിച്ചിട്ടുപോയി. വലിയമ്മാവന്റെ ഭാര്യ പൊങ്കലിന്റന്ന് രാവിലെതന്നെ വരണമെന്ന്

പലതവണ ആശയോടെ വിളിച്ചിട്ടു പോയി. "ക്ഷണിച്ചിരിക്കുകയല്ലേ പോ." എന്ന് മാരായി നിർബ്ബന്ധിച്ചു. മാടുകളെ നോക്കിയിട്ട് നേരത്തോടെ വരാമെന്നു പറഞ്ഞ കാളിയും അവളോടു പോകാൻ പറഞ്ഞു. രണ്ടു പടല പഴവും എടുത്തുകൊണ്ടാണ് പൊന്ന പോയത്. സ്ഥലം അത്ര ദൂരെയൊന്നും അല്ല. കൂനപ്പാളയും ഒരഞ്ച് കല്ല് ദൂരം. നേരം വെളുത്ത് ചോറ് തിന്നിട്ട് അവൾ യാത്ര തിരിച്ചു. ബന്ധുക്കളാരും വന്നിട്ടില്ല. എല്ലാവരും ഉച്ചയോടെയേ വരൂ.

പൊന്നയ്ക്ക് ധാരാളം ജോലികൾ ഉണ്ടായിരുന്നു. മാവ് ഇടിക്കൽ, വടയ്ക്ക് മാവ് ആട്ടൽ അങ്ങനെ ജോലികൾ ചെയ്തു. പൊന്ന കൊണ്ടുപോയിരുന്ന രണ്ട് ചീപ്പ് പഴവും അവൾതന്നെ എടുത്തുവച്ചു. ഇളയമ്മാവന്റെ വീട്ടിൽ ഒരു ചീപ്പ് പഴം വേണം. ശരി പോകുമ്പോൾ പറഞ്ഞിട്ട് എടുത്തുകൊണ്ടുപോകാം എന്ന് പൊന്ന പറഞ്ഞില്ല.

"ഏട്ടന്റെ വീട്ടിലേക്ക് പോക്കുവരവുണ്ടല്ലോ?" പൊന്നയോട് ചോദിച്ചു. "എന്താ ചേച്ചീ ഇല്ലാതെന്താ. എന്നേക്കാളും എന്റെ കെട്ടിയോന് എന്റെ ചേട്ടനോട് അത്രയ്ക്ക് സ്നേഹമാണ്. ഞാൻ പോയില്ലെങ്കിലും ചോദിക്കില്ല. അങ്ങേര് പോയില്ലെങ്കിൽ നേരെ വന്ന് കൂട്ടിക്കൊണ്ടുപോകും." "അതാണ് നാടുമുഴുവൻ പറയുന്നത്. ഏതിനും ഒരു അളവുവേണം. കുട്ടിയില്ലെന്നു പറഞ്ഞ് സ്വത്തൊന്നും ഏട്ടന്റെ പേരിൽ എഴുതി വെക്കരുത്." ഈ സംസാരം പൊന്നയ്ക്ക് പിടിച്ചില്ല. "ഞങ്ങൾക്കെന്താ വയസ്സായോ, ഇപ്പോഴേ സ്വത്തിനെന്താ ചേച്ചീ." അവൾ പറഞ്ഞു. "അല്ല പൊന്നാ, നിനക്കറിയില്ല. എന്റെ വീട്ടുകാരനും അനിയനും ചേർന്നിട്ട് ചേച്ചിക്ക് വേണം വേണം എന്നു പറഞ്ഞിട്ട് എന്തുകണ്ടാലും കൊണ്ടുപോയി കൊടുക്കും. ഭർത്താവു നഷ്ടപ്പെട്ടവൾക്ക് ഞങ്ങളെ വിട്ടാൽ ആരാണുള്ളതെന്ന് പറഞ്ഞ് ഞങ്ങളെ നിശ്ശബ്ദരാക്കും. ഞങ്ങളുടെ സ്വത്ത് അവിടെയുണ്ട് നോക്കിക്കോ മുഖം കാണിക്കാതെ കുനിഞ്ഞുകൊണ്ടവൾ പറഞ്ഞു.

പൊന്നയ്ക്ക് ദേഷ്യം സഹിക്കാനായില്ല. കുഴച്ചുകൊണ്ടിരുന്ന മാവ് അങ്ങനെതന്നെ പാത്രത്തിലേക്കടിച്ചു. "എന്റെ അമ്മായിഅമ്മയ്ക്ക് അങ്ങനെ എന്താണ് കൊണ്ടുവന്ന് ചൊരിഞ്ഞുകൊടുത്തത്. ഞാൻ കല്യാണം കഴിഞ്ഞു വന്നതിനു ശേഷമാണ് നാല് ചെമ്പുക്കുടവും പിത്തളപ്പാത്രവും ആ വീട്ടിൽ വന്നത്. രണ്ട് മൺചട്ടിയും വക്കുപൊട്ടിയ രണ്ടു കലവുമായിരുന്നു അവിടെ ഉണ്ടായിരുന്നത്. ചേച്ചിക്ക് അനിയന്മാർ കൊണ്ടുവന്നു കൊടുത്തതിൽ ചുവരെല്ലാം സ്വർണ്ണം പൂശിയിരിക്കുകയല്ലേ? ആള് ഇനിയും മരം പോലെയുള്ളപ്പോഴേ സ്വത്തിന് അടികൂടുന്നു. നീയൊക്കെ ആളെ കൊന്നിട്ടായാലും എടുത്തു കൊണ്ടുവരും. എന്തായാലും ഇന്ന് എല്ലാം മനസ്സിലായി. നിന്റെ പേരമകൾക്കു വേണമെങ്കിൽ സമ്പാദിച്ചു വയ്ക്ക്. അനർഹമായ സ്വത്ത് മോഹിച്ചിട്ട് നാവ് പുറത്തേക്കിട്ട് നില്ക്കണ്ട. കേട്ടോ." എന്നു പറഞ്ഞിട്ട് വേഗത്തിൽ ഗ്രാമത്തിലേക്കുവന്നു. അന്ന് കാളിയേയും പോകാനനുവദിച്ചില്ല.

മാരായി ജനിച്ച വീടാണ്. സ്വന്തം അനിയന്മാർ. "എന്നെക്കുറിച്ച് അതു പറഞ്ഞു ഇതു പറഞ്ഞു എന്ന് ഇവിടെ വന്നു പറയുന്ന ജോലിയൊന്നും വേണ്ട. അനിയന്റെ വീട്ടിൽ നിന്നും കല്ലെടുത്തു തലയിൽ വച്ചുതരും. ചുമന്നുകൊണ്ട് വന്നു ചേര്." എന്നു പറഞ്ഞുവിട്ടു. അതോടെ ശരി. അതിനുശേഷം ആ ഭാഗത്തേക്ക് എത്തിനോക്കിയില്ല. മാരായി മാത്രം എപ്പോഴെങ്കിലും പോയിട്ടുവരും. എന്തായിരുന്നാലും ഈ വാർത്ത അവരോട് പറയണം എന്നതിനായും തന്റെ ഭാഗത്തും നാലാൾ നില്ക്കണം എന്നും ആഗ്രഹിച്ച് അനിയൻമാരോട് പോയി പറഞ്ഞു. "നിങ്ങൾക്കു വേണ്ടിയാണ് വന്നത്." അവളുടെ വാക്കു കേട്ടിട്ട് കാളിയും ഈ ഭാഗത്തേക്കു എത്തി നോക്കുന്നില്ല. മാമൻ വീട്ടിൽ നിന്നും ഇനി എന്തു തരാനാണ്. പെണ്ണുങ്ങളുടെ വാക്ക് നോക്ക്. എല്ലാം അവളുടെ മനസ്സുപോലെ തന്നെയാണ് നടക്കുന്നത്." എന്ന് മൂത്ത അനിയൻ ഒച്ചയിട്ടു.

"വടികൊണ്ടടിച്ചാൽ വെള്ളം മാറിപ്പോകില്ലെടാ. ആരുടെ വാക്കാണ് വലുതെന്ന് ഇപ്പോഴെന്തിനാണ്? എന്തോ നടന്നത് നടന്നുപോയി. അവൾ അല്പം വായാടിയാണ്. ഇല്ലെന്നല്ല. വണ്ടിക്കാളയിൽ ഒന്ന് വേലിക്കരികിലേക്ക് വലിക്കുന്നു. മറ്റൊന്ന് വെള്ളത്തിനടുത്തേക്കു വലിക്കുന്നു. എന്നു വച്ചാലെങ്ങനാ? നാട്ടുകൂട്ടത്തിൽ പറയുമ്പോൾ സ്വന്തക്കാരായ നാലുപേര് വേണമെന്നു പറയുന്നു. എനിക്ക് നിങ്ങളല്ലാതെ വേറെയാരാണ് സ്വന്തമായിട്ടുള്ളത്. ചേച്ചി വന്നു പറയുന്നു. വന്ന് എന്റെ മുന്നിൽ നിന്നാൽ എനിക്കൊരു മര്യാദ കിട്ടും. നിങ്ങൾക്കും ഗൗരവം ഉണ്ടാകും. ഇനി നിങ്ങളുടെ ഇഷ്ടം." എന്നു പറഞ്ഞിട്ടു വന്നു. ഗ്രാമത്തിൽ വേടക്കൂട്ടത്തിന്റെ എണ്ണം കുറവാണ്. നെണ്ടുവൻകൂട്ടരാണ് കൂടുതൽ. അതിനാൽ ഏതു തീരുമാനത്തിലും നെണ്ടുവൻ കൂട്ടർ പങ്കെടുക്കും.

ഇത് വിവരം അറിയിക്കുന്ന ചടങ്ങാണെങ്കിലും ആരെങ്കിലും എന്തെങ്കിലും ഒരുവാക്ക് പറഞ്ഞേക്കുമോ എന്ന ഭയവും ഉണ്ടായിരുന്നു. ഈ ഒരാഴ്ചകാലത്ത് ചില സംസാരങ്ങൾ അവളുടെ ചെവിയിൽ എത്തിയിരുന്നു. ഇത്രയും വർഷമായിട്ടും ഇല്ലാതെ ഇപ്പോൾ മാത്രം എങ്ങനെയാണ് കുഞ്ഞുണ്ടായത്? കുഞ്ഞിനെ കിട്ടാൻ പോകുമ്പോൾ എങ്ങനെയാണ് ഭർത്താവ് മരിച്ചത്? ഇതിൽ എന്തോ ഉണ്ട്. പൊന്ന സാധാരണക്കാരിയല്ല. എന്തും ചെയ്യാൻ മടിയില്ലാത്തവളാണ്. അവൾ എന്തോ ചെയ്തിട്ടുണ്ട്. ആ രഹസ്യം കാളിക്കു മനസ്സിലായതുകൊണ്ടാണ് ദേഷ്യം സഹിക്കാനാവാതെ തൂങ്ങിയത് എന്ന് ഒന്നുരണ്ടുപേർ പറഞ്ഞത്രെ. ആരോ സംസാരിച്ചതുപോലെ പറഞ്ഞ് തങ്ങളുടെ സംശയം മാരായിയോട് ചോദിച്ചവരും ഉണ്ട്. പതിനാലാം നാളത്തെ ഉത്സവത്തിന് വണ്ടി കെട്ടിക്കൊണ്ടു പോയത് കണ്ടവരും ഉണ്ടായിരുന്നു.

പതിനാലാം നാളിന് കരട്ടൂരിൽ പോകുന്നവൾ നാല്പതു വയസ്സുകാരിയാണെങ്കിൽ ഉത്സവം കാണാൻ പോകുന്നതാണെന്നു പറയാം. ചെറുപ്പക്കാരിയാണ് പോകുന്നതെങ്കിൽ വെറുതെയാണോ? സന്താനവരം വാങ്ങാൻ തന്നെയായിരിക്കും പോയിരിക്കുക. അത് കെട്ടിയോന് ഇഷ്ട

മായിരിക്കില്ല. എല്ലാ പുരുഷന്മാരും ഇത് അംഗീകരിക്കുമോ? ഒന്ന് രണ്ട് ഇങ്ങനെ ദേഷ്യത്തോടെയും ഉണ്ടാവും. ഇത് കാളിയുടെ കുഞ്ഞല്ലാ കരട്ടൂർ മഹോത്സവത്തിന്റെ കുഞ്ഞാണ് എന്ന് പരിഹസിച്ചതും അവളുടെ കാതുകളിലെത്തി. ചോദിച്ചവർ ആരോടും അവൾ സമാധാനം പറഞ്ഞില്ല. "എന്തോ ഞങ്ങളുടെ ജീവിതം ഇങ്ങനെ ആയിപ്പോയി. എല്ലാം മുകളിലിരിക്കുന്നവൻ നോക്കിക്കൊള്ളും. പോ." എന്നു മാത്രം അവൾ പൊതുവായി പറഞ്ഞു. എന്നാലും നാട്ടുകൂട്ടത്തിൽ ഒന്നും ഏടാകൂടമായി പോകരുത് എന്ന് മാരായി ശക്തി സംഭരിച്ചു. തൊരട്ടു മുത്തശ്ശിയോടും കൂടി മെല്ലെ പറഞ്ഞുവച്ചു. "എന്തോ നിങ്ങളൊക്കെ അന്ന് വന്ന് നാല് നല്ല വാക്ക് പറഞ്ഞു മനസ്സിനൊരു ധൈര്യം വന്നു. നമ്മളെ സന്തോഷത്തോടെ കഴിയാൻ വിടുമോ? എന്തൊക്കെയോ പറയുന്നു. അമ്മായീ, നാട്ടുക്കൂട്ടത്തിന് നിങ്ങളൊക്കെ വന്നാൽ ഞങ്ങൾക്ക് ഒരു ബലമായിരിക്കും. പൊതുവെ സ്ത്രീകൾ നാട്ടുക്കൂട്ടത്തിന് പോകാറില്ല. ഇത് രണ്ടു സ്ത്രീകളുടെ ജീവിതപ്രശ്നമാണ്. ഞങ്ങൾ സ്ത്രീകൾ അല്പം ജാഗ്രതയോടെയിരുന്നാൽ നല്ലത്. ആരും ഒരു വാക്കുപറയാതെ നോക്കാം." എന്നു പറഞ്ഞു. "എന്റെ ചെവിയിൽ എത്തി മാരാ നീ ധൈര്യമായി പോ. ഞങ്ങൾ അഞ്ചാറ് കിളവികൾ ഇവിടെ എന്തിനാണിരിക്കുന്നത്. വീട്ടിൽ വെറുതെയിരിക്കാതെ അവിടെ വന്ന് ഇരിക്കാം നേരത്തോടെ വരാം. നീ ജോലി നോക്ക്." എന്ന് മുത്തശ്ശിയും പറഞ്ഞു. മുത്തു കൂടി "എന്തിനാണമ്മായി. എല്ലാ ഭാഗത്തും പോയി പറഞ്ഞു കൊണ്ടിരിക്കുകയാണ്. നാലുപേര് പോരെ." എന്നു പറഞ്ഞു.

മാരായി ചിരിച്ചതല്ലാതെ അവളുടെ ഭയത്തെക്കുറിച്ചു അവനോടു പറഞ്ഞില്ല.

പതിനെട്ട്

ഒരാഴ്ച സമയം ഉണ്ടായിരുന്നതിനാൽ പൊന്നയ്ക്ക് അല്പം ധൈര്യം കിട്ടി. അതിന് എത്രയോ തുണ അവൾക്ക് കിട്ടി. പുലരുവോളം അവൾ ആലോചിച്ചുകൊണ്ട് കിടന്നു. വന്നു ചേർന്ന ആളുകളും കാളിയുടെ ഓർമ്മയുണ്ടാക്കുന്ന സ്ഥലങ്ങളും അവൾക്ക് സഹായകരമായി. പൊന്ന തൊഴുത്തു വിട്ട് പാടത്തേക്കും സഞ്ചരിക്കുവാൻ തുടങ്ങി. വയലുകൾ ഇനി താനാണല്ലോ നോക്കേണ്ടത് എന്ന് മനസ്സിൽ പറഞ്ഞു. അത് ഒരു വിധത്തിൽ അവൾക്ക് സന്തോഷവും ആയിരുന്നു. പിറ്റേന്ന് അതിരാവിലെ തന്നെ മുത്തു പണിക്കാരൻ സൊങ്കാനെ കൂട്ടിക്കൊണ്ടു വന്നു. ആദ്യത്തെ ദിവസം ചെറിയ പാടത്ത് ചോളം വിതച്ചു. രാവിലെ മറ്റൊരു പാടത്തും കൊളുഞ്ചികളെ പറിച്ചുമാറ്റി മുത്തു ചോളം വിതച്ചിരുന്നു. മുത്തു കാള പൂട്ടി ഉഴുതു. സൊങ്കാൻ മറ്റൊരു പാടത്ത് കൊളുഞ്ചി പറിച്ചു.

വയലുകളിൽ വേറെ ജോലികളൊന്നും ഇല്ല. വരമ്പുകൾ പശുക്കളെ മേയ്ക്കാൻ വണ്ണം ഒരു മാർ വീതിയുള്ളവയായിരുന്നു. ഒരിടത്തും കല്ലോ കരടോ ഇല്ല. കയർ കൈയിൽ പിടിച്ചുകൊണ്ട് പശുവിനെ വിട്ടാൽ ഒരു തടസ്സവും കൂടാതെ അതിന്റെ പാട്ടിന് മേഞ്ഞുകൊണ്ടിരിക്കും. വയലുകളിൽ കലപ്പ തടയാനോ ഒടക്കാനോ ഒരു കല്ലും ഇല്ല. കാളി എല്ലാം വൃത്തിയാക്കി വച്ചിരുന്നു.

ഈ പാടം മുഴുവൻ ചെമ്മണ്ണാണ്. എന്നാൽ ചിലയിടങ്ങളിൽ മണ്ണ് നിറം മാറി കറുപ്പ് കലർന്ന് കാണപ്പെട്ടു. മുത്തു വാരിനോക്കി. വളക്കൂറുള്ള മണ്ണ്. ചാണകം, പച്ചിലകൾ ഇവ ഒന്നും പാഴാക്കാതെ വളമാക്കി മണ്ണിൽ കലർത്തിവച്ചിരുന്നു. നാലഞ്ചു വർഷമായാലും വളം കുറയില്ല. നാലേ നാല് ഏക്കറാണെങ്കിലും ഇങ്ങനെ വച്ചിരുന്നതിനാൽ കാളിയുടെ

കൈയിൽ എപ്പോഴും കാശ് നിറയും. എന്തു ചെയ്യാനും പ്രയാസമില്ല. അല്ലെങ്കിൽ കുഞ്ഞിന് വേണ്ടി മാത്രം ഇത്രയ്ക്കും ചെലവു ചെയ്യാനാകുമോ? ഉഴുതു മറിക്കാൻ ഇങ്ങനെ നിലം ഉണ്ടായാൽ എത്രനാൾ വേണമെങ്കിലും മടുപ്പില്ലാതെ കാള പൂട്ടാം എന്ന് മുത്തുവിന് ആദ്യം തോന്നി. മാനസിക പിരിമുറുക്കമാണോ അവന്റെ മരണത്തിന് കാരണമായത്. അല്പം അങ്ങനെ ഇങ്ങനെയൊക്കെ ആയാൽ എന്താണ്. കലപ്പയിൽ ഒരു കല്ല് കുടുങ്ങിയാൽ ഉടനെ കാളയെ നിർത്താം. ഈ നിലത്ത് കലപ്പ പിടിച്ചാൽ പോയിക്കൊണ്ടേ ഇരിക്കാം.

ഇതിൽ ജോലി ചെയ്യുമ്പോൾ മടുപ്പുവരാൻ ധാരാളം കാരണങ്ങൾ ഉണ്ട്. ആരെയും ഏതിനും ആശ്രയിക്കാതെ തന്നിൽത്തന്നെ ഒതുങ്ങുവാൻ കാളി ഇങ്ങനെയൊക്കെ ചെയ്തതാണോ?; അവൻ പാകപ്പെടുത്തിയ നിലത്ത് ഒരു കുറവും ഇല്ല. അവൻ നിർമ്മിച്ച തോടിനും പാത്തിക്കും ഒരു തകരാറും ഇല്ല. അവൻ നട്ടമരത്തിൽ ഒരു വാട്ടവും ഇല്ല. അവൻ വളർത്തിയ ആടുമാടുകൾക്ക് ഒരു പ്രശ്നവും ഇല്ല. തന്റെ ഭാര്യയ്ക്കു മാത്രം അങ്ങനെ ഒന്നു സംഭവിച്ചാൽ അവന്റെ മനസ്സ് എങ്ങനെ സ്വീകരിക്കും. കൂടെ ഉണ്ടായിരുന്നിട്ടും അവന്റെ ഈ പ്രവൃത്തി എന്തുകൊണ്ടാണ് മനസ്സിലാവാതെ പോയത് എന്ന് മുത്തു അത്ഭുതപ്പെട്ടുപോയി. ചെറുപ്പത്തിൽ അവന് ഇങ്ങനെ ഒരു സ്വഭാവമുള്ളതായി അറിയില്ല. വാക്കുകളുടെ വിരട്ടലുകൾക്കു ഭയന്ന് തൊഴുത്തിൽ ചടഞ്ഞു കിടന്നതിനു ശേഷമാണ് അല്പാല്പമായി ഈ മാനസികാവസ്ഥയിലേക്കെത്തിയിരിക്കുക.

വേനലിൽ കന്നു പൂട്ടാതിരുന്നതിനാൽ ഇപ്പോൾ രണ്ടുതവണ ഉഴുകേണ്ടി വന്നു. അതിനാൽ ഒരു വയലിനു തന്നെ വളരെനേരം എടുത്തു. ഒന്ന് തീർത്തിട്ടു നോക്കിയപ്പോൾ സൊങ്കാൻ പാടത്തെ കൊളുഞ്ചി മുഴുവൻ പറിച്ച് വാരി കറ്റകെട്ടിക്കൊണ്ടിരുന്നു. സൊങ്കാൻ നല്ല പണിക്കാരനാണ്. കാളയെ അഴിച്ചുകൊണ്ടുപോയി തണലത്തു കെട്ടി തീറ്റ വാരിയിട്ടു കൊടുത്തു. പഴം ചോറ് കഴിച്ചിട്ട് മുത്തു പുറപ്പെട്ടു. നല്ലായിയോട്, “അമ്മേ, ഞാൻ നാട്ടിലേക്ക് പോകുന്നു. സൊങ്കാൻ ഇവിടെയുണ്ട്. ഞാൻ നാളെ വരാം.” എന്നു പറഞ്ഞു. പൊന്ന അപ്പോൾ എഴുന്നേറ്റ് വായ് കൊപ്ലിച്ചിട്ട് ചുക്കുകാപ്പി കുടിച്ചുകൊണ്ട് ഇരുന്നിരുന്നു. അവളുടെ മുന്നിൽ നിന്നിട്ട് ഇനിയും സംസാരിച്ചിട്ടില്ല. സംസാരിച്ചാൽ എന്തെങ്കിലും പറയുമോ എന്നു ഭയന്നു. അവളായിട്ട് സംസാരിക്കട്ടെയെന്നു വിചാരിച്ച് കാത്തിരുന്നു. സൊങ്കാൻ വീണ്ടും പോയി കാള പൂട്ടിയപ്പോൾ പൊന്ന സാവധാനം പാടത്തേക്കു പോയി കിണറ്റിൻകരയിലെ പാലമരച്ചുവട്ടിൽ ഇരുന്നു.

അവിടെ നിന്നും നോക്കിയപ്പോൾ വയൽ മുഴുവൻ വ്യക്തമായി കാണപ്പെട്ടു. കൊളുഞ്ചികൾ നീക്കം ചെയ്തപ്പോൾ വയൽ വലിയ കളം പോലെ വിശാലമായി കിടന്നിരുന്നു. കിഴക്കു വശത്തെ മൂലയ്ക്കുള്ള പാടത്താണ് ഇപ്പോൾ കാള നിന്നത്. അവിടെയാണ് അന്ന് പൂവരശിന്റെ കൊമ്പ് നട്ടുവച്ചതും അത് മാരായി പറിച്ചെറിഞ്ഞതിനു ശേഷം ഒരു കല്ലെടുത്തു വച്ചതും ഓർമ്മ വന്നു. അതു ശ്രദ്ധിക്കാതെ സൊങ്കാൻ കാളയെ പൂട്ട

രുത് എന്നതിനാൽ സാവധാനം എഴുന്നേറ്റ് അവൾ അവിടേക്കു പോയി. നന്നായി വെയിലടിച്ചിരുന്നു. ഇങ്ങനെ വെയിലുണ്ടായാൽ ഒരു ദിവസമേ നനവ് നില്ക്കൂ. എന്നാൽ ഇന്നുകൊണ്ട് മുഴുവനും വിതയ്ക്കാനാവുമോ? ഇല്ലെങ്കിൽ അടുത്ത മഴയ്ക്കേ പറ്റൂ. പൊന്ന വരുന്നതു കണ്ട സൊങ്കാൻ "വെയിലത്ത് എന്തിനാണ് വരുന്നത്" എന്നു ചോദിച്ചു.

സൊങ്കാൻ വളരെക്കാലമായി മുത്തുവിന്റെ വീട്ടിൽ കൃഷിപ്പണി ചെയ്തു കൊണ്ടിരിക്കുന്നു. പൊന്നയോട് സ്നേഹം കൂടുതലാണ്. "ഈ മൂലയിൽ ഒരു ദൈവം ഉണ്ട്. അതിന്റെ മുകളിലൂടെ ഓട്ടരുതെന്നു പറയാൻ വന്നതാണ്." എന്നു പറഞ്ഞ് കിഴക്കുമൂലയിൽ പോയി കല്ല് പരതി. മണ്ണിൽ നിന്നും മുളച്ചു പൊന്തിയ പ്രകാശത്തോടെ കല്ല് കാണപ്പെട്ടു. ചെമ്മണ്ണ് നിറം കയറിയ കല്ല്. രണ്ട് വയലുകളുടെയും കരകൾ കൂടിച്ചേരുന്ന മൂല. കന്നുകാലികളെ മേയ്ക്കുമ്പോൾ അവിടെ ഇരിക്കാൻ അത് നല്ല പാകമാണ്. കല്ലിന് കുറച്ച് പിന്നിൽ നാലഞ്ചു പാലത്തൈകൾ മുളച്ചു നിന്നിരുന്നു. ഓരോ തവണ വെട്ടിയാലും വേരിൽ നിന്നും മുളച്ചു വന്ന ലക്ഷണം കണ്ടു. ഇനി അതിൽ ഒന്നിനെ വളരാൻ വിടാം എന്നവൾ വിചാരിച്ചു. അതിൽ ഒരു പാത്തി വിടാൻ സൊങ്കാനോടു പറഞ്ഞു. "തണലത്ത് പൊയ്ക്കോളൂ. ഞാൻ നോക്കിക്കൊള്ളാം." സൊങ്കാൻ പറഞ്ഞു.

"കിണറ്റിൽ വെള്ളമുണ്ട്. രണ്ടുതടം മുളകും തക്കാളിയും നടാം. ഒരുപാടത്ത് അരിയും നെല്ലും നടാം. ആഴ്ചയിലൊരിക്കൽ നനച്ചാൽ മതി. അടുത്ത വർഷം ഞാൻ തന്നെ വെള്ളം നനച്ചോളും. ഈ വർഷം നീയോ ചേട്ടനോ വന്ന് വെള്ളം തേവ്. മുഴുവനും ചോളം വിതയ്ക്കണ്ട. അതിനാൽ ആരിയം നട്ടാൽ ചോറിനു മതിയാകും." എന്ന് സൊങ്കാനോടവൾ പറഞ്ഞു. "ശരി, അങ്ങനെ വിടാം. ഇങ്ങനെ എഴുന്നേറ്റുവന്ന് പാടത്തെ കാര്യങ്ങൾ ശ്രദ്ധിക്ക്. എല്ലാ പ്രയാസവും അതാ ആ പാലമരത്തിലെ പഞ്ഞിപോലെ പറന്നുപോകും." എന്ന് സൊങ്കാൻ പറഞ്ഞത് മനസ്സിന് ആശ്വാസമേകി.

അവൻ നിർബ്ബന്ധിച്ചതിനാൽ അവൾ വീണ്ടും പാലമരച്ചുവട്ടിലേക്കു പോയി. തൊഴുത്തിൽ നിന്നും അമ്മ വിളിച്ചു. ഭക്ഷണം കഴിക്കാനായിരിക്കും. അല്പം കഴിഞ്ഞിട്ടു പോകാം. അമ്മയ്ക്ക് മറുപടി നല്കാൻ വണ്ണം ശബ്ദം ഉയരില്ലെന്നു തോന്നി. ദേഹത്തെ ബലമൊക്കെ കാളി രണ്ടു ദിവസം കൊണ്ട് മുഴുവനും ഊറ്റിക്കുടിച്ചിരിക്കുന്നു. മരത്തിലേക്കു നോക്കിയാൽ അവൻ. പാടത്തേക്കുവന്നാൽ അവൻ. എല്ലാ സ്ഥലത്തും എല്ലാ വസ്തുക്കളിലും തന്നെ നിറച്ചുവച്ചിട്ടാണവൻ പോയിരിക്കുന്നത്. അവനിൽ നിന്നും മോചിതയാവുക എന്നത് അസാദ്ധ്യമാണ്. ഇനിയും ഒരാഴ്ച നാട്ടുകാരുടെ മുന്നിൽ വന്നു നില്ക്കണം. എന്താണ് പറയാൻ പോകുന്നത്. ഈ കുഞ്ഞ് കാളിയാൽ രൂപം കൊണ്ടതാണെന്ന് എല്ലാവരെയും അറിയിക്കണം. മിനിഞ്ഞാന്നു രാത്രി വന്ന് കൂടെക്കിടന്നവനാണവൻ. ഒറ്റ രാത്രികൊണ്ട് മൂന്നുമാസമായ ഭ്രൂണത്തെ അകത്തുവച്ചിട്ട് പോകുന്ന

ബലവാൻ. അതിനു വേണ്ടി അവൻ പെടുത്തിയ പാട് കുറച്ചൊന്നുമല്ല. തന്റെ ജീവനെ ചുരുട്ടി ഭദ്രമായി വച്ചിരിക്കുന്നു.

അല്ല, മൂന്നുമാസത്തിനു മുൻപ് എന്നാലും തേര് നോമ്പിന് ക്ഷണിക്കാൻ മുത്തുവന്ന അന്ന് പാതിരായ്ക്ക് വന്ന് കാളി വാതിലിൽ മുട്ടി. അവന്റെ മുട്ടൽ ശബ്ദം ഒറ്റപ്രാവശ്യത്തിൽ തന്നെ അവളുടെ തലച്ചോറിലെത്തി പ്രവർത്തിക്കും. അവൾ എഴുന്നേറ്റുവന്ന് വാതിൽ തുറന്നു. “ചേട്ടൻ വന്നിരിക്കുന്നു. ഇപ്പോൾ കൂടി ഇങ്ങോട്ടു വന്നാൽ ചേട്ടൻ എന്തു വിചാരിക്കും?” അവൾ പറഞ്ഞു. അവൻ വാരിപ്പുണർന്നുകൊണ്ട് “നിന്റെ ചേട്ടൻ ഇടി വീണാലും ഇപ്പോൾ എഴുന്നേല്ക്കില്ല. എനിക്കാണെങ്കിൽ നിന്നെയോർത്ത് ഉറക്കമേ വരുന്നില്ല.” അവൻ പറഞ്ഞു. ആ ദിവസവും കൂടി കണക്കു വയ്ക്കാം. അങ്ങനെ തന്നെ മാറത്തുകിടന്ന് ഉറങ്ങിയവനെ ഉണർത്തി തൊഴുത്തിലേക്ക് പറഞ്ഞയച്ചു. ചേട്ടൻ ഉണർന്ന് കണ്ടാൽ എന്തു വിചാരിക്കും എന്ന പരിഭ്രമം അടക്കാനായില്ല. എഴുന്നേറ്റിട്ടും പോകാൻ തോന്നുന്നില്ല. പുറത്തേക്കു തള്ളിയിട്ട് അവൾ വാതിലടച്ചു. പതിനാലാം ദിവസമാണ് വയറ്റിൽ ഉദയം കൊണ്ടത് എന്നു വിചാരിച്ചാലും അന്ന് മുഴുവൻ കാളിയുടെ ഓർമ്മ ഒരു നിമിഷംപോലും വിട്ടുപോയില്ല.

അവൾ എത്ര ശ്രമിച്ചിട്ടും കാളിയിൽ നിന്നും മോചനം നേടാനായില്ല. അവസാനം അവളുടെ മെലിഞ്ഞ നെഞ്ചിൻ കൂട്ടിലും കാളി കയറിപ്പറ്റി. കണ്ണടച്ചാലും കാളി. തുറന്നാലും കാളി. വേറെ വഴിയില്ലാതെ കാളിയെ മാത്രം മനസ്സിൽ തലോടി. അങ്ങനെയിരിക്കെ ഈ ശിശുവിനെ അവന്റേതല്ലെന്ന് ആർക്ക് പറയാനാകും? കാളിക്കു തന്നെ അല്ലെന്നു പറയാനാവില്ല. നാട്ടുകാരുടെ മുന്നിലും, ഈ ലോകത്തിന്റെ മുന്നിലും ‘ഇത് കാളി തന്ന ജീവനാണ്.’ എന്ന് ഉറക്കെ പറയാം. അവൾക്ക് ഇപ്പോൾ ധൈര്യം കൂടിയിരുന്നു. മാരായി ഏതോ കല്യാണത്തിന് ക്ഷണിക്കുന്നതുപോലെ നാടുമുഴുവൻ ഓടി നടന്ന് ക്ഷണിച്ചു കൊണ്ടിരുന്നു. രാത്രി ബന്ധുക്കൾ രണ്ടുപേരും ചേർന്ന് ആരോടൊക്കെ പറയണം ആരോടൊക്കെ നിർബ്ബന്ധമായും വരണമെന്നു പറയണം എന്ന പട്ടിക തയ്യാറാക്കി. അതിൽ പൊന്നയുടെ അപ്പച്ചിയുടെ വീട്ടുപേരുകൂടി ചേർന്നിരുന്നു. ആരും ആവശ്യപ്പെട്ടില്ല. ഇപ്പോൾ പൊന്നയാൽ ആരോടും പറയാനാകും. അവൾ പാലമരച്ചുവട്ടിലെ തണലിൽ കിടന്നു.

കാളി വിരിച്ചു വച്ചിരിക്കുന്ന മടി...

പത്തൊൻപത്

ശനിയാഴ്ച രാത്രി, നല്ല നിലാവെളിച്ചം. പൊന്നയോടൊപ്പം മാരായിയും നല്ലായിയും മാത്രമേ ഉണ്ടായിരുന്നുള്ളൂ. ദിവസവും ആരെങ്കിലും ഒരാൾ സംസാരിക്കാൻ വരുമായിരുന്നതിനാൽ ഇങ്ങനെ ഒരു ദിവസം ആരും ഇല്ലെങ്കിൽ എന്തോ നഷ്ടപ്പെട്ടതുപോലെ തോന്നും. പൊന്ന രാവിലെയാണ് വളരെ കഷ്ടപ്പെടുക. ഉച്ചയാവുമ്പോഴേക്കും ഒരു വിധം തരണം ചെയ്യും. ഇന്നുകൂടി പാടത്തിന്റെ ഭാഗത്തേക്കു പോയിട്ട് വളരെ നേരം കഴിഞ്ഞിട്ടാണ് വന്നത്. പാടം ഇന്നോളം അവൾ പൂർണ്ണമായി കാണാത്തതു പോലെയുണ്ടായിരുന്നു. ഇപ്പോഴാണ് ഓരോ ഭാഗത്തെയും അവൾ അറിയുന്നത്. ചില സ്ഥലങ്ങൾ നമ്മുടെ പാടത്ത് ഇങ്ങനെ ഒരു ഭാഗം ഉണ്ടോ എന്ന് അത്ഭുതപ്പെടുത്തും. കാണുന്ന ഓരോന്നിലും കാളി ഇതിൽ എന്താണ് ചെയ്തിരിക്കുക, നമ്മൾ എന്തു ചെയ്യാം എന്നൊക്കെ തോന്നുന്നതിനെ തടയാനാവില്ല.

രാവിലത്തെ ക്ഷീണത്താൽ വളരെ നേരം ഉറങ്ങുന്നതിനാൽ രാത്രി പെട്ടെന്നൊന്നും ഉറക്കം വരില്ല. പൂവരശ് ചലിച്ചാലോ നായ കുരച്ചാലോ കാളി വീണ്ടും വന്നോ എന്ന ചിന്തയുണ്ടാകും. അവന്റെ വരവിലെ പ്രതീക്ഷയോടെ അവൾ കാത്തിരിക്കുകയും ചെയ്യും. എന്നാൽ ഇനി ഒരുതവണ അങ്ങനെ വരുമോ എന്നും സംശയമുണ്ടാവും. അവന്റെ ജോലി അവസാനിച്ചു. അതിനാണ് ഈ മൂന്നുമാസത്തെ പുല. വന്നില്ലെങ്കിലും ഇവിടെയെവിടെയെങ്കിലും ഉണ്ടാവും. ഒരു കാക്കയായി പാടത്ത് കറങ്ങുന്നുണ്ടാവും. അവന്റെ കണ്ണുകൾക്ക് എല്ലാം കാണാം. അവനെയാണ് കണ്ടുപിടിക്കാനാവാത്തത്. അവൾ ആലോചിച്ചുകൊണ്ട് കിടന്നിരുന്നു. പുറത്ത് ബന്ധുക്കൾ രണ്ടുപേരും സംസാരിച്ചുകൊണ്ടിരുന്നു. ഇനിയും ആരെയെങ്കിലും ക്ഷണിക്കാൻ ബാക്കിയുണ്ടാവും.

തന്റെ അനിയന്മാരുടെ വീടുകളിലൊക്കെ പോയി ക്ഷണിച്ചിട്ടു വന്നത് പൊന്നയ്ക്ക് ഇഷ്ടമായിട്ടില്ല. എന്നാലും മാരായി 'നമ്മൾ എറങ്ങിപ്പോയി' എന്ന് വിചാരിച്ചുകൊണ്ടിരിക്കുകയാവും. മാരായിയോട് കടുപ്പിച്ചൊന്നും പറയരുതെന്ന് പൊന്ന വിചാരിച്ചിരുന്നു. തനിക്ക് ഒരു കഷ്ടം. അവർക്ക് രണ്ടു കഷ്ടം. വേലിക്കരികിൽ എന്തോ അനങ്ങുന്നതുകണ്ട് നായ കുരച്ചു. "ഓന്ത് ഓടിയാൽ കൂടി ഈ നായ കുരയ്ക്കും" എന്നു പറഞ്ഞിട്ട് മാരായി എഴുന്നേറ്റു. ആളുകൾ വരുന്ന ശബ്ദം കേട്ടു. തൊഴുത്തിന്റെ വേലിയുടെ വാതിൽ കെട്ടിയിരുന്നു. "സാമീ.." എന്നു വിളിക്കുന്ന ശബ്ദവും നായയുടെ കുരയ്ക്കിടയിലൂടെ കേട്ടു. ആരാണപ്പാ അത് എന്നു ചോദിച്ചുകൊണ്ട് മാരായി വേലിക്കരികിലേക്കു പോയി. "ഞാനാണ്, മാരിയാണ് സാമീ... ഈ നേരത്തു വന്നാൽ നിങ്ങളോട് സംസാരിക്കാൻ പാകമായിരിക്കും എന്നുകരുതി വന്നതാണ് സാമീ..." എന്ന് മാരി പറഞ്ഞു. "വന്നോളൂ." എന്നു പറഞ്ഞിട്ട് മാരായി അവനെ സ്വീകരിച്ചു.

അവന്റെ ഭാര്യയും മരുമകളും കൂടെ വന്നിരുന്നു. "മാരി ഭക്ഷണം കഴിച്ചിരുന്നോ?" മാരായി അന്വേഷിച്ചു. അവർ ഉണ്ടിട്ടാണ് വന്നിരുന്നത്. പൊന്നയ്ക്ക് ഇടയ്ക്കിടെ തിന്നാനായി കടലയ്ക്ക വറുത്ത് കൊടുത്തിരുന്നു. അതിൽ കുറച്ച് ബാക്കിയുണ്ടായിരുന്നു. അതെടുത്തു കൊണ്ടുവന്ന് ഓരോ പിടിവീതം ഓരോരുത്തർക്കും കൊടുത്തു. വാങ്ങി തോർത്തിൽ കെട്ടിക്കൊണ്ട് മാരി വന്ന കാര്യം പറഞ്ഞു. "അന്ന് കൗണ്ടച്ചി ഗർഭിണിയാണെന്നുള്ള വാർത്ത കാട്ടുപ്പട്ടിയിൽ പോയി പറഞ്ഞിട്ടു വന്നത് ഞാനാണ്. അന്ന് മുത്തു കൗണ്ടർ വണ്ടിയിൽ കയറ്റിക്കൊണ്ടുവന്ന് നാട്ടിൽ ഇറക്കിവിട്ടു. നമ്മുടെ കൃഷി നോക്കാൻ ഒരു സ്ത്രീയുണ്ടെങ്കിൽ പറയ്, സഹായമായി ജോലി ചെയ്യാൻ ഒരു സഹായിയായിരിക്കും. അതു പറഞ്ഞിട്ടു പോകാമെന്നു വച്ചിട്ടു വന്നതാണ്." അവൻ പറഞ്ഞു. "അങ്ങനെ ഒന്നും പറഞ്ഞില്ലല്ലോ. ആളെ വച്ച് ചെയ്യാൻ വണ്ണം ഇവിടെ എന്തു ജോലിയാണുള്ളത്." മാരായി ചോദിച്ചു. "എന്നോടുപോലും ഇതിനെക്കുറിച്ചൊന്നും പറഞ്ഞില്ലല്ലോ. എന്തിനു പറഞ്ഞതോ എന്തോ. ഏതായാലും നാളെ അവനോടു ചോദിച്ചിട്ടു പറയാം മാരീ." നല്ലായി പറഞ്ഞു. അവന് ജാള്യത തോന്നി. പ്രതീക്ഷയോടെ വന്ന അവന് എന്തു പറയണമെന്ന് മനസ്സിലായില്ല. ഭാര്യയും മരുമകളും എന്തു പറയും എന്നും അവൻ ഭയന്നു.

പൊന്ന എഴുന്നേറ്റു വന്ന് പുറത്തെ കല്ലിൻമേൽ ഇരുന്നു. അവർ കട്ടിലിന് അല്പം ദൂരെ താഴെ ഇരുന്നിരുന്നു. "ചേട്ടൻ ആലോചിച്ചിട്ടു തന്നെയായിരിക്കും പറഞ്ഞിരിക്കുക. പലതരം ചിന്തയിൽ നമ്മളോടു പറയാൻ മറന്നതായിരിക്കും." പൊന്ന പറഞ്ഞു. "ശരി, നമ്മൾ ഇപ്പോൾ ആളെവച്ച് ജോലി ചെയ്യിക്കുന്ന അളവിനാണോ ഉള്ളത്?" മാരായി പറഞ്ഞു. അവളുടെ അമ്മയ്ക്ക് നാട്ടിലേക്ക് പോകാനുള്ള വിചാരം വന്നിരിക്കുന്നെന്ന് പൊന്നയ്ക്ക് മനസ്സിലായിരുന്നു. എപ്പോൾ മൂന്നുമാസം ആകും എന്ന് അക്ഷമയായി കാത്തിരിക്കുകയാണ്. നാട്ടിലും ധാരാളം ജോലികളുണ്ട്. നാത്തൂൻ ഒരാളെക്കൊണ്ട് ചെയ്യാനാവില്ല. പൊന്നയെ നാട്ടിലേക്കു

കൂട്ടിക്കൊണ്ടു പോയി പ്രസവം കഴിഞ്ഞ് ഏഴുമാസം കഴിഞ്ഞിട്ട് തിരിച്ച യയ്ക്കാം എന്നും അവരുടെ ചിന്തയിലുണ്ട്. അങ്ങനെയായാൽ മാരായി ഒരുത്തിയെക്കൊണ്ട് ആടുമാടുകളെയൊക്കെ നോക്കാനാവില്ലെന്ന് കരുതി മുത്തു ആൾക്കുവേണ്ടി പറഞ്ഞിരിക്കും. ഗ്രാമത്തിലേക്ക് പോകാനുള്ള ചിന്ത പൊന്നയ്ക്ക് അല്പംപോലും ഇല്ല. ഈ തൊഴുത്തിൽ തന്നെ പ്രസ വിക്കണം. കുഞ്ഞിന്റെ ശബ്ദം പൂവരശിൽ മേലിരുന്ന് കാളി കേൾക്കണം എന്ന് വിചാരിച്ചിരുന്നു. അവിടെയിരുന്നാലേ പാടത്തെയും ശ്രദ്ധിക്കാനാ വൂ. അതിനാൽ ആളുണ്ടാകുന്നത് നല്ലതാണ്.

"ആരാണ് മാരീ ജോലിക്കു വരാൻ പോണത്? നിന്റെ ഭാര്യയോ മരുമകളോ?" എന്നു ചോദിച്ചു. "മരുമകളാണ് സാമീ." മൂന്നു കുട്ടികളു ണ്ട്. മകൻ എവിടെയെങ്കിലും പാടത്തെ പണികിട്ടിയാൽ പോകും. കിട്ടു ന്നതിന് കള്ള് കുടിച്ചോണ്ടു വരും. വീട്ടില് ചോറിന് എന്തുചെയ്യും സാമീ? ഇപ്പോൾ ഞങ്ങളുണ്ട്. നോക്കും. വയസ്സാകും തോറും ഞങ്ങളെക്കൊ ണ്ടാവുമോ സാമീ. കുഞ്ഞുങ്ങളെ എന്റെ ഭാര്യ നോക്കും. മരുമകൾ വന്ന് കൃഷിപ്പണി ചെയ്യട്ടെ. ചോറിന്റെ പ്രയാസമെങ്കിലും തീരുമല്ലോ." അവൻ പറഞ്ഞു. "കുഞ്ഞുങ്ങളെയും വച്ചിട്ട് കൃത്യമായി ജോലിക്കു വരുമോ. ഇതൊന്നും ശരിയാവില്ല മാരീ." അവൾ പറഞ്ഞു.

പൊന്നയ്ക്ക് ഇത് നല്ല ഏർപ്പാടായി തോന്നി. മാരിയുടെ മരുമകൾ കഴിഞ്ഞവർഷം ആരിയൻ കതിർ പെറുക്കാൻ വന്നിരുന്നു. അവളുടെ പാടിന് ജോലി ചെയ്തുകൊണ്ടിരുന്നു. അനാവശ്യമായി സംസാരിച്ച് സമയം കളഞ്ഞില്ല. മടിക്കുത്തിൽ നെല്ല് വാരിക്കെട്ടിയില്ല. കൂട ഉയർത്താൻ കൂടി അവൾ മുന്നോട്ടുവന്നുനിന്നു. ജോലിക്ക് തളരാത്ത വൾ എന്നതു മതി. മക്കളെ നോക്കിക്കൊണ്ട് ഒന്നുരണ്ടു ദിവസം വന്നി ല്ലെങ്കിലും സാരമില്ല. "അതൊക്കെ വരും. എന്താണ് പറയുന്നത് വെങ്കാ? ജോലിക്ക് കൃത്യമായി വരണം. ഇത് പെണ്ണുങ്ങളുടെ കൃഷിയാണ്. ശരി ക്കല്ലെങ്കിൽ ആവില്ല." എന്നവർ പറഞ്ഞു. വെങ്കായി ഉടനെ എഴുന്നേറ്റു നിന്നു.

"വരും സാമീ. മോൾക്ക് ഏഴുവയസ്സാകുന്നു. വീട്ടു ജോലിയൊക്കെ ചെയ്തു കൊടുക്കും. ചെറുക്കന് ഇപ്പോൾ അഞ്ചു വയസ്സാകുന്നു. മറ്റൊന്ന് പറ്റുമെങ്കിൽ ഏതെങ്കിലും പാടത്ത് ആടുമേയ്ക്കാനും വിടും. ഇളയതിന് മൂന്നാകുന്നു. ചോറ് തിന്നാൻ പോലും അറിയില്ല. അല്ലെങ്കിൽ ഇവിടെ കൊണ്ടുവന്ന് കളിക്കാൻ വിട്ടിട്ട് ജോലി ചെയ്തോളും." എന്നു പറഞ്ഞു. മാരായി പലതും മനസ്സിൽ ആലോചിച്ച് ഇതു നല്ലതാണെന്ന തീരുമാന ത്തിലെത്തി. ആളില്ലെങ്കിൽ താൻതന്നെ വല്ലാതെ കഷ്ടപ്പെടണം എന്നതും മനസ്സിലുണ്ടായിരുന്നു. നല്ലായി ഇത് നല്ല സന്ദർഭം എന്നു കരുതി. "ഞാനും നാട്ടിലേക്ക് പോവുകയാണ്. അവിടെ ധാരാളം ജോലികൾ കിട ക്കുന്നു. ഒരുത്തി പാവം. അവൾ എന്തു ചെയ്യാനാ? കൂലി പറഞ്ഞോ, കൃത്യമായി വന്ന് ജോലി ചെയ്യ്." എന്നു പറഞ്ഞു.

"ശരി, നാളെ വരുമോ, മുത്തു വന്നാൽ സംസാരിക്കാം." മാരായി

പറഞ്ഞു. “അതൊന്നും വേണ്ട. ഇപ്പോഴേ ചോദിച്ചോളൂ മാരീ. നാട്ടുനടപ്പനുസരിച്ച് ചോദിച്ചോളൂ. പെണ്ണുങ്ങൾക്ക് എത്രയാണോ അത് ചോദിച്ചോളൂ. ഞങ്ങളുടെ കൃഷി ചെറുതാണ്. പണിയും അത്രയേ ഉണ്ടാവൂ. മറ്റുള്ളവരെപ്പോലെ ഇന്ന് ഒന്ന് നാളെ ഒന്ന് പറയുന്നവരല്ല ഞങ്ങൾ. ചോദിച്ചോളൂ.” പൊന്ന പറഞ്ഞു. “നിങ്ങൾക്കറിയില്ലെ. പെണ്ണുങ്ങൾക്ക് രണ്ടു പറ നെല്ല്. തൈപ്പൊങ്കലിനും വൈകാശിത്തേരിനും പുടവ. പിന്നെ നിങ്ങളെക്കൊണ്ടാവുന്നത്, കടലയ്ക്കായോ, പയറോ തരാതിരിക്കുമോ?” അവൻ പറഞ്ഞു. “രണ്ടു പറ നെല്ല് കൂടുതലാണ് മാരി.” മാരായി പറഞ്ഞു. “ഇങ്ങനെ പറഞ്ഞാലെങ്ങനാ സാമീ, വർഷം മുഴുവൻ ഇതുകൊണ്ടാണ് ചോറ് തിന്നേണ്ടത്.” മാരി പറഞ്ഞു.

പൊന്ന ഉടനെ “ശരി, കുട്ടികൾക്കല്ലേ കൊടുക്കുന്നത്. വിട് അമ്മേ. നീ ചോദിച്ചത് വാങ്ങിക്കോളൂ. പാരമ്പര്യമായി പോകുന്ന വീട്ടിൽ പോകുന്നു. അവിടെ പോയി ഇവിടെ പോയി എന്നു പറഞ്ഞിട്ടുണ്ട് ജോലി നശിപ്പിക്കരുത്. നോക്കിക്കോ. ശരിയായിരിക്കണം. പെണ്ണുങ്ങളുടെ കൃഷി ആലാക്കോലം എന്ന് പറയിപ്പിക്കരുത്.” പൊന്ന പറഞ്ഞു. നില്ക്കുകയായിരുന്ന വെങ്ക “ഒരു കുറവും ഇല്ലാതെ ചെയ്തോളാം സാമീ” എന്നു പറഞ്ഞു. അവൾ കൈകൂപ്പി തൊഴുന്നത് വെളിച്ചത്തിൽ കണ്ടു. മാരിയുടെ ഭാര്യയും എഴുന്നേറ്റ് “എന്റെ അനിയന്റെ മകളാണ് സാമീ. മര്യാദയ്ക്ക് ചെയ്തോളും. നിങ്ങൾ നോക്കിക്കോളൂ. നിങ്ങളെ വിശ്വസിച്ചിട്ടാണ് കഴിയുന്നത്.” എന്നു പറഞ്ഞിട്ട് വണങ്ങി. ഉടനെ മാരായി. “ചേച്ചീ നിങ്ങൾ പോയി ഒരു പടി കമ്പെടുത്തു കൊണ്ടുവാ.” എന്നു പറഞ്ഞു. മാരിയുടെ ഭാര്യ “ചെറിയ കൗണ്ടച്ചി ഗർഭിണിയായിരിക്കുകയാണ്. അവരുടെ കൈകൊണ്ട് വാരിത്തന്നാട്ടെ. മഹാറാണി.” എന്നു പറഞ്ഞു. അവൾ പറഞ്ഞത് പൊന്നയെ സംതൃപ്തയാക്കി. അവൾ അകത്തേക്കു പോയി.

“ഇപ്പോൾ ആടിമാസം. ചിത്തിര മുതൽ കണക്ക്. മൂന്നുമാസം കുറയുന്നു. അതിനനുസരിച്ച് വാങ്ങിക്കൊള്ളണം.” എന്നു മാരായി പറഞ്ഞുകൊണ്ടിരുന്നു. മടിയിലേക്ക് കമ്പ് ചൊരിഞ്ഞിട്ട് പൊന്ന “നാളെ മുതൽ വരുമോ” എന്നു ചോദിച്ചു. “നാളെ ഒരു ദിവസം കഴിയട്ടെ ഒരു കോഴിയുണ്ട്. അതിനെ അറുക്കണമെന്നു വിചാരിക്കുന്നു. മറ്റന്നാൾ വരും. അന്ന് തിങ്കളാഴ്ചയാണ്.” എന്നു മാരി പറഞ്ഞപ്പോൾ “ശരി, അങ്ങനെ വന്നോട്ടൊ.” എന്നവൾ പറഞ്ഞു.

പൊന്നയുടെ മനസ്സിൽ വലിയ സന്തോഷം പടർന്നു.

ഇരുപത്

പൊന്ന ഉണർന്നപ്പോൾ വെങ്കായി വന്നു. ഇപ്പോഴും ചൂടുള്ള നെല്ലു കുത്തിയ അരിയുടെ ചോറ് ചോദിക്കുന്നു. ഉച്ചയോടടുത്തിരുന്നു. ദിവസവും മൂന്നുനേരം അവൾക്കു മാത്രം കുത്തരിചോറ് വയ്ക്കുന്നു. അങ്ങനെ തിന്നു കൊണ്ടിരിക്കാനാവില്ല. അച്ഛൻ വീട്ടിൽനിന്നും കൊണ്ടു വന്ന സ്ത്രീധനത്തിൽ അഞ്ചാറു ചാക്ക് അരിയും ഉണ്ടായിരുന്നു. അത്യാവശ്യത്തിന് അതു വയ്ക്കണം. ഒരു മാസം കൊണ്ട് ഈ വിഷമം അവസാനിക്കുമെന്നാണ് എല്ലാവരും പറയുന്നത്. ഇടയ്ക്കിടെ അവൾ വയറ് തൊട്ടും തടവിയും നോക്കുന്നുണ്ട്. ഒന്നും മനസ്സിലാകുന്നില്ല. കുറച്ചുനേരമായാൽ വയറ് വിശക്കും. ഉള്ളിൽ നിന്നും മറ്റൊരു ജീവൻ ആവശ്യപ്പെടുന്നതുപോലെ. അതിന്റെ സംസാരം ഇങ്ങനെ എരിച്ചലായാണോ വരിക. അപ്പോൾ എന്തുവേണമെങ്കിലും കഴിക്കാനാവില്ല. ഇതൊക്കെയാണ് വേണ്ടതെന്ന് നാവും വയറും ആവശ്യപ്പെടുന്നു.

മൂക്കിനു കൂടി ഇത്രയ്ക്കും തിരിച്ചറിവുണ്ടെന്ന് ഇപ്പോഴാണ് അറിയുന്നത്. മൂക്കിന് പിടിക്കാത്ത ഒന്നും നാവ് സ്വീകരിക്കില്ല. കാടി വെള്ളം അല്പം പുളിച്ചാൽ പോലും ദൂരെ നിന്നും കൊണ്ടുവരുമ്പോഴേ മൂക്ക് അറിയുന്നു. ദൂരെയുള്ള വാസനയെയും നായയെപ്പോലെ മണം പിടിക്കുന്നു. ചാണകത്തിനും ആട്ടിൻ കാട്ടത്തിനും പോലും ഇപ്പോൾ നാറ്റം കൂടിയിരിക്കുന്നു. ഇനിയും ആഗ്രഹത്തോടെ പോയി ചോറിന്റെ ചട്ടി തുറക്കാനാവുന്നില്ല. മുഖത്തേക്ക് വാടയടിക്കുന്നു. ഇതിനൊക്കെ അനുസരിച്ച് താൻ പോകേണ്ടിയിരിക്കുന്നു. വെള്ളിയാഴ്ചത്തെ നാട്ടുക്കൂട്ടത്തെക്കുറിച്ചാണ് മാരായി സംസാരിക്കുന്നത്. "അമ്മേ, ഒന്നും ചെയ്യില്ല. ആരും ഒന്നും പറയില്ല" എന്നു പറഞ്ഞാലും കേൾക്കില്ല.

വെങ്കായിയെ കൃഷിപ്പണിക്ക് ഏർപ്പാടാക്കിയിട്ട് മടങ്ങുമ്പോൾ വേലി വാതിൽ കെട്ടാൻ പോയ മാരായിയോട് മാരി "പഴയ പളത്തിൽ ഞങ്ങ ളുടെ സ്വന്തക്കാരുണ്ട് കൗണ്ടച്ചി. അന്ന് ചന്തയിൽ വച്ച് കണ്ടു സംസാരി ച്ചിരുന്നു. കുറേ വർഷങ്ങളായി പോക്കും വരവും ഇല്ല. ദൈവത്തെ കാണാൻ നമ്മുടെ മുത്തു കൗണ്ടരുടെ വണ്ടിയിൽ കയറ്റിക്കൊണ്ടു പോയിരുന്നു. അതിനെക്കുറിച്ചു പറഞ്ഞു. കാളി കൗണ്ടരുടെ വിഷയം കേട്ട് നല്ലായിക്ക് ഇങ്ങനെ വന്നല്ലോ. നോക്ക് എന്നു പറഞ്ഞ് സങ്കടപ്പെ ട്ടു." എന്നു പറഞ്ഞു. അത് വലുതായെടുക്കാതെ കേട്ടുകൊണ്ടുവന്ന മാരായി അവർ പോയപ്പോൾ "ദൈവത്തെ കാണാൻ പോയപ്പോൾ വണ്ടി യിൽ ആളെ കയറ്റിയിട്ടു പോയിരുന്നോ?" എന്ന് നല്ലായിയോട് ചോദിച്ചു. രണ്ടു കുട്ടികളോടൊപ്പം ഭാര്യയും ഭർത്താവുമാണെന്നു പറഞ്ഞ് ഒരു കുടുംബത്തെ അന്ന് കയറ്റിക്കൊണ്ടു പോയിരുന്നു. അവന്റെ പേര് കൂടി മാരൻ എന്നുപറഞ്ഞതും ഓർമ്മയുണ്ട്. കാളകളുടെ ഭാഷ അങ്ങനെതന്നെ പഠിച്ചു വച്ചിരുന്നു. അവന്റെ കുഞ്ഞിന്റെ മുഖം ഇപ്പോഴും പൊന്നയുടെ മനസ്സിൽ അങ്ങനെതന്നെയുണ്ട്. ആ വിവരം നല്ലായി പറഞ്ഞു. "അവൻ മാരിയുടെ സ്വന്തക്കാരനാണത്രെ. അന്വേഷിച്ചിരിക്കുന്നു. നോക്കിക്കോ" എന്ന് പരിഭ്രമത്തോടെ പറഞ്ഞു. "തടത്തിൽ പോകുമ്പോൾ ആയിരം പേർ കാണും. അതിനൊക്കെ ഭയന്നു കഴിയാനാവുമോ?" പൊന്ന വന്നിട്ടു പറഞ്ഞു. എന്നിട്ടും മാരായിക്ക് സമാധാനമായില്ല.

ഇനിയും നാലു ദിവസങ്ങൾ. അതിനുശേഷം മാരായി സംതൃപ്ത യായിക്കോളും എന്നു കരുതി പൊന്ന വിട്ടുകൊടുത്തു. ഉള്ള പരിഭ്രമ ത്തിൽ മാരായി ആരോടെങ്കിലും എന്തെങ്കിലും പറഞ്ഞേക്കുമോ എന്ന ഭയവും ഉണ്ടായിരുന്നു. ഇത് വലിയ വിശേഷം പോലെയും കരുതുന്നു. വെങ്കായിയെ കണ്ടപ്പോൾ സന്തോഷമായി. മുഖം വിടർന്നു. ഇരുപത്തഞ്ച് ഇരുപത്താറ് വയസ്സുണ്ടാകും. ആവണക്കെണ്ണ തേച്ച് മുടി അമർത്തി ചീകി വച്ചിരുന്നു. കഴുത്തിൽ ഒരു കരിമണിമാല ധരിച്ചിരുന്നു. പാടത്തെ പണിക്കു തന്നെയല്ലെ വന്നിരിക്കുന്നത് വെങ്കാ." എന്നു ചോദിച്ചപ്പോൾ അവൾ ചിരിച്ചു. "നന്നായിരിക്കുന്നു നാട്ടിൽ പോയിട്ട് അങ്ങനെതന്നെ വന്നിരി ക്കുകയല്ലേ, അതുകൊണ്ട് ചോദിച്ചതാണ്." എന്നു പറഞ്ഞുകൊണ്ട് അവ ളുടെ കൂടെ പാടത്തേക്കു പോയി. "നീ ജോലിയൊന്നും ചെയ്യരുതേ പൊന്നാ" എന്ന് നല്ലായി ഉറക്കെ പറഞ്ഞു.

പൊന്ന പാലമരച്ചുവട്ടിലെ തണലിൽ തന്നെ ഇരുന്നു. വഴുതനച്ചാ ലിനടുത്ത് ഒരു ചാല് കീറി കാൽ ചാൽ മുളകും അര ചാൽ ആരിയ നെല്ലും നടുന്നതാണ് ജോലി. വെങ്കായി മൺവെട്ടി എടുത്തുകൊണ്ടു പോയി വെട്ടി. മുൻപേ തന്നെ അവിടെ ചാല് കീറിയ തടം ഉണ്ടായിരു ന്നു. അതിൽ അവൾ വെട്ടി. അവൾ വെങ്കായി വെട്ടുന്നതുതന്നെ നോക്കി. അങ്ങോട്ടും ഇങ്ങോട്ടും നോക്കാതെ ജോലിയിൽ തന്നെ മുഴുകിയിരുന്നു.

മുഴുവനും വെട്ടിയിട്ട് തിണ്ടുകൾ ഉറപ്പിച്ച് ഒന്നു നടുനിവർത്തിയപ്പോൾ പൊന്ന വിളിച്ചു. തൊഴുത്തിൽ പോയി വെള്ളം കുടിച്ചിട്ട് തനിക്കും ഒരു മൊന്ത വെള്ളം വാങ്ങിക്കൊണ്ടു വരാൻ പറഞ്ഞു. വെങ്കായി അതു പോലെ ചെയ്തു. വീണ്ടും തൊഴുത്തിലേക്ക് പോയി രണ്ടു കൂട ചാണകം എടുത്തുകൊണ്ട് വരാൻ പറഞ്ഞു. വെങ്കായി പോയിട്ടു വരാൻ അല്പം സമയമെടുത്തു. നല്ലായി മാത്രം തനിച്ചിരുന്നതിനാൽ സംസാരിക്കാനിരുന്നു.

വെങ്കായി ചാണകം നന്നായി ചാലിൽ വിതറിയിട്ട് ഇളക്കിച്ചേർത്തു. പിന്നെ ചട്ടിയിൽ കൊണ്ടുവന്നിരുന്ന മുളകുവിത്തും ആര്യൻനെല്ലും വിതയ്ക്കാൻ പറഞ്ഞു. “നിങ്ങളുടെ കൈകൊണ്ടുതന്നെ വിതയ്ക്ക് കൗണ്ടച്ചി” വെങ്കായി പറഞ്ഞു. “അതല്ലേ ഇങ്ങനെ വെള്ള വസ്ത്രം ധരിച്ചിരിക്കുന്നത്. ഇനിയങ്ങോട്ട് എന്റെ മുഖം കണ്ടാൽ ദുഃശകുനമാണത്രെ. എന്നെ മുന്നിൽ കണ്ടാൽ പിൻതിരിക്കുന്നു. ശുഭകാര്യങ്ങൾക്ക് മുന്നിൽ നില്ക്കരുതെന്ന് പറയുന്നു. ഏതെങ്കിലും കാര്യത്തിന് എന്നെ കൂട്ടുന്നുണ്ടോ? പറയ്. മുൻപ് കുഞ്ഞില്ലാത്തവളെന്നു പറഞ്ഞ് ഒതുക്കും. ഇപ്പോൾ കുഞ്ഞുണ്ടായാലും ഭർത്താവില്ലാത്തവളെന്നു പറഞ്ഞ് ഒഴിവാക്കും. എന്റെ ജീവിതം ഇങ്ങനെ ആയിപ്പോയി വെങ്കാ. എവിടെയും മുന്നിൽ പോയി നില്ക്കാൻ എനിക്ക് യോഗമില്ല. എനിക്ക് ഈ കോലം തന്നിട്ട് പോയിക്കളഞ്ഞതല്ലോ.” എന്ന് പൊന്ന പുലമ്പി.

“സാമീ... ഇപ്പോൾ ഗർഭിണിയായിരിക്കുന്നു. നിങ്ങളുടെ കൈകൊണ്ട് വിതച്ചാൽ നന്നായി മുളയ്ക്കും കൗണ്ടച്ചി.” വെങ്കായി പറഞ്ഞു. “വെളുത്ത പുടവക്കാരിക്ക് അത്രയ്ക്കേ വിലയുള്ളൂ. മേരി മാതാവ് പള്ളിയിൽ കിടക്കുന്നതുപോലെ ഞാനും ഈ തൊഴുത്തിൽ തന്നെ കഴിയണം. സ്ത്രീകൾക്ക് എപ്പോഴും വീടും മുറ്റവും തന്നെ. ഇപ്പോൾ എനിക്ക് അതുപോലും ഇല്ല. മുറ്റത്തുപോലും വന്നു നില്ക്കാനാവില്ല. നിന്റെ കൈകൊണ്ടുതന്നെ വിതയ്ക്ക്. നന്നായി മുളയ്ക്കും. നീയും മൂന്നു പെറ്റവളാണല്ലോ” എന്നു പറഞ്ഞു. “വസ്ത്രത്തിൽ എന്തിരിക്കുന്നു. വർണ്ണച്ചേലതന്നെ ഉടുക്കാമായിരുന്നു. ഞങ്ങളുടെ ഇടയിൽ ഇതൊക്കെ ആര് നോക്കുന്നു” എന്ന് സങ്കടപ്പെട്ടുകൊണ്ട് വെങ്കായി വിത്ത് വിതറി. “നിങ്ങൾ ഉപേക്ഷിച്ചിട്ട് വേറെ കല്യാണം കഴിക്കും. ആണുങ്ങളെപ്പോലെ പെണ്ണുങ്ങൾക്കും എത്രപേരെ വേണമെങ്കിലും കല്യാണം കഴിക്കാമെന്ന് പറയുന്നുണ്ട്. ഇവിടെ നോക്ക്, എന്റെ വയറ്റിലെ കുഞ്ഞ് എന്റെ ഭർത്താവിന്റേതുതന്നെയാണെന്ന് പത്തുപേർക്കുമുന്നിൽ നിന്നിട്ട് പറയണം പോലും. എവിടെയൊക്കെയോ പോയി ചോറിന്റെ ചട്ടിയിലും, കറിച്ചട്ടിയിലും മാത്രമോ, കരട്ടൂരിലെ എച്ചിൽ തൊട്ടിയിലും കയറിയിറങ്ങിയിട്ടു വരുന്ന നായ്ക്കളുടെ മുന്നിൽ പോയി ഞാൻ നില്ക്കണമത്രെ. അവനൊക്കെ ന്യായാധിപന്മാർ. ഈ കഥ നിങ്ങളുടെ സമൂഹത്തിലുണ്ടോ പറ.” പൊന്ന ഇങ്ങനെ

സംസാരിച്ചിട്ട് മാസങ്ങളായിരിക്കുന്നു. എന്തോ വെങ്കായിയെ കണ്ടപ്പോൾ സംസാരിക്കണമെന്നു തോന്നി.

"ഞങ്ങളുടെ ഇടയിൽ കെട്ടിയോനെ തിന്നവളെന്ന് ആരും ഉണ്ടാവാൻ പാടില്ല. എന്റെ ചെറിയമ്മയുടെ മകന്റെ കല്യാണം കഴിഞ്ഞ മാസമാണ് നടന്നത് കൗണ്ടച്ചീ. അവന്റെ അച്ഛൻ മരിച്ചിട്ട് അഞ്ചാറു വർഷമായി. ചെറിയമ്മ തനിച്ചാണ്. ഈ പ്രായത്തിൽ കല്യാണം കഴിച്ചിട്ട് എന്തു ചെയ്യാനാ? എന്നാൽ വിവാഹച്ചടങ്ങുകളൊക്കെ ചെയ്യണമെങ്കിൽ ഭർത്താവുണ്ടാകണമത്രെ. അതിനാൽ ചെറിയമ്മയെ എന്റെയച്ഛൻ പൊട്ടുവച്ച് കല്യാണം കഴിച്ചു. നാലുപേരുടെ മുന്നിൽ കോവിലിൽവച്ച് സിന്ദൂരം നുള്ളി നെറ്റിയിൽ വച്ചുകൊടുത്തു. അതാണ് കല്യാണം. അതിനുശേഷം എന്റെ അച്ഛനും ചെറിയമ്മയും ചേർന്ന് അച്ഛന്റെയും അമ്മയുടെയും ചടങ്ങുകളൊക്കെ ചെയ്തുകൊടുത്തു. ഇല്ലാത്തവർ ഇങ്ങനെയാണ്. നിങ്ങളെപ്പോലെ ഉള്ളവരാണ് എന്തൊക്കെയോ നോക്കുന്നത്." വെങ്കായി പറഞ്ഞു.

"ആരിയക്കതിരു പെറുക്കാൻ വന്നപ്പോൾ ഇങ്ങനെ കലപിലാന്ന് സംസാരിക്കുന്നവളാണെന്ന് തോന്നിയില്ല. നിശ്ശബ്ദയായിരുന്നു. ജോലിയിൽ മാത്രം മുഴുകിയിരുന്നു. നെടുവീർപ്പോടെ ഞങ്ങൾ മാത്രം എന്താണ് വച്ചിരിക്കുന്നത്. ഇതാണ് ഈ മണ്ണാണുള്ളത്. വേറെന്തു മൈരാണുള്ളത് ഇവർക്ക്. അഭിമാനം എരുമയെപ്പോലെ മുന്നിൽ നില്ക്കുന്നു." എന്ന് ദേഷ്യത്തോടെ വാക്കുകളുതിർത്തു. ദേഷ്യം തന്നോടാണോ അതോ പൊതുവായിട്ടാണോ എന്ന് വെങ്കായിക്ക് മനസ്സിലായില്ല. താൻ വല്ലതും തെറ്റായി പറഞ്ഞുപോയോ എന്നവൾക്കു തോന്നി. എന്നാൽ പിന്നീട് പൊന്ന സാധാരണ പോലെയാണ് സംസാരിച്ചത്. എഴുന്നേറ്റുവന്ന് വിത്തിട്ടതു നോക്കി. "ജോലിയിൽ നീ കണിശക്കാരിയാണ്. ശരി വെള്ളം ഒഴുക്കണം. രാവിലെ ചേട്ടൻ വരും. ഏത്തം കെട്ടാൻ പറയണം." എന്നു പറഞ്ഞു. "ഇതിനാണോ ഏത്തം കെട്ടേണ്ടത്. അഞ്ചാറു കുടം വെള്ളം കോരി ഒഴിച്ചാൽ മതിയല്ലോ." വെങ്കായി പറഞ്ഞു. "കോരി ഒഴിക്കാൻ ആരാണുള്ളത്? എന്നെക്കൊണ്ട് ഇപ്പോൾ പറ്റില്ല. നിന്നോട് കോരി ഒഴിക്കാൻ പറയും. അമ്മായി അമ്മയും അമ്മയും എന്തെങ്കിലും പറയും. ഏത്തം കൊണ്ട് വെള്ളം തേവാം വാ." എന്നു പറഞ്ഞു.

വഴുതനയിൽ ചെറുതായി തളിരുകൾ കാണപ്പെട്ടു. ആരിയം നടാനും മുളക് നടാനും വേണ്ടി വിട്ട പാടങ്ങൾ ഉഴുവാൻ വേണ്ടി മുത്തുവിനോടു വരാൻ പറഞ്ഞിരുന്നു. മുത്തുവോ സൊങ്കാനോ വരുമ്പോൾ തേവിക്കൊള്ളും. ചോളം വിതച്ച പാടങ്ങൾ പൊടി നിറഞ്ഞ് കാണപ്പെട്ടു. അതിനപ്പുറത്തുള്ള ഒരു നീണ്ടപാടത്ത് വിതയ്ക്കണ്ടെ എന്നവൾ പറഞ്ഞു. തെങ്ങിൻ ചുവട്ടിൽ വീണുകിടന്ന അഞ്ചാറ് മടലുകൾ എടുത്തുകൊണ്ടുവന്ന് വെങ്കായി വിത്തിട്ടചാലുകൾ മൂടി. നേരിട്ട് വെയിലേറ്റാൽ മണ്ണിന്റെ ചൂടിൽ വിത്ത് കരിഞ്ഞ് മുളയ്ക്കാതെ പോകും. ജോലിയിൽ ഉത്തരവാദിത്വമുണ്ട്.

പറയാതെ തന്നെ ജോലികൾ ചെയ്യുന്നു. ഇവളെക്കൊണ്ടുതന്നെ കൃഷിപ്പണി ചെയ്യിക്കാം എന്ന വിശ്വാസം പൊന്നയ്ക്കുണ്ടായി. തൊഴുത്തിലേക്ക് പോകുമ്പോൾ പൊന്ന പറഞ്ഞു. “വെങ്കാ, എന്നെ സ്വാമി എന്നും വിളിക്കണ്ട, കൗണ്ടച്ചീനും വിളിക്കണ്ട. പൊന്നൂന്ന് വിളിക്ക്. അതുമതി.” “ആരെങ്കിലും എന്തെങ്കിലും പറയും. പൊന്നാ” എന്നുപറഞ്ഞിട്ട് വെങ്കായി ചിരിച്ചു. “പൊന്നു എന്നത് മര്യാദയ്ക്കുള്ള വാക്കാണ്. ആരും ഒന്നും പറയില്ല.” എന്നു പറഞ്ഞിട്ട് പൊന്ന സന്തോഷത്തോടെ ചിരിച്ചു.

പൊന്ന അന്ന് പലതവണ ചിരിച്ചു.

ഇരുപത്തിയൊന്ന്

അവർ ദിവസങ്ങൾ എണ്ണിക്കൊണ്ടിരുന്നു. ഒന്നിനെ എതിരിടേണ്ട ദിവസമല്ല, അതിനെ പ്രതീക്ഷിച്ച് തയ്യാറെടുക്കുന്ന ദിനങ്ങളാണ് പ്രധാനപ്പെട്ടവ. പരിഭ്രമവും വേദനയും സങ്കടവും പ്രതീക്ഷയും, ഭാവനയും അങ്ങനെ എല്ലാം കലർന്ന് പരപരപ്പുണ്ടാക്കുന്ന ദിനങ്ങളായിരുന്നു അവ. അവയെ കടക്കാൻ ഒന്നും സഹായമാവില്ല. അവതന്നെ കടന്നു പോകുന്നതാണ് സഹായം. അതിനെ വച്ച് ഓരോരുത്തർക്കും ഓരോ പദ്ധതിയും ഉണ്ടാവുന്നു. മാരായിക്ക് അതിൽ തന്റെ കുടുംബത്തിന് മോചനം ഉള്ളതായി ചിന്ത. പൊന്നയ്ക്ക് കൃഷി ചെയ്യുന്നതിനെക്കുറിച്ചാണ് ചിന്ത. നാട്ടുപഞ്ചായത്ത് കഴിഞ്ഞ് പുലയും കഴിഞ്ഞാൽ നാട്ടിലേക്കു പോകാം എന്ന ആഗ്രഹത്തോടെയിരുന്നു. വെങ്കായി ഉള്ളതുകൊണ്ട് എല്ലാം നോക്കിക്കൊള്ളും. രണ്ടു മൂന്നു ദിവസത്തിൽ ഒരു തവണ രാത്രിവന്നു താമസിച്ചിട്ടു പോകാം. എന്തെങ്കിലും ഉണ്ടാക്കിക്കൊണ്ടു വന്ന് കൊടുത്തിട്ടു പോകാം. നാട്ടുക്കൂട്ടം നന്നായി അവസാനിച്ചാൽ മതിയായിരുന്നു. ദിവസവും ദിനങ്ങൾ എണ്ണുന്നതാണ് മാരായിയുടെ ജോലി.

ചൊവ്വാഴ്ച രാത്രിയാണ് അന്ന്. ബുധൻ, വ്യാഴം ഇനിയും രണ്ടു ദിവസമുണ്ട് എന്ന് മാരായി പറഞ്ഞു. "അതിനു ശേഷം എന്താ മേലോട്ടു പോയി ചെറുക്കനോടൊപ്പം ചേർക്കുമോ" എന്ന ശബ്ദം വെളിയിൽ നിന്നും കേട്ടു. നായ കൂടി കുരച്ചില്ല. എങ്കിലും വാതിൽ കെട്ടാതെ വന്നിരിക്കുന്നതുപോലെ തോന്നുന്നു. "ഏതോ നായ അകത്തേക്കു വരുന്നുണ്ട് നോക്ക്. പോയി തടയ് ചേച്ചീ." മാരായി പറഞ്ഞു. വന്നത് നല്ലുപ്പയനാണെന്ന് മനസ്സിലാക്കിയിട്ട് "നായയെ ആർക്കും തടയാനാവില്ല നോക്കിക്കോ ഏടത്തീ." എന്നു പറഞ്ഞുകൊണ്ട് അയാൾ വന്ന് ഒരു കട്ടിലിൽ കിടന്നു. "എന്താ അനിയൻ വല്ലാതെ ക്ഷീണിതനാണെന്നു തോന്നുന്നു. മക്കൾ

കാലും നീട്ടിയിരിക്കുന്നു. പണിയെടുത്തിട്ട് വയ്യാതായി" എന്ന് മാരായി പരിഹസിച്ചു.

നല്ലുപ്പയ്യൻ കല്യാണമേ കഴിച്ചിട്ടില്ല. രണ്ടനിയൻമാർ. തന്റെ സ്വത്ത് ഭാഗം വച്ചു. വീടുവിട്ട് എവിടെയെങ്കിലും ചുറ്റിക്കറങ്ങിയിട്ട് ആഴ്ചയും മാസവും കഴിഞ്ഞിട്ടാണ് നാട്ടിൽ വരിക. ചിലപ്പോൾ ഏതെങ്കിലും സ്ത്രീയെ കൂട്ടിക്കൊണ്ടുവന്നിട്ട് കുറച്ചുനാൾ കൂടെ പൊറുപ്പിക്കും. പിന്നെ തിരിച്ചയ്ക്കും. നാടിനെക്കുറിച്ചോ സ്വന്തക്കാരെക്കുറിച്ചോ ഉൽക്കണ്ഠപ്പെടാറില്ല. ബന്ധമുറയിൽ കാളിക്ക് ഇളയച്ഛനാണ്. അവനോട് വളരെ അടുത്തു പെരുമാറി. ഇടയ്ക്കിടെ തൊഴുത്തിൽ വന്ന് താമസിക്കും. സന്തോഷത്തോടെ സംസാരിക്കും. അയാളോടു സംസാരിച്ചാൽ എല്ലാ വിഷമവും മാറും. അയാളുടെ സംസാരം പൊന്നയ്ക്ക് ഇഷ്ടമാണ്. പൊന്ന അകത്തുനിന്നും വന്ന് "വരൂ മാമാ" എന്ന് സ്വീകരിച്ചു. "എന്താ മരുമകളേ കുഞ്ഞിനെ നല്കിയിട്ട് കാണാൻ ഭാഗ്യമില്ലാതെ കാളി പോയോ" എന്നു പറഞ്ഞു. അവൾ ഒന്നും മിണ്ടാതെനിന്നു.

"ചിലര് ഇങ്ങനെയാണ് ജീവിക്കുന്നത് എപ്പോഴാണ്, മരിക്കുന്നത് എപ്പോഴാണ് എന്ന് അവർക്കറിയില്ല. ജീവിതം വരുമ്പോൾ മരിക്കും. മരണം വരുമ്പോൾ ജീവിക്കണമെന്നു പറഞ്ഞ് കരയും. ജീവിക്കാനും ഭയപ്പെടരുത്, മരണത്തെയും ഭയപ്പെടരുത്. അതാതിന്റെ സമയം അതാതിന് നല്കണം. ഇവനോട് എത്ര പറഞ്ഞിരിക്കുന്നു. എന്നാലും എല്ലാം ചെവിയിൽ വയ്ക്കുകയാണ് ചെയ്തത്. അകത്തേക്കു കടത്തിയില്ല. ശരി, എവിടെപ്പോയി സ്വന്തം ബുദ്ധി?" എന്നു പറഞ്ഞു. അയാളുടെ സംസാരം കേട്ടപ്പോൾ പൊന്നയ്ക്ക് കരച്ചിൽ വന്നു. കാളിയെക്കുറിച്ച് അദ്ദേഹത്തിന് എല്ലാം അറിയാം. അയാളോടു സംസാരിച്ചാൽ മാത്രമാണ് അല്പം ആശ്വാസം കിട്ടുക എന്ന് അവൻ തന്നെ പറയും. "ഇളയച്ഛനെപ്പോലെയിരിക്കണമെന്നു പറഞ്ഞാൽ എവിടെ സാധിക്കാനാണ്. അതിന് പ്രത്യേക മനസ്സുവേണം." എന്നു പറയും. പൊന്ന കരച്ചിലടക്കാനാവാതെ സാരിത്തലപ്പുകൊണ്ട് വായ പൊത്തി.

"കരയാതെ, പോയവൻ കരഞ്ഞാൽ എഴുന്നേറ്റു വരുമോ? ഉള്ളിടത്തോളം കാലം സന്തോഷത്തോടെയിരിക്കണം. സന്തോഷമെന്നാൽ എന്താണെന്നറിയാതെ പോയവനെ നമുക്ക് പിടിച്ചുവയ്ക്കാനാവുമോ? അന്നു ഞാൻ ഇവിടെത്തന്നെയുണ്ടായിരുന്നു. നാടു മുഴുവൻ കറങ്ങിവരുന്ന എനിക്കേ താങ്ങാനാവുന്നില്ല. അവനെ എന്റെ മകനെപ്പോലെയായിരുന്നു വിചാരിച്ചിരുന്നത്. അന്നാണെനിക്കതു മനസ്സിലായത്. എന്റെ അച്ഛനും അമ്മയും പോയപ്പോൾ കൂടി എനിക്കൊരു തുള്ളി കണ്ണീർ വന്നിട്ടില്ല. ഈ നായ്ക്കു വേണ്ടിയാണ് അന്നു ഞാൻ കരഞ്ഞത്. ഇവനെ ഇഷ്ടപ്പെടാത്തവർ ആരാണിവിടെയുള്ളത്. ഇവനെ നിനക്കിഷ്ടമല്ലേ? അവന്റെയൊപ്പം എങ്ങനെയാണ് കഴിഞ്ഞതെന്ന് നാട്ടുകാർക്കറിയാം. നിന്റെ അമ്മായി അമ്മയ്ക്ക് ഇവനെ ഇഷ്ടമല്ലേ? അവനാണ് അവളുടെ ലോകം. നിന്റെ ചേട്ടന് അവനെ ഇഷ്ടമല്ലേ? അന്ന് അങ്ങനെ മണ്ണിൽ വീണുരുണ്ട്

പൊട്ടിക്കരഞ്ഞല്ലോ. നിനക്ക് നല്ലതു വരണമെന്നാണെടാ വിചാരിച്ചത്. എന്തിനിങ്ങനെ ചെയ്തെന്നു പറഞ്ഞ് അലറുന്നല്ലോ. ഒരു പുരുഷൻ അങ്ങനെ കരയുന്നത് അന്നാണ് കണ്ടത്. ഇങ്ങനെ ഒരു അളിയനെ ആർക്കു കിട്ടും. ഇനിയും ആർക്കാണ് ഇവനെ ഇഷ്ടപ്പെടാത്തത്? നിന്റെ അച്ഛനും അമ്മയ്ക്കും ഇഷ്ടമല്ലേ? എനിക്കിഷ്ടമല്ലേ? നാട്ടിൽ ആർക്കാണ് ഇഷ്ടമല്ലാത്തത്? എല്ലാവർക്കും ഇഷ്ടപ്പെട്ടവനാണ് കാളി. ഇത്രയും പേർക്ക് നമ്മളെ ഇഷ്ടമാണെന്ന് അവന് അറിയില്ല. ഇഷ്ടപ്പെട്ടവരോടൊപ്പം ജീവിക്കുന്നതും ഇഷ്ടപ്പെട്ടവർക്കു വേണ്ടി ജീവിക്കുന്നതുമാണ് ജീവിതം. നാടിന്റെ വായ നാറുന്നവായ. അത് കോട്ടുവാ ഇട്ടാൽ തന്നെ തീട്ടനാറ്റമടിക്കും. ഇനിയും തുറന്നു പറഞ്ഞാൽ എന്താവും. ആ നാറ്റമൊക്കെ നമ്മൾ സഹിക്കണോ? ശരി, പോയവൻ നിന്റെ കൈയിൽ ഒന്നിനെ തന്നിട്ടാണ് പോയിരിക്കുന്നത്. ഇനി പെറ്റെടുത്ത് അതിനെയും വച്ച് സന്തോഷമായിരിക്ക്. ആൺകുട്ടിയെ പ്രസവിക്ക്. പേരക്കുട്ടിക്ക് എന്റെ സ്വത്തും എഴുതിത്തരാം." എന്ന് അവൾക്ക് പിന്തുണയായി പറഞ്ഞു.

"പെൺകുട്ടിയാണ് വേണ്ടത് മാമാ. ആൺകുട്ടി ആയാൽ ഇങ്ങനെ ഒരുത്തിയെ കഷ്ടപ്പെടുത്തിയിട്ട് പോകുന്ന പാവം ചെയ്യും." എന്നവൾ സാവധാനം പറഞ്ഞു. "ആണായാലും ശരി പെണ്ണായാലും ശരി മരുമകളേ, നമ്മുടെ സമൂഹത്തിൽ പെൺകുട്ടിയെന്നാൽ പാവം അല്പം കഷ്ടപ്പാടാണ്. ആൺകുട്ടിയായാൽ സാരമില്ല. അതുകൊണ്ട് പറഞ്ഞതാണ്. ആൺകുട്ടിക്ക് കാടും വീടും മാത്രമല്ല, ഈ ലോകം തന്നെ സ്വന്തമാണ്. എവിടെ വേണമെങ്കിലും പോകാം, വരാം. എപ്പോൾ വേണമെങ്കിലും പോകാം, വരാം. കാളിയെ ഒരിടത്ത് പിടിച്ചുവയ്ക്കാൻ നിന്റെ അമ്മായി അമ്മയ്ക്ക് പറ്റിയിരുന്നോന്ന് ചോദിക്ക്. വിചാരിച്ചാൽ വിചാരിച്ചതുപോലെ ചെയ്യാൻ ഇവിടെ ആണുങ്ങൾക്ക് സാധിക്കും. സ്ത്രീകൾക്ക് അതില്ല. ഒരിടത്തുതന്നെ കിടക്കണം അങ്ങോട്ടും ഇങ്ങോട്ടും നോക്കാനാവില്ല. മൂക്കുകുത്തി കഴുത്തിൽ കയറിട്ടു കെട്ടിയാൽ കന്നുകുട്ടിക്ക് എന്തുചെയ്യാനാകും? അതുപോലെയാണ്. പുരുഷനായാൽ ഭാര്യ പോയാലും മറ്റൊന്നിനെ കല്യാണം കഴിക്കാം. വച്ചിരിക്കാം, പോകാം, വരാം. നോക്ക് നിനക്ക് വെള്ള വസ്ത്രം നല്കിയിരിക്കുന്നു. വെള്ളക്കാരനോടു പറഞ്ഞു വെള്ള വസ്ത്രം തടയണം. ഇതും ഉടുത്തിട്ട് നീ ഇവിടെത്തന്നെ കഴിയണം. മറ്റൊരുത്തനെ കല്യാണം കഴിക്കാനാകുമോ? ആ ധൈര്യം നിനക്കുണ്ടാകുമോ? എല്ലാം വിട്ടിട്ട് മുടങ്ങിക്കിടക്കുന്ന ജീവനാണ് സ്ത്രീ. അതുകൊണ്ടാണ് ആൺകുട്ടിയായി ജീവിച്ച് സന്തോഷമായിരിക്കട്ടെയെന്ന് പറഞ്ഞത്. നിനക്ക് പെൺകുട്ടിയെ തന്നെ വേണമെങ്കിൽ അതിനെ പ്രസവിക്ക്." അവർ പറഞ്ഞു.

"ഒന്നേ ഒന്ന്. പരമ്പരയ്ക്ക് ആണ് തന്നെ വേണം. എന്തായാലും പെണ്ണായാൽ മറ്റൊരുത്തന്റെ വീട്ടിലേക്ക് പോകും." മാരായി പറഞ്ഞു. അതെ, കല്യാണം കഴിച്ചു കൊടുത്തിട്ട് നമ്മൾ അലയണം. ഇതാ നമ്മൾ അലയുന്നതുപോലെ. ആണാണെങ്കിൽ ഉള്ളിടത്തുതന്നെ ഉണ്ടാവും."

നല്ലായി പറഞ്ഞു. "ചേച്ചീ, ആണുങ്ങളെ പരമ്പര സൃഷ്ടിക്കൂ. പെണ്ണുങ്ങൾ മൂലം പരമ്പരയുണ്ടാവൂല്ലേ. എന്ത് പരമ്പര? കാക്കയ്ക്ക് പരമ്പരയുണ്ടോ, കുരുവിക്ക് പരമ്പരയുണ്ടോ? മനുഷ്യന് മാത്രം എന്തിനാണ് പരമ്പരയും പിൻഗാമിയുമൊക്കെ? ഈ ലോകത്ത് ജനിക്കുന്ന ജീവനൊക്കെ ഒന്നാണ്. ജനിച്ച് ജീവിച്ചു മരിക്കുന്നു. അത്രതന്നെ. ശരി ചേച്ചീ, പരമ്പര, പരമ്പരാന്നല്ലേ പറയുന്നത്. നിങ്ങളുടെ അച്ഛന്റെ പേര് എന്താണ് പറയ്." എന്നു ചോദിച്ചു. നിനക്കറിയില്ലെ എന്റെ അച്ഛന്റെ പേര് സോനാക്കവണ്ടൻ." മാരായി പറഞ്ഞു. "ശരി, നിങ്ങളുടെ മുത്തശ്ശൻ?" എന്റെ മുത്തശ്ശൻ ഞാൻ വലുതാകുന്നതുവരെ ഉണ്ടായിരുന്നു. എന്തുകൊണ്ട് അറിയില്ല? പേര് മാരപ്പനോ മറ്റോ ആണ്. കുംഭക്കട്ട്പാട്ടരെന്ന് നാടേപറയും." "ശരി. മുത്തശ്ശന്റെ അച്ഛന്റെ പേരെന്താണ്?" "മുത്തശ്ശന്റെ അച്ഛന്റെ പേരൊക്കെ ആർക്കറിയാം. നീ എന്തിനാണ് അതൊക്കെ ചോദിക്കുന്നത്. ഇന്നലെ നടന്നത് ഇന്ന് ഓർമ്മയുണ്ടാവില്ല എന്ന അവസ്ഥയാണ്."

"നിങ്ങളുടെ മുത്തശ്ശന്റെ അച്ഛന്റെ പേരുകൂടി അറിയില്ല. ഇതുപോലെയാണ് നിനക്കും. നിന്റെ പേരക്കുട്ടിയുടെ മകന് നിന്റെ പേര് അറിയുമോ എന്ന് ആലോചിച്ചു നോക്ക്. പരമ്പരയാണ് പോലും പരമ്പര." "എന്റമ്മേ നിന്നോട് ജയിക്കാനാവില്ല. മനുഷ്യൻ കാലാകാലമായി പോകുന്ന തടത്തിലൂടെ പോകുന്നു. നീ അതിലൂടെ പോകില്ല. പുതിയ തടം വേണമെന്ന് വാശിപിടിക്കുന്നു." എന്ന് മാരായി പറഞ്ഞവസാനിപ്പിച്ചു. പെണ്ണായിരുന്നാൽ പെട്ടിക്കകത്ത് പൂട്ടിവച്ചിരിക്കുന്ന കൂറ അരിച്ച പുതിയ തുണിയെടുത്തുടുത്തിട്ട് പോയിട്ടു വരാം. നാലു ദിവസം താമസിച്ചിട്ടു വരാം. മരിച്ചാൽ, തലഭാഗത്തിരുന്നിട്ട് കരയും. ആണ് പുറത്തു നിന്നിട്ട് വായിൽ തുണികടിച്ച് വിതുമ്പി കള്ളക്കണ്ണീരൊഴുക്കും. എന്ന് നല്ലായിക്കും വിശദീകരിച്ചുകൊടുത്തു. "നീ പറയുന്നത് ശരിയാണെന്ന് തോന്നുന്നു. എന്നാൽ ജനങ്ങൾ അങ്ങനെയാണോ വിചാരിക്കുന്നത്." എന്ന് പറഞ്ഞിട്ട് മാരായി നെടുവീർപ്പിട്ടു.

"ശരി അതുവിട് ചേച്ചീ, എന്തോ നാട്ടാരോട് വിവരം അറിയിക്കാൻ നാട്ടുക്കൂട്ടം വിളിച്ചിരിക്കുന്നു. നാട്ടുകാരെയൊക്കെ വിളിച്ചിരിക്കുന്നു. എന്നെ വിളിച്ചതു കണ്ടില്ലല്ലോ." മാമൻ ചോദിച്ചു. "നിന്റെ വീട്ടിനടുത്തു വന്ന് നോക്കിയിരുന്നു. ആളുക്കാരന്റെ മകനാണ് ഉണ്ടായിരുന്നത്. നീ എവിടെ പോയിരിക്കുന്നു, എപ്പോൾ വരും എന്നൊന്നും അറിയില്ലെന്നു പറഞ്ഞു." എന്ന് അവൾ വിവരം പറഞ്ഞു. "അതേയ്, നാട്ടിലുള്ളവന്റെയൊക്കെ ഭാര്യമാര് അവളുമാരുടെ ഭർത്താക്കന്മാരുടെ കുഞ്ഞുങ്ങളെമാത്രമാണോ പ്രസവിച്ചുകൊടുത്തത്. അതൊക്കെ നാട്ടുകാരുടെ മുന്നിൽവന്ന് തെളിയിക്കുമോ?" അയാൾ ചോദിച്ചു. "നിന്നോടു സംസാരിച്ചാൽ നാട്ടിലെ സ്ത്രീകളെല്ലാവരും അഭിസാരികമാരാണെന്നുപറയും പോ." "നീ പറയും എല്ലാവരും പതിവ്രതകളാണെന്ന്." "ഞാനൊന്നും പറയില്ല. പോ. എവളോ എങ്ങനെയോ പോട്ടെ നമുക്കെന്താ?" "ഞാൻ കല്യാണം കഴിച്ചിട്ടില്ല. മക്കളില്ല എന്നു പറയുന്നു. കണക്കു നോക്കിയാൽ ഈ ഗ്രാമത്തിൽ തന്നെ

എനിക്ക് ജനിച്ചത് അഞ്ചാറെണ്ണമുണ്ട് അറിയാമോ?" എന്നുപറഞ്ഞിട്ടയാൾ ചിരിച്ചു. "അങ്ങനെയാണെങ്കിൽ സ്വത്ത് അവർക്ക് ഭാഗിച്ച് എഴുതിക്കൊടുക്ക്." മാരായി പറഞ്ഞു.

"കൊടുക്കാൻ തന്നെയാണ് ഞാൻ വിചാരിക്കുന്നത്. അമ്മച്ചി സമ്മതിക്കുന്നില്ല. എന്തു ചെയ്യും പറയ്." "ശ്ശെടാ, നാട്ടാചാരം മറികടന്ന് ഇവിടെ ജീവിക്കാമ്പറ്റോ?" "ശരി, വിഷമിക്കണ്ട. ഞാനും വരാം. എന്നെ കണ്ടാൽ ആരും സംസാരിക്കില്ല. സംസാരിച്ചാൽ അപ്പോൾ നോക്കാം." എന്നു പറഞ്ഞു. "ശ്ശെടാ വാ വന്നിട്ട് അതുമിതും പറയരുത്. പിന്നെ നാട്ടുകാർ നിന്നെയും കൂടി ഞങ്ങളുടെ കൂടെ ചേർത്തുവച്ച് സംസാരിക്കും. ഇപ്പോൾ തന്നെ എല്ലാവരും വന്ന് കണ്ണുകൊണ്ട് കണ്ടതുപോലെയാണ് സംസാരിക്കുന്നത്. എങ്ങനെയോ നല്ലതുപോലെ വിവരം പറഞ്ഞ് തീർത്ത് വീട്ടിൽ വന്നാൽമതിയായിരുന്നു." മാരായി തന്റെ ഉൽക്കണ്ഠ പ്രകടിപ്പിച്ചു. "എന്നെക്കുറിച്ച് നാട്ടിന് ഇങ്ങനെയൊരു ഭയമുണ്ടോ. അപ്പോൾ ഇതുവച്ചുകൊണ്ട് ഈ നാട്ടുകാരെ എന്താണ് ചെയ്യുന്നതെന്ന് നോക്കിക്കോ." അയാൾ ആവേശത്തോടെ പറഞ്ഞു. "ശരി ആളെ കുറെനാളായല്ലോ കണ്ടിട്ട്. എങ്ങോട്ടാണ് പോയത്?" മാരായി ചോദിച്ചു. നല്ലുപ്പയ്യൻ മാമൻ പറയുന്ന സംഭവങ്ങൾ മുഴുവനും കഥപോലെയിരിക്കും. അല്പനേരം കഥ കേൾക്കുവാനുള്ള ആകാംക്ഷയോടെ പൊന്ന പുറത്തെ കല്ലിൻ മേൽവന്ന് ഇരുന്നു.

പൂവരശിനെ ഉലച്ച കാറ്റ് മെല്ലെ വീശി.

ഇരുപത്തിരണ്ട്

"ഞാൻ ജീവനെ പേടിച്ച് ഓടി ഒളിച്ചിട്ടിരിക്കുകയാണ് ചേച്ചി. വീടി നടുത്തേക്കു വന്നാലും പകൽ വയലുകൾ നോക്കിയിട്ട് രാത്രിയിൽ എങ്ങോട്ടെങ്കിലും ഓടിപ്പോകും. ഇതാ ഇന്ന് ഇവിടെയാണ് കിടക്കാൻ പോകുന്നത്. കാളി ഉണ്ടായിരുന്നപ്പോൾ ഇവിടെ വന്നാൽ ഇതുപോലൊ രിടം നമുക്ക് കിട്ടാതിരിക്കുമോ എന്നു വിചാരിക്കും. വെറുതെ ആശിച്ചി ട്ടെന്തു ചെയ്യാനാ? അവനെപ്പോലെ നിന്നെ ആക്കാൻ ആർക്ക് സാധിക്കും? അനുഭവിക്കാൻ യോഗമില്ല. അവൻ ഇല്ലെങ്കിലും ഇതാണ് എനിക്കി പ്പോഴും സുരക്ഷിതമായ ഇടം. എന്നെ കൊല്ലാൻ വേണ്ടി മൂന്നുപേർ കറങ്ങി നടക്കുന്നുണ്ട്. ഒരു ദിവസം രാത്രി അവിടെ തങ്ങിയാൽ മതി. ജീവനെടുക്കും." എന്ന് പേടിയോടെ കുശുക്കുശുക്കുന്ന ശബ്ദത്തിൽ നല്ലു പ്പയ്യൻ മാമ പറഞ്ഞു. ഇദ്ദേഹത്തിന് എന്തോ കിറുക്കു പിടിച്ചിട്ടുണ്ടോ എന്ന് പൊന്നയ്ക്കു തോന്നി. ഏതു വീട്ടിലെ സ്ത്രീയുടെ ദേഹത്താണോ ബലമായി കൈവച്ചിരിക്കുക. അവരായിരിക്കും തുരത്തുന്നത് എന്നും അവൾ വിചാരിച്ചു.

"നിന്നെ കൊല്ലുന്നതിന് മറ്റൊരുത്തൻ ജനിച്ചു വരണമല്ലോടാ. കിറു ക്കനെപ്പോലെ എന്തൊക്കെയോ പറയുന്നു" മാരായി പറഞ്ഞു. "എന്റെ കൊച്ചനിയനും അവന്റെ രണ്ടു പിള്ളേരുമാണ് എന്നെ ഉന്നംവച്ച് ചുറ്റു ന്നത്. ഒരുത്തൻ ജയിലിൽ പോയാലും ശരി, ആളെ തീർത്തിട്ടു തന്നെ വേറെ ജോലിയെന്നാണ് പറയുന്നത്. ഞാനും വെറുതെയല്ല. നാട്ടിലെ മണിയാരന്റെയടുത്തുപോയി പരാതി കൊടുത്തിട്ടുണ്ട്. സ്വത്തിനുവേണ്ടി എന്റെ അനിയനും മക്കളും എന്നെ കൊല്ലാനായി അലയുന്നു. എനിക്ക് വല്ലതും സംഭവിച്ചാൽ അവരെ മൂന്നുപേരെയും അകത്താക്കണമെന്നു

പറഞ്ഞിട്ടുണ്ട്." എന്നു പറഞ്ഞു. "സ്വത്തിന് ഇപ്പോൾ എന്താണ് അത്യാവശ്യം. നീയാണെങ്കിൽ ഇപ്പോഴും രണ്ടു പെണ്ണിനെ കെട്ടാൻ പാകത്തിൽ കെല്പുള്ളവനായിട്ടാണല്ലോ ഇരിക്കുന്നത്. അതിനകം എന്താണ്." എന്ന് മാരായി പറഞ്ഞു. "അതൊന്നുമല്ല. രണ്ടുപേരും മത്സരത്തിലാണ്. കർമ്മം പിടിച്ച ഈ സ്വത്തു വിറ്റിട്ട് തല ഉഴിഞ്ഞ് എവിടെയെങ്കിലും പരദേശത്തേക്ക് പോയാലോ എന്നാണ് വിചാരമുള്ളത്." മാമൻ വിരക്തിയോടെ പറഞ്ഞു.

ഭാഗം വച്ചപ്പോൾ തനിക്ക് മൂന്നിലൊരു ഭാഗം വേണമെന്നാവശ്യപ്പെട്ടു വാങ്ങി. അപ്പോൾ മുതൽ സ്വത്തുമുഴുവനും കവരാനായി അനിയന്മാർ രണ്ടുപേരും മത്സരമാണ്. അവർക്ക് കോഴിയെ അറുത്ത് കറിവച്ചുകൊടുത്തത് തെറ്റ്, പലഹാരം ഉണ്ടാക്കിത്തരാനായി മത്സരം. അവരും വരുന്നതു വരട്ടെ അതും ലാഭം എന്നു വിചാരിച്ച് കഴിച്ചുകൊണ്ടിരുന്നു. ഒരാളും അയാളോട് സ്നേഹം കാട്ടിയില്ല, സ്വത്തിൻ മേലാണ് സ്നേഹം. ഇപ്പോൾ ഒന്നും നടക്കില്ല എന്നറിഞ്ഞപ്പോൾ മറ്റുവഴികൾ ആലോചിച്ചു. മൂത്തയാൾക്ക് ഒരു മകനും രണ്ടുമകളും. ഇളയ ആൾക്ക് രണ്ടാണും രണ്ടു പെണ്ണും. മൂത്തവന്റെ സ്വത്ത് ഒറ്റമകന് മുഴുവനായും ലഭിക്കും. പെൺമക്കളെ പാടുപെട്ട് കല്യാണം കഴിപ്പിച്ചയച്ചാൽ മതി. എന്നാൽ ഇളയവൻ രണ്ടുപെൺമക്കളെയും കല്യാണം കഴിപ്പിച്ചയച്ചതിനു ശേഷം സ്വത്ത് വീതിച്ചാൽ രണ്ട് ആൺമക്കൾക്കും പകുതി വീതം ലഭിക്കും. അതിനാൽ എങ്ങനെയെങ്കിലും ജ്യേഷ്ഠന്റെ സ്വത്ത് കൈയിൽ വന്നാൽ രണ്ടുപേർക്കും മതിയാകും എന്ന് കാത്തിരുന്നു. അതിനായി അദ്ദേഹത്തെ എങ്ങനെ വളയ്ക്കണം എന്നു പദ്ധതിയിട്ടു. നല്ലുപ്പയ്യൻ സ്ത്രീവിഷയത്തിൽ തല്പരനാണെന്നതിനാൽ അനിയന്റെ ഭാര്യയെ പറഞ്ഞയച്ചു.

ഒരു ദിവസം രാത്രി എട്ടുമണിക്ക് കോഴിക്കറിയും ചോറുമായി വന്ന അവൾ കൂടെ ഇരുന്ന് വിളമ്പിക്കൊടുത്തു. അവിടെ വച്ചിട്ടു പോകാറാണ് പതിവ്. വിളമ്പിക്കൊടുത്തവളുടെ സംസാരവും നോട്ടവും അയാളെ പരോക്ഷമായി ക്ഷണിച്ചു. നാലുമക്കളെ പ്രസവിച്ചവളാണെങ്കിലും, നാല്പതു വയസ്സ് കടന്നെങ്കിലും യുവത്വം നിറഞ്ഞ മിടുക്കോടെയാണവൾ ഇരുന്നിരുന്നത്. അവളെ ഇത്രയ്ക്കടുത്ത് ഇതുവരെ കണ്ടിട്ടില്ല. ശരി, ശ്രമിച്ചു നോക്കാം എന്ന പ്രതീക്ഷയോടെ അവളുടെ ദേഹത്തു കൈവച്ചു. അനുകൂല പ്രതികരണം ലഭിച്ചു. അതിനുശേഷം ആഴ്ചയിൽ ഒരിക്കൽ ഭർത്താവും മക്കളും അറിഞ്ഞുകൊണ്ടുതന്നെ രാത്രി നേരം വൈകിയാൽ അദ്ദേഹത്തിന്റെ കുടിലിലേക്ക് അവൾ വരും. അദ്ദേഹത്തിനാണെങ്കിൽ എവിടെയൊക്കെയോ എവളെയൊക്കെയോ തേടിക്കൊണ്ടിരിക്കുന്നതിനേക്കാളും നല്ലത് ഇവിടെത്തന്നെ ആൾവരുന്നുണ്ടല്ലോ എന്ന സന്തോഷമായിരുന്നു. അവൾക്ക് അദ്ദേഹത്തെ വല്ലാതെ ഇഷ്ടപ്പെട്ടു. ആഴ്ചയിൽ ഒരിക്കൽ എന്നതുപോയി. അവൾ ഇടയ്ക്കിടെ വരാൻ തുടങ്ങി.

"ദിവസം മുഴുവൻ പാടത്തു പണിയെടുത്ത് രാത്രി വയറു നിറയെ കുടിച്ചിട്ട് വീട്ടിൽ എവിടെ വരാൻ? എവിടെയെങ്കിലും നിവർന്നു കിടക്കും. ഒരു മകളെ വിവാഹം കഴിപ്പിച്ചയച്ചു. മറ്റൊന്ന് ചെറുതാണ്. ആൺപിള്ളേർ രണ്ടും വിവാഹപ്രായത്തിലാണ്. വീട്ടിൽ വന്നാലും എന്തുചെയ്യാൻ പറ്റും? ഉണങ്ങിവരണ്ട വയലിൽ മഴപെയ്താൽ എന്തുചെയ്യും? ആവുന്നിടത്തോളം വലിച്ചു കുടിക്കും. അങ്ങനെ ആയിപ്പോയി. ഞാൻ എത്ര പേരെ കണ്ടിരിക്കുന്നു. അവൾക്ക് എന്താണ് ഇഷ്ടം എന്നു മനസ്സിലാക്കി. അവളെയും വെറുതെയൊന്നും പറയാമ്പാടില്ല. നില്ക്കെന്നു പറഞ്ഞാൽ നില്ക്കും. ഇരിക്കെന്നു പറഞ്ഞാൽ ഇരിക്കും. കുനിഞ്ഞു നില്ക്കെന്നു പറഞ്ഞാൽ കുനിഞ്ഞു നില്ക്കും. എന്തു പറഞ്ഞാലും അനുസരിക്കും. ഇങ്ങനത്തെ ഒരുത്തിയെ കല്യാണം കഴിച്ച് കുടുംബം നടത്താൻ വക്കില്ലാതെ വിടുന്നത് നോക്കെടാ. അവനൊക്കെ മനുഷ്യനാണോ?" അദ്ദേഹം പറഞ്ഞു.

മൂവർക്കും ഇതു കേട്ടപ്പോൾ ചിരിവന്നു. പൊന്ന അടക്കിക്കൊണ്ട് ഇരുന്നിരുന്നു. "നിനക്ക് എന്തു സംസാരിക്കണമെന്നേ അറിയില്ല. നാണോം മാനോം ഇല്ലാതെ എല്ലാം പറയുന്നു." മാരായി പറഞ്ഞു. "ഇതൊക്കെ പറയണം ചേച്ചീ. പെണ്ണുങ്ങളോട് നിനക്കിഷ്ടമാണോ അല്ലയോ എന്ന് ചോദിക്കണം. കരട്ടൂരിലെ വേശ്യാ തെരുവിൽ പോയി നോക്ക്. പറ്റാത്തവനെയൊക്കെ ചെരുപ്പുകൊണ്ടടിച്ചോടിക്കും." എന്നു പറഞ്ഞു. അങ്ങനെ തുടർന്ന അവൾ കൂടുതൽ നേരം അയാളുടെ കൂടെത്തന്നെയിരിക്കാൻ തുടങ്ങി. ഭർത്താവോ മകനോ പോയി വിളിച്ചാൽ. "വരാം പോ." എന്നു പറഞ്ഞ് മടക്കി അയയ്ക്കും. അയാൾക്കു വേണ്ടി ചോറുണ്ടാക്കുന്നത്, അയാളുടെ പാടത്ത് ജോലി ചെയ്യുന്നത്, അയാളുടെ കൂടെ ചിരിച്ചു സംസാരിക്കൽ എന്നിങ്ങനെ അവളുടെ പോക്ക് പാടേ മാറിപ്പോയി.

സ്വത്തിനു വേണ്ടിയാണ് ഇത്രയ്ക്കും അവൾ ഇഴയുന്നതെന്നു വിചാരിച്ച് "സ്വത്ത് നിന്റെ പേരിൽ എഴുതട്ടെ, അല്ലെങ്കിൽ പിള്ളേരുടെ പേരിൽ എഴുതട്ടെ. ആരുടെ പേരിൽ എഴുതിയാലും എനിക്കു ശേഷം അവർക്ക് എന്നേ എഴുതൂ." എന്നു പറഞ്ഞു. അതിന് അവൾ പറഞ്ഞു. "സ്വത്ത് വേണ്ടിയിട്ടു തന്നെയാണ് എന്നോട് പോകാൻ പറഞ്ഞത്. ഞാനും അതിനു വേണ്ടിയാണ് വന്നത്. എന്നാൽ ഇപ്പോൾ എനിക്ക് സ്വത്തും വേണ്ട ആ നായ്ക്കളും വേണ്ട. നിങ്ങളുടെ കൂടെ കഴിഞ്ഞോളാം. അതു മതി. നിങ്ങളെപ്പോലെ നല്ലവർ ആരാണുള്ളത്. നിങ്ങളെ പോയി മോശക്കാരൻ എന്നാണല്ലോ പറയുന്നത്?" എന്നവൾ പറഞ്ഞു. പകൽ സമയത്ത് ഇരുവരും വയലിൽവച്ച് കൊഞ്ചുന്നതു കണ്ട അനിയന് സഹിച്ചില്ല. അവൻ വന്ന് അവളെ വിളിച്ചു. "വരാം പോ" അവൾ പറഞ്ഞു "എന്താടീ അവന്റേതിൽ നിന്നും പാലാണോ ഒഴുകുന്നത്. ഏന്തിക്കൊണ്ടു

നില്ക്കാൻ." അവൻ ചോദിച്ചു. അവളും മുരണ്ടു. "അതേടാ, ഒഴുകുന്നു. നീയും വച്ചിട്ടുണ്ടല്ലോ. പൊന്തിച്ചു നോക്ക്." അവൾ മറുപടി കൊടുത്തു. അപ്പോഴാണ് അനിയന് ഇത് വേറെ മാതിരി പോയിരിക്കുന്നു എന്ന് മന സ്സിലായത്. അവൻ തലമുടിയിൽ പിടിച്ചു വലിച്ച് മുതുകത്ത് രണ്ട് ചാർത്തി യിട്ട് വലിച്ചു കൊണ്ടുപോയി.

അയാൾക്ക് അപ്പോഴേ പേടിതന്നെയാണ്. എന്നാലും ഇതിൽ തന്റെ ഭാഗത്ത് തെറ്റൊന്നും ഇല്ലല്ലോ എന്നതിനാൽ മിണ്ടാതെ ഇരുന്നു. അന്നു രാത്രി അയാളെ തേടി വീണ്ടും അവൾ വന്നു. പിന്നാലെ തന്നെ വന്ന അവളുടെ ഇളയ മകൻ "ഒരു ദിവസം കൂടി വെറുതെയിരിക്കില്ലല്ലോ." എന്ന് ശകാരിച്ചുകൊണ്ട് വന്ന് വീട്ടിനകത്ത് ഇരുന്നിരുന്ന അവളെ പിടി ച്ചുവലിച്ചു കൊണ്ടുപോയി. "വിടെടാ, ഞാൻ പ്രസവിച്ചതാണ് നിന്നെ, എന്നോടിങ്ങനെ ചോദിക്കാനായോ. സ്വത്ത് കിട്ടുമെങ്കിൽ അച്ഛനും മക്ക ളുമെല്ലാം എന്തും വിട്ടുകൊടുക്കും. അമ്മയെ ഇങ്ങനെ അയയ്ക്കാമോ എന്ന് അന്ന് ഒരു വാക്ക് ചോദിക്കാൻ പറ്റിയിരുന്നോടാ. ഇന്നു വരുന്നു. മാമന്റെ സ്വത്ത് നിന്റെ പേർക്ക് എഴുതിവയ്ക്കാമെന്നു പറഞ്ഞിരിക്കുന്നെ ടാ. അദ്ദേഹത്തിന്റെ കാലശേഷം നിനക്കാണ്. അതുപോരെ, എന്നെ വിട്. ഞാൻ അദ്ദേഹത്തോടൊപ്പമിരുന്ന് എന്റെ കാലം കഴിച്ചോളാം. നിങ്ങൾക്ക് ഒരെടങ്ങാറും ഉണ്ടാക്കില്ല. എന്നെ ആരും കാണുകയും വേണ്ട. വയ്യാത്ത കാലത്ത് കയറിന്റെയറ്റത്ത് തൂങ്ങിക്കൊള്ളാം." എന്നവൾ ഒച്ചവച്ചു.

രാത്രി ഈ ശബ്ദം വലിയ അനിയന്റെ വീട്ടിലും കേട്ടു. അവരും ഓടി വന്നു. അതിനകം അവൻ അവളെ പിടിച്ചുവലിച്ചുകൊണ്ട് പോയി. "എന്നോട് എന്റെ കെട്ടിയോൻ ചോദിക്കട്ടെ. അവന് ഞാൻ മറുപടി പറ ഞ്ഞോളാം. എന്നോടു ചോദിക്കാൻ നീയാരാടാ. അമ്മയുടെ ദേഹ ത്താണോ കൈവയ്ക്കുന്നത്. നീയൊക്കെ ആൺകുട്ടി തന്നെയാണോ ടാ." എന്നവൾ അലറിയപ്പോൾ അവൻ കൈകൊണ്ട് മുഖത്തു കുത്തി. പല്ലും ചുണ്ടും മുറിഞ്ഞ് വായ മുഴുവൻ രക്തത്തോടെ അവൾ പോയി. വന്നു നിന്ന മൂത്ത അനിയനോട് "ഒന്നും ഇല്ലെടാ ഭാര്യയും ഭർത്താവും തമ്മിലുള്ള വഴക്കാണ്. അതിന് സമാധാനം ഉണ്ടാക്കാൻ എന്റടുത്ത് വന്ന താണ്. അതിനാണ് അവളുടെ ചെറുക്കൻ വന്ന് കൂട്ടിക്കൊണ്ടു പോകു ന്നത്." അയാൾ പറഞ്ഞു. അവന് വിശ്വാസം വന്നില്ല. "ഞാനും കണ്ടു കൊണ്ടു തന്നെയാണിരിക്കുന്നത്. ഭാര്യയെ വിട്ട് നിന്നെ വളച്ചെടുക്കാൻ നോക്കുന്നതാണോ. ഞാനൊന്നും അത്രയ്ക്ക് മാനംകെട്ടവനല്ല. എന്നാൽ, അത് കാണിച്ചു. ഇതു കാണിച്ചു എന്നു പറഞ്ഞ് സ്വത്ത് എഴുതി വച്ചാൽ, കഴുത്തറുത്തിട്ട് ഞാൻ ജയിലിൽ പോകും." എന്നു പറഞ്ഞു.

"എന്താടാ സ്വത്ത് എന്റേതാണ്. ഞാൻ ആർക്ക് വേണമെങ്കിലും കൊടുക്കും. നിങ്ങളൊക്കെ എന്തിനാടാ ഇങ്ങനെ ലഹളയ്ക്കു വരുന്നത്" എന്നു പറഞ്ഞു. "പാതി എന്റേത്. അതുമാത്രം ഓർമ്മയിലിരിക്കട്ടെ. ഇല്ലെ ങ്കിൽ രാത്രിയോടു രാത്രി കഴുത്തറുത്ത് ആരിയൻ പാടത്തിട്ട് വെള്ളം

ഒഴുക്കും. അതിനുശേഷം ആളെ കാണാനില്ല. എങ്ങോട്ടു പോയോ ആവോ എന്ന് പറയും നോക്കിക്കോ." എന്നു വിരട്ടിയിട്ടു പോയി. "പിടിച്ചു വലിച്ചുകൊണ്ടു പോയിട്ട് അവളെ എന്തുചെയ്തു?" മാരായി ചോദിച്ചു. "അതെന്തിനാണ് ചോദിക്കുന്നത് പോ." എന്നു പറഞ്ഞിട്ടയാൾ കട്ടിലിൽ നിന്നും എഴുന്നേറ്റു.

പരിഭ്രമത്തോടെ കാറ്റ് ഊളിയിട്ടു.

ഇരുപത്തിമൂന്ന്

നല്ലുപ്പയ്യൻ മാമന്റെ അനിയന്റെ ഭാര്യ വേലായിക്ക് അയാളോടു ണ്ടായ ബന്ധത്തിന് കാരണം ഇന്നതാണെന്ന് പറയാനാവില്ല. അങ്ങനെ ഭ്രാന്തിയായി അവൾ. ഭർത്താവും മക്കളും കണ്ടപടി തല്ലി. എത്ര നിന്ദ്യ മായി സംസാരിക്കാനാവുമോ അത്രയ്ക്കും നിന്ദ്യമായി സംസാരിച്ചു നോക്കി. എല്ലാറ്റിനും അവരുടെ ഭാഷയിൽ തന്നെ അവൾ മറുപടിയും നല്കി. പിറ്റേന്നു രാവിലെ എഴുന്നേറ്റു നോക്കിയപ്പോൾ ആളെ കാണാ നില്ല. അയാളുടെ വീട്ടിൽ പോയി അവൾ ചാണകം വാരിക്കൊണ്ടിരുന്നു. വരട്ടെ എന്നു പറഞ്ഞിട്ടവർ വിട്ടു. അവൾ വരുന്ന ലക്ഷണമില്ല. തനിക്ക് പ്രശ്നമുണ്ടാകുമെന്ന് ഭയന്ന് നല്ലുപ്പയ്യനും പോകാനായി എത്രയോ പറ ഞ്ഞു.

"ഇങ്ങോട്ടു നോക്ക്, എന്നെ നിനക്കിഷ്ടമാണെന്നത് ശരി, എന്നാൽ നീ ഏതോ ചന്തയിൽ നിന്നും ഞാൻ കൂട്ടിക്കൊണ്ടുവന്ന പെണ്ണല്ല. എന്റെ അനിയന്റെ ഭാര്യയാണ്. ഒരു മകളുടെ വിവാഹം കഴിഞ്ഞു. ഇനിയും മൂന്നെണ്ണം ഉണ്ട്. കുടുംബമായി കഴിഞ്ഞവൾ ഇങ്ങനെ വന്നാൽ ഇരി ക്കാനാവുമോ? ആഴ്ചയിൽ ഒന്നോ രണ്ടോ ദിവസംവാ. ഒരുമിച്ചു കഴി യാം. അങ്ങനെ ഇരുന്നാൽ അവരും ഒന്നും പറയില്ല. ഇവിടെ വന്ന് താമ സിക്കാൻ സമ്മതിക്കുമോ പറ, സംബന്ധം ചെയ്യാൻ വരുന്നവർ ഇതൊക്കെ അറിഞ്ഞാൽ വീട്ടിലേക്കു വരുമോ? ഒളിഞ്ഞും മറഞ്ഞുമാണെങ്കിൽ വള രെക്കാലം ഇരിക്കാം, പോ." എന്ന് എത്രയോ പറഞ്ഞുനോക്കി. അവൾ പോവുന്നില്ല.

"അങ്ങേരുടെ മുഖം കണ്ടാലേ എനിക്ക് പിടിക്കുന്നില്ല. എല്ലാം കാണട്ടെ. ഇന്ന് വേശ്യയെന്നു വിളിച്ചെന്നെ ചീത്ത പറയുന്നു. വ്യഭിചരി ക്കാൻ പോ എന്നു പറഞ്ഞിട്ട് വിട്ടതാരാണ്? അവര് തന്നെയല്ലേ. സ്വത്ത്

വേണമെങ്കിൽ വ്യഭിചരിക്കാൻ പോയാലും സാരമില്ല. നിങ്ങളുടെ അനിയൻ ഇപ്പോൾ ചോദിക്കുന്നു. "എന്റെ ചേട്ടൻ എങ്ങനെയാണ് ചെയ്യുന്നതെന്നു പറ. അങ്ങനെ ഞാനും ചെയ്യാം" എന്ന്. ഈ ബുദ്ധി ഇത്രയും നാൾ എവിടെപ്പോയി. മരിച്ചാലും ഇനി അങ്ങോട്ടു പോവില്ല. നിങ്ങൾക്ക് വേണമെങ്കിൽ ഒരു കുഞ്ഞിനെ പ്രസവിച്ചു തരാം. വളർത്താം" എന്നവൾ ഉറപ്പിച്ചു പറഞ്ഞു. ഇങ്ങനെ കടുംപിടുത്തം പിടിക്കുന്നല്ലോ എന്ന കോപത്താൽ അദ്ദേഹവും കവിളത്ത് രണ്ട് കൊടുത്തിട്ട് "ഭാര്യയും ഭർത്താവും മക്കളും എന്ന് കുടുംബം മുഴുവൻ ചേർന്ന് എന്നെ ദ്രോഹിക്കുകയാണോ? ഒരു പെണ്ണിനെയും ഞാൻ എന്റെ കൂടെ നിർത്തില്ല. ഓട് നീ. വേണമെങ്കിൽ വിളിക്കും വാ." എന്നു പറഞ്ഞിട്ട് വെളിയിലേക്ക് പിടിച്ചുതള്ളി. അവളാണെങ്കിൽ പോകുന്ന മട്ടും ഇല്ല. കോലായ്ക്കരികിൽ ഇരുന്നുകൊണ്ട് അവൾ അദ്ദേഹത്തെ തന്നെ നോക്കിക്കൊണ്ടിരുന്നു. ഇവൾക്ക് എന്താണില്ലാത്തത്? ഭർത്താവ്, മക്കൾ എന്ന് കുടുംബം ഉണ്ട്. സ്വത്തിനും സ്വന്തത്തിനും കുറവില്ല. എന്നാൽ ഇങ്ങനെ പിച്ചക്കാരിയെപ്പോലെ ഇരിക്കുന്നല്ലോ എന്ന് പരിതാപം തോന്നി. വിളിച്ച് ചോറ് നല്കി. "അവിടെയും പോയി ഇവിടെയും വരികയാണെങ്കിൽ നില്ക്ക്. അല്ലെങ്കിൽ നിന്നെ എനിക്ക് വേണ്ട. എനിക്കൊരു പുല്ലും ഇല്ല. ഇങ്ങനെതന്നെ എല്ലാം വിട്ടിട്ട് പരദേശത്തേക്കു പോകും." എന്നു പറഞ്ഞു. അദ്ദേഹം പറയുന്നതുപോലെ കേൾക്കാം എന്ന് അവൾ പറഞ്ഞു. കൂട്ടിക്കൊണ്ടു പോയി വിട്ടിട്ടു വന്നു.

അന്നു രാത്രി അദ്ദേഹത്തെ കാണാനായി അവൾ പുറപ്പെട്ടു. ഉടനെ പോകാൻ പാടില്ലെന്നു പറഞ്ഞ് അവളെ തല്ലി. അതും വാങ്ങിക്കൊണ്ടവൾ ഓടിവന്നു. ഉടനെ മൂവരും ചേർന്ന് കോഴിയെ അമുക്കുന്നതുപോലെ അമുക്കിപ്പിടിച്ച് വീട്ടിനകത്ത് കെട്ടിയിട്ടു. നേരം വെളുക്കുവോളം അങ്ങനെതന്നെ കിടന്നു. രാവിലെ വീട്ടുജോലികളൊക്കെ ഒറ്റയ്ക്ക് നോക്കിക്കൊണ്ടിരുന്ന തന്റെ മകളോടവൾ കെഞ്ചി. അവളും പരിതാപപ്പെട്ട് "എന്തിനാണമ്മേ ഈ പ്രായത്തിൽ ഇങ്ങനെയൊക്കെ ചെയ്യുന്നത്? മാനക്കേടായിരിക്കുന്നു. നാട്ടിൽ നാലുപേർ അറിഞ്ഞാൽ തലയുയർത്തി നടക്കാനാവുമോ?" എന്നുപറഞ്ഞ് കരഞ്ഞുകൊണ്ട് അവൾ അഴിച്ചുവിട്ടു. മകളുടെ കൂടെ ചേർന്ന് വീട്ടു ജോലി ചെയ്ത അവളെ പെട്ടെന്ന് കാണാതായി. അന്വേഷിച്ചപ്പോൾ നല്ലുപ്പയ്യന്റെയടുത്തേക്ക് പോയിക്കൊണ്ടിരുന്നു. ഇത് ശരിയാവില്ലെന്നു പറഞ്ഞ് അവളെ കാളവണ്ടിയിൽ കയറി അവളുടെ അച്ഛന്റെ വീട്ടിലേക്കു കൊണ്ടുപോയി.

നല്ല പാളയത്താണ് അച്ഛന്റെ വീട്. കുറച്ചുനാൾ അവിടെ നില്ക്കട്ടെ എന്നു പറഞ്ഞ് അവിടെ കൊണ്ടുപോയിവിട്ടു. അച്ഛൻ, അമ്മ, ജേഷ്ഠൻ, അനിയൻ അങ്ങനെ വലിയ കുടുംബമായിരുന്നു അവളുടേത്. കൃഷിയും വലുതായിരുന്നു. ആൾ മാറിമാറി അവളെ ശ്രദ്ധിച്ചു. മൂന്നു ദിവസം മതിഭ്രമം പിടിച്ചവളെപ്പോലെ ഇരുന്ന അവൾ അന്നുരാത്രി പുറപ്പെട്ട് നാട്ടിലേക്കു വന്ന് നല്ലുപ്പയ്യന്റെ വീട്ടിൽ വന്നുനിന്നു. പാതിരാത്രി കയറിവന്ന

വളെ എന്തുചെയ്യും? എന്തുചെയ്യാനാ? ശരി, വരുന്നതുപോലെ വരട്ടെ എന്നു വിചാരിച്ച് വീട്ടിനകത്തേക്കു കൂട്ടിക്കൊണ്ടു പോയി ചോറ് കൊടുത്തു. ചോറ് ഇതുവരെ കാണാത്തതുപോലെ വാരിവാരി തിന്നു. അച്ഛന്റെ വീട്ടിൽനിന്നും ചോറു കൊടുത്തിരുന്നോ, ഇവൾ തിന്നാൻ വിസമ്മതിച്ചോ എന്നൊന്നും അറിയില്ല. ശ്ശെടാ നമ്മളെ വിചാരിച്ച് ഇങ്ങനെ ഒരുത്തി ഉണ്ടല്ലോ എന്ന സന്തോഷവും ഉണ്ടായി. എന്നാൽ ഇവളെ വച്ചുകൊണ്ട് എന്തുചെയ്യും? എങ്ങോട്ടെങ്കിലും കൂട്ടിക്കൊണ്ടുപോയി ജീവിക്കാനാകുമോ? നമ്മളേ ഒരു നാടോടി. ഇതിൽ മറ്റൊന്നിനെക്കൂടി ചുമക്കാനാകുമോ? തണുക്കുമ്പോൾ പുതപ്പ് തേടും. തണുപ്പു പോയാൽ പുതപ്പ് ദൂരെക്കളയും. അതേ എനിക്ക് ശരിയാകൂ. വന്നല്ലോ എന്നു കരുതി അന്ന് പുതച്ചു. നേരം വെളുത്തപ്പോൾ കൂട്ടിക്കൊണ്ടുപോയി അവളുടെ വീട്ടിൽ വിട്ടിട്ട് നേരേ പരദേശയാത്ര ആരംഭിച്ചു. ഇപ്രാവശ്യം ആറുമാസത്തേക്ക് വരരുതെന്ന് വിചാരിച്ചിട്ടാണ് പോയത്. എന്നാൽ ഇപ്പോൾ എവിടെ സാധിക്കുന്നു. പ്രായവും സമ്മതിക്കുന്നില്ല. ശരീരത്തിന് സുഖമില്ല. ഒരുമാസം ആയപ്പോൾ തന്നെവന്നു. വന്നപ്പോൾ ആളുക്കാരന്റെ മകൻ പറഞ്ഞു. “ആ കൗണ്ടത്തി ദിവസവും ഒരുനേരംവന്ന് എപ്പോൾ വരും എന്നന്വേഷിച്ചിട്ടു പോകും. ഞാനും അവളുടെ കണ്ണിൽപ്പെടരുത് എന്ന് വിചാരിച്ച് ഒളിഞ്ഞിരുന്നിട്ട് നോക്കി. ഒരേ വയലിൽ എവിടെ പോയൊളിക്കും. അതിനാൽ ഓടിപ്പോന്നു.” എന്നു പറഞ്ഞു.

അവളെ വീണ്ടും നാട്ടിൽ കൊണ്ടുപോയാക്കി. സ്വന്തം വീട്ടുകാർ അവൾക്ക് ഭ്രാന്തു പിടിച്ചെന്ന് നാട്ടിൽ മുഴുവൻ പറഞ്ഞു. പാടത്ത് അഞ്ചാറ് തെങ്ങുകൾ ഉണ്ടായിരുന്നു. അവിടെക്കൊണ്ടുപോയി കെട്ടിയിട്ടു. വിലങ്ങ് എന്നുവച്ചാൽ സാധാരണവിലങ്ങല്ല. രണ്ടു കാലിലും ചങ്ങല കോർത്തു കെട്ടി. അതിൽ ഒരു ഇരുമ്പു ഗോളവും ചേർത്തുവച്ചു. അല്പദൂരം നടക്കണമെങ്കിലും ഗോളം കൈയിൽ എടുത്തു കൊണ്ടുപോകണം. വലിയ കനമാണ്. അവിടെത്തന്നെ നായയ്ക്ക് ചോറുകൊടുക്കുന്നതു പോലെ വച്ചിരുന്നു. കാലു മുഴുവൻ വ്രണമായി വെള്ളം ഒഴുകി. അവസാനം പരിതാപപ്പെട്ട് അഴിച്ചുവിട്ടു. രണ്ടുദിവസം ഇരുന്ന് വ്രണം അല്പം ഉണങ്ങിയപ്പോൾ അവൾ ഗ്രാമത്തിലേക്ക് ഓടിവന്നു. നല്ലുപ്പയ്യൻ എന്തോ കൂടോത്രം ചെയ്ത് മയക്കിയതാണെന്ന് വാർത്ത പരന്നു. അതു നീക്കാൻ ചെല്ലിമലയുടെ അടിവാരത്തിലുള്ള വേപ്പു മരച്ചുവട്ടിൽ പോയി ചെലവു ചെയ്തു. എന്നാൽ അവൾ മാറിയില്ല.

“എന്തു കൂടോത്രമാണോ ചെയ്തത് അത് നീ തന്നെ നീക്ക്. ഇല്ലെങ്കിൽ കൊന്നുകളയും” എന്ന് അദ്ദേഹത്തിന് ഭീഷണി വിട്ടു. “ശ്ശെടാ ഞാനൊന്നും ചെയ്തിട്ടില്ല. ഞാനെന്തിനീ ക്രൂരത ചെയ്യണം. വിരൽ ഞൊടിച്ചാൽ ആയിരംപേർ ഓടിവരാനിരിക്കുന്നുണ്ട്. നിന്റെ ഭാര്യ അത്രയ്ക്കതിശയമാണോ” എന്ന് എത്ര പറഞ്ഞിട്ടും കേൾക്കുന്നില്ല. ഗ്രാമത്തിൽ ഉള്ളപ്പോൾ വേലക്കാരൻ പയ്യൻ ഉണ്ടാക്കി വയ്ക്കുന്നത് തിന്നിട്ട് എങ്ങോട്ടെങ്കിലും ഇറങ്ങിപ്പോകുന്നതും പിന്നെ ആരും അറിയാതെ വന്നു കിട

ക്കുന്നതും ഇപ്പോൾ ജീവിതമായിരിക്കുന്നു. അനിയനും മക്കളും അദ്ദേഹത്തെ നോക്കുന്ന നോട്ടം ശരിയല്ല. എന്തെങ്കിലും ചെയ്തേക്കുമോ എന്ന ദ്ദേഹം ഭയക്കുന്നു. ഉറങ്ങുമ്പോൾ തലയിൽ കല്ലെടുത്തിടുകയും ചെയ്തേക്കാം. അദ്ദേഹത്തെ കാണുമ്പോൾ "ആ അരിവാൾ എടുക്കെടാ" എന്ന് പറഞ്ഞ് അനിയന്റെ മൂത്തമകൻ ജാഡ കാണിക്കും. മാരായി പറഞ്ഞു. "ഇങ്ങനെയും ഒരു പെണ്ണുണ്ടാകുമോ? നാട് മുഴുവൻ അവൾക്ക് കിറുക്കു പിടിച്ചിരിക്കുന്നു എന്നു പറയുന്നു. അങ്ങനെയാണ് പറയുന്നത്. നാട്ടുക്കൂട്ടത്തിന് വിളിക്കാൻ പോയപ്പോൾ അവളെ കണ്ടു. ചുമരിൽ ചാരിയിരുന്നിട്ട് പ്രേതം പിടിച്ചവളെപ്പോലെ എന്നെത്തന്നെ തുറിച്ചു നോക്കി. കിറുക്കു തന്നെയാണെന്ന് ഞാനും വിചാരിച്ചു. നീ പറയുന്നതു നോക്കുമ്പോൾ എനിക്കുകൂടി സംശയമുണ്ട്. ചോറിൽ എന്തെങ്കിലും മരുന്നിട്ടു കൊടുത്തോ. ഇല്ലെങ്കിൽ എന്തിനാണ് ഇങ്ങനെ ആകുന്നത്?"

"ചേച്ചീ, എനിക്ക് ഇതാണോ ജോലി. ഇത്രയും കൊല്ലം ജീവിച്ചു. ഇങ്ങനെ ഒരു പെണ്ണിനെ കണ്ടിട്ടില്ല. ഇത് മൂത്തുപോയി. ഒന്നുകിൽ അവളെ അവർ കൊല്ലും. അല്ലെങ്കിൽ എന്നെ കൊല്ലും. അവളെ കൊന്നാൽ ആള് പോകും; സ്വത്ത് വരില്ല. എന്നെ കൊന്നാൽ പ്രശ്നവും അവസാനിക്കും സ്വത്തും വന്നുചേരും. അങ്ങനെയാണ് കണക്കു കൂട്ടുന്നത്. അതാണ് എന്തു ചെയ്യണമെന്ന് ആലോചിച്ച് കുഴങ്ങിയിരിക്കുന്നത്." എന്ന് അയാൾ പറഞ്ഞു.

"എങ്ങനെയോ നന്നായി ജീവിച്ചിരുന്ന ഒരു കുടുംബത്തെ നശിപ്പിച്ചു. ഇങ്ങനെ എത്ര കുടുംബത്തെ നശിപ്പിച്ചിരിക്കും. ആ പാവമൊക്കെ നിന്നെ വെറുതെ വിടില്ല നോക്കിക്കോ." എന്ന് മാരായി പേടിപ്പിച്ചു.

"നിങ്ങൾ തന്നെ നിങ്ങളുടെ നെഞ്ചിൽ തൊട്ടു പറയ് ചേച്ചീ. ഇതിൽ എന്റെ തെറ്റെന്താണ്. സ്വത്തിനുവേണ്ടി ഭാര്യയെ അയച്ചില്ലേ അവനെ കുറ്റം പറയുന്നില്ല. ഇതാണ് ലോകം നോക്ക്. സ്വത്തു വിറ്റിട്ട് എവിടെയെങ്കിലും പോയി മരിക്കുന്നതുവരെ അതു വച്ച് തിന്നാം. ഇല്ലെങ്കിൽ പണം പലിശയ്ക്കു കൊടുക്കും. നാളെ മുതലും പലിശയും അടച്ച് ആര് കടം തീർക്കുന്നുവോ അവർ വച്ചോട്ടെ. ഇല്ലെങ്കിൽ കടക്കാരനെ പിടിച്ചു കെട്ടും. എങ്ങനെ ആയാലും ഈ നാട്ടിൽ കഴിയാനാവില്ല. പരദേശം തന്നെ. നോക്കട്ടെ. കരട്ടൂരിൽ ഒരു വക്കീലുണ്ട്. അയാളെ പോയി കാണണമെന്നു തോന്നുന്നു ക്ഷേത്രത്തിനു വേണ്ടി എഴുതിക്കൊടുത്താൽ, അവിടെ തന്നെ മരിക്കുന്നതുവരെ ഭക്ഷണം നല്കുമോ എന്നു ചോദിക്കണം. എന്തോ വെള്ളക്കാരൻ നാട് നമ്മൾക്കു വിട്ടുതന്നിട്ട് പോവുകയാണത്രെ. എപ്പോഴാണെന്നറിയില്ല. അങ്ങനെ പോയാൽ നിയമങ്ങളൊക്കെ മാറുമെന്നു പറയുന്നു. നോക്കാം. എന്തെങ്കിലും തീരുമാനം ഉണ്ടാവുക തന്നെ വേണം." എന്നു പറഞ്ഞു.

"എന്തിനാണപ്പാ ഈ പെടാപ്പാട് ഒരു കല്യാണം കഴിച്ച് എല്ലാരേം പോലെ കഴിഞ്ഞിരുന്നെങ്കിൽ ഈ പ്രായത്തിൽ ഇങ്ങനെ ഓടി ഒളിക്കേണ്ട അവസ്ഥ വരുമായിരുന്നോ" എന്നു പറഞ്ഞിട്ട് മാരായി നെടുവീർപ്പിട്ടു.

“കാളി ഉണ്ടായിരുന്നെങ്കിൽ എനിക്കൊരു സംരക്ഷണമായേനെ. ഇപ്പോൾ അവനും ഇല്ല. എന്തെങ്കിലും പ്രശ്നമുണ്ടായാൽ ഇങ്ങോട്ടാണ് വരുന്നത്. വരരുതെന്ന് പറയരുത്. പിന്നെ കാളിയെപ്പോലെ എനിക്കും പൂവരശമരത്തിൽ നിന്നും ഒരു കൊമ്പ് വെട്ടേണ്ടി വരും. നോക്കിക്കോ.” എന്നു പറഞ്ഞിട്ട് പൊട്ടിച്ചിരിച്ചു.

“വന്നയുടനെ കാളിയെക്കുറിച്ച് അങ്ങനെയൊക്കെയാ പറയേണ്ടത്. ഇപ്പോൾ കാളിയെപ്പോലെ പോകും എന്നു പറയുന്നു.” വളരെ നേരമായി ഒന്നും മിണ്ടാതെ കേട്ടുകൊണ്ടിരുന്ന് മൗനം ഭഞ്ജിച്ചുകൊണ്ട് നല്ലായി പറഞ്ഞു.

“ഞാനെന്തിന് മരിക്കണം ചേച്ചീ. കൊല്ലാൻ വന്നാൽ ഞാനും ഒരുത്തനെയെങ്കിലും കൊന്നിട്ടേ മരിക്കൂ. അരയിൽ കത്തിയും വച്ചുകൊണ്ടു തന്നെയാണ് ഞാനും ചുറ്റിക്കൊണ്ടിരിക്കുന്നത്. പേടിത്തൊണ്ടനല്ല ഈ നല്ലാൻ. എന്തിനു മരിക്കണം. നാല് ആലോചനയും ഉണ്ട്. ഏത് ഒത്തുവരുന്നോ അത് ചെയ്യണം. ചിന്തിക്കാൻ ബുദ്ധിയില്ലാത്തവനാണോ ഞാൻ. വെറുതെ ഒരു വാക്കിന് പറഞ്ഞതാണ്.” എന്ന് പറഞ്ഞുകൊണ്ടേയിരുന്നു. പൊന്ന അകത്തേക്ക് പോയി കിടന്നു.

അവളുടെ മനസ്സിൽ എന്തൊക്കെയോ ചിന്തകൾ ഓടിക്കൊണ്ടിരുന്നു.

ഇരുപത്തിനാല്

ചുക്കുകാപ്പി, മുത്തു ഓരോരുത്തർക്കും ഒഴിച്ചു കൊടുത്തു. ഗ്ലാസിൽ കുടിച്ചതു കൂടാതെ ചിലർ മൊന്തയിലും വാങ്ങി. വരാൻ സാധിക്കാത്ത വൃദ്ധന്മാർക്കും കുട്ടികൾക്കും കൊണ്ടുപോയി കൊടുക്കാൻ. ഇത് പതിവാണ് എന്നതിനാൽ മുത്തു വലിയ പാത്രം നിറയെ തയ്യാറാക്കിയിരുന്നു. അവൻ തന്റെ ഭാര്യയെയും കൂട്ടിക്കൊണ്ടുവന്ന് എല്ലാം നേരത്തെ കാലത്തെ തന്നെ തയ്യാറാക്കിവച്ചിരുന്നു. മാരിയമ്മൻ കോവിലിനു മുന്നിലെ വിശാലമായ സ്ഥലത്താണ് ചാവടി. വേപ്പിനു ചുവട്ടിൽ ചുറ്റും കല്ല് പാകിയിരുന്നു. എല്ലാവരും ചുക്കുകാപ്പി കുടിച്ചിട്ട് അവിടവിടെ ഉണ്ടായിരുന്ന കല്ലിൻമേൽ ഇരുന്ന് പഴംകഥ പറഞ്ഞുകൊണ്ടിരുന്നു.

പണിക്കാരൻ രണ്ടു വെളുത്ത മുണ്ടുകൾ വിരിച്ചിരുന്നു. അതിൽ ചക്കരെക്കത്തി തേങ്ങയും പഴങ്ങളുമൊക്കെ വച്ചിരുന്നു. പൊന്നയെ കൂട്ടിക്കൊണ്ടു വന്നിരുന്നു. അവൾ സ്ത്രീകൾക്കരികിൽ ഒരു ഭാഗത്തിരുന്നു. ധാരാളം സ്ത്രീകൾ കൂടിയിരുന്നു. മാരായി വിളിച്ചിട്ടു വന്നവരാണ്. ഇതുപോലത്തെ ഒരു കാര്യം ഗ്രാമത്തിൽ നടന്നിട്ട് കാലങ്ങൾ ആയതിനാൽ എങ്ങനെയാണ് ചെയ്യുന്നത് എന്നു കാണാൻ ഉള്ള ആഗ്രഹത്താൽ വന്നിരിക്കുന്നതാണ്. തൊരട്ടു മുത്തശ്ശി വന്നിട്ട് കാലും നീട്ടി ഇരുന്നു. രണ്ടു തലമുറയ്ക്കു മുൻപ് ഇങ്ങനെ ഒന്നുനടന്നത് പറഞ്ഞപ്പോൾ അത് ആരാണെന്ന് സ്ത്രീകൾ അന്വേഷിച്ചു കൊണ്ടിരുന്നു. പണിക്കാരൻ മൂന്ന് നാല് തീപ്പന്തങ്ങൾ അവിടെയും ഇവിടെയുമായി പിടിച്ചു നിന്നിരുന്നു. ഓരോരുത്തരുടെയും ഇടം ശരിയായിട്ടുതന്നെയാണോ ഇരിക്കുന്നതെന്നറിയാൻ തീപ്പന്തം കൊണ്ടുവരാൻ പറഞ്ഞു.

സംബന്ധ വീട്ടുകാർ ആരൊക്കെയാണ് വന്നിരിക്കുന്നതെന്ന് മാരായി നോക്കി. ഏകദേശം എല്ലാ വീടുകളിൽ നിന്നും ഒന്നോ രണ്ടോ പേർ

വന്നിരുന്നു. മാരായിയുടെ രണ്ട് അനിയൻമാരും വന്ന് ആൾക്കാരുമായി സംസാരിച്ചുകൊണ്ടിരുന്നു. പുറംദേശക്കാർ ധാരാളം പേർ വന്നിരുന്നതിനാൽ പരിചയക്കാരോട് സംസാരിച്ചുകൊണ്ടിരുന്നു. അവൾക്ക് തൃപ്തിയായി. നല്ലുപ്പയ്യനെ കാണുന്നില്ല. നാടുചുറ്റാൻ പോയിരിക്കുമോ എന്നു വിചാരിച്ചു. അനിയന്റെ വീട്ടുകാർ തല്ലിച്ചതച്ചിരിക്കുമോ എന്നും തോന്നി. അങ്ങനെയൊന്നും ഉണ്ടാവില്ല എന്ന് മനസ്സിനെ ആശ്വാസിപ്പിച്ചു. നാട്ടു കൗണ്ടർ എല്ലാവരുമായും സംസാരിച്ച് കാപ്പിയും കുടിച്ച് മുന്നിലേക്ക് വന്നു. "എല്ലാവരും കാപ്പി കുടിച്ചോ?" എന്നു പൊതുവായി ചോദിച്ചു. തേക്കിൻ കാട്ടിലെ കണ്ണാൻ. "എല്ലാം വയർ നിറയെ കുടിച്ചിട്ട് മൂത്രം ഒഴിക്കാൻ സ്ഥലം നോക്കുകയാണ്. ഇനിയും കുറച്ചുസമയം കഴിഞ്ഞാൽ ചാവടി തന്നെ നാറും." എന്നു പറഞ്ഞു

അവൻ ചെറുപ്പമാണ്. പരിഹാസത്തോടെ സംസാരിക്കാൻ മിടുക്കൻ. "ആരാണപ്പാ അത് നാട്ടിൽ മറ്റൊരു നല്ലാൻ ഉള്ളത്." എന്ന ഗ്രാമത്തിലെ കൗണ്ടർ ചോദിച്ചു. "അതെ, അവരുടെ കൂടെ ചന്തയിൽ പോയി ഒരു ആട്ടിൻ കുട്ടിയെ പിടിച്ചിട്ടു വരാമെന്നു വിചാരിക്കുന്നു. കണ്ണിൽ പെടുന്നേയില്ല." കണ്ണാൻ പറഞ്ഞു. എല്ലാവരും ചിരിച്ചു. "ഗ്രാമത്തിലൊന്നും കിടാവിനെ കിട്ടിയില്ലേ നിനക്ക്." "ഇവിടെയൊക്കെ പ്രായമായതും ശോഷിച്ചതുമൊക്കെയാണ്." "തലമുറയ്ക്ക് ഇങ്ങനെയൊന്ന് വേണമല്ലോ." "എവിടെ നല്ലാനെ കാണുന്നില്ലല്ലോ. മാരാ അവനോട് പറഞ്ഞയച്ചിരുന്നോ." കൗണ്ടർ ചോദിച്ചു. "അതൊക്കെ പറഞ്ഞു. അദ്ദേഹം പരദേശം പോയിരിക്കും." മാരായിക്കു പകരമായി ആരോ പറഞ്ഞു. "അദ്ദേഹം ഉണ്ടായാലാണ് നാട്ടുക്കൂട്ടത്തിന് ഉഷാറുണ്ടാവുക." എന്നു പറഞ്ഞുകൊണ്ട് പലരും ഓർത്തു. എല്ലാം നന്നായിരിക്കുന്നതിനാൽ ഒരു പ്രശ്നവും ഉണ്ടാകില്ലെന്ന് മാരായിക്ക് സമാധാനമായി.

"ശരി, ആരംഭിക്കാം. ഇന്നത്തെ നാട്ടുക്കൂട്ടം എന്തിനാണെന്ന് എല്ലാവർക്കും അറിയാം. ഇതു സ്ത്രീസംബന്ധമായ വിഷയമാണ്. അതിനാൽ സ്ത്രീകൾ കൂട്ടമായി വന്നിട്ടുണ്ട്. നമ്മൾ സ്ത്രീകളെ നാട്ടുക്കൂട്ടത്തിനു വിളിക്കുന്ന പതിവില്ല. ഇതൊരു ചടങ്ങ് നടത്തുന്ന കൂട്ടമാണ്. അതുകൊണ്ടാണ് എല്ലാവരും വന്നിരിക്കുന്നത്. നിറഞ്ഞ കൂട്ടമാണിത്. ഇതുപോലെ തന്നെ ഇതുമായി ബന്ധപ്പെട്ടവരുടെ മനസ്സ് നിറയുന്ന തരത്തിൽ ഇതു നടക്കണം. ശരി, ചക്കരക്കത്തീ, നിനക്ക് നിന്റെ ജോലി ആരംഭിക്കാം." കൗണ്ടർ പറഞ്ഞു. "സ്ത്രീകളെ നാട്ടുക്കൂട്ടത്തിനു വിട്ടാൽ ആണുങ്ങളൊക്കെ നാറും." എന്ന ഒരു ശബ്ദം വന്നു. "പതിവു മുറ പറഞ്ഞതാണ്. ഇപ്പോൾ ആ സംസാരമൊന്നും വേണ്ട. നീ ആരംഭിക്കപ്പാ." അദ്ദേഹം പറഞ്ഞു.

ഒരു തീപ്പന്തം വിരിച്ചിരുന്നിടത്തേക്ക് വന്നു. ചാണകത്തിൽ ഒരു ഗണപതി വിഗ്രഹം ചെയ്തുവച്ചിരുന്നു. പിന്നെ തേങ്ങ ഉടച്ച് നിറകുടത്തിലൊഴിച്ചു. അരിപ്പയിൽ പിഴിഞ്ഞു വച്ചിരുന്ന ചോറുരുള അതിന്റെ മുന്നിൽ വച്ചു. പൊന്നയെ വിളിച്ചുകൊണ്ടുവരാൻ പറഞ്ഞു. ഗണപതിയുടെ

മുന്നിൽ വന്നു നിന്നപ്പോൾ കുടത്തിലെ വെള്ളം എടുത്തൊഴിക്കാൻ പറഞ്ഞു. പിന്നെ മൂന്ന് ചോറുരുളകൾ കൊടുത്തിട്ട് ഗണപതിയെ ചുറ്റിയിട്ട് മൂന്നുഭാഗത്തേക്ക് ഇടാൻ പറഞ്ഞു. ജനക്കൂട്ടത്തെ നോക്കി വണങ്ങാൻ പറഞ്ഞപ്പോൾ തല അല്പം ഉയർത്തി കൈകൾ കൂപ്പി. അവളോട് ഒരു ഭാഗത്ത് പോയി നില്ക്കാൻ പറഞ്ഞിട്ട് ചക്കരക്കത്തി ഉറക്കെ ആരംഭിച്ചു.

“മുതിർന്നവരും ചെറുപ്പക്കാരും സ്ത്രീകളും പെൺകുട്ടികളും എല്ലാവരും കൂടിയിരിക്കുന്ന ഈ സഭയെ വണങ്ങുന്നു സാമീ. ഇന്ന് ഈ സഭ കൂടിയിരിക്കുന്നത് എന്തിനാണെന്നാൽ ഇന്നേക്ക് രണ്ടു മാസം എട്ടു ദിവസം മുൻപ് വൈകാശി മാസം ഇരുപത്തിരണ്ടാം തീയതി ചൊവ്വാഴ്ച അന്നു പുലർച്ചെ നമ്മുടെ ഗ്രാമത്തിലെ വലിയ പാടത്തെ രാമസാമി കൗണ്ടറുടെയും മാരായി കൗണ്ടച്ചിയുടെയും മകനും പൊന്നായി കൗണ്ടച്ചിയുടെ ഭർത്താവുമായ കാളി കൗണ്ടർ തന്റെ ജീവൻ കളഞ്ഞു സാമീ. അതിനുശേഷം രണ്ടുമാസം കഴിഞ്ഞ് പൊന്നായി കൗണ്ടച്ചി അവർകൾക്ക് ഓക്കാനവും മയക്കവും വന്നപ്പോൾ ഗ്രാമത്തിലെ നഴ്സ് നാടി നോക്കി ഗർഭിണിയാണെന്ന് പറഞ്ഞു സാമീ. ഇപ്പോൾ മൂന്നു മാസം നടക്കുന്നു. പത്തു പതിനഞ്ചു ദിവസം മുൻപ്, അല്ലെങ്കിൽ പിന്നോട്ടായിരിക്കാം സാമീ. നാടിനു മുന്നിൽനിന്ന് പൊന്നായി കൗണ്ടച്ചി ഈ കരു തന്റെ ഭർത്താവിന്റേതാണെന്നും ഇപ്പോൾ മൂന്നാമത്തെ മാസം നടക്കുന്നു എന്നും പറഞ്ഞ് മൂന്ന് ചോറുരുള ഇട്ടിരിക്കുന്നു സാമീ. അവരുടെ വയറ്റിൽ വളരുന്ന കരു കാളി കൗണ്ടറുടെ പേര് പറയണം. മുകളിലെ സൂര്യനും ചന്ദ്രനും സാക്ഷി സാമീ. പത്തുവീട്ട് ബന്ധുക്കളും ഇത് അംഗീകരിച്ച് ഇവിടെ വന്നിരിക്കുന്നു. സ്വന്തബന്ധം മാമൻ മച്ചാൻ പരമ്പര എല്ലാവരും വെളി നാട്ടിൽ നിന്നും വന്നിരിക്കുന്നു. അവരെല്ലാവരും കരു കാളി കൗണ്ടറുടെ പേര് പറയുന്നു എന്ന് അംഗീകരിച്ചിട്ട് വന്നിരിക്കുകയാണ്, സാമീ. വരാത്തവർക്കും ഇത് സമ്മതമാണ്. അതിനാൽ ഇത് ഈ ഗ്രാമവും അംഗീകരിക്കണം സാമീ.” എന്ന് എല്ലാവരും കേൾക്കുംവണ്ണം പറഞ്ഞിട്ട് അല്പ നേരം നിർത്തി.

ഉടനെ കൂട്ടത്തിൽ നിന്നും “എല്ലാ സ്ത്രീകളും ഇവിടെ വന്ന് പറഞ്ഞാൽ തരക്കേടില്ല.” എന്ന ഒരു ശബ്ദം കേട്ടു. “എല്ലാ ആണുങ്ങളും തന്റെ ഭാര്യയോടൊപ്പം മാത്രമേ കിടന്നിട്ടുള്ളൂ എന്ന് നാട്ടുകാരുടെ മുന്നിൽ വന്നു നിന്നിട്ട് പറയീനെടാ.” എന്ന് തൊരട്ടു മുത്തശ്ശി ഒച്ചവച്ചപ്പോൾ സ്ത്രീകളുടെ അരികിൽ നിന്നും കുശുകുശുക്കൽ കേട്ടു. ഗ്രാമകൗണ്ടർ ഉടനെ “ഇനിയും ചക്കരക്കത്തിയുടെ ചടങ്ങ് തീർന്നിട്ടില്ല. എല്ലാവരും മിണ്ടാതിരിയപ്പാ. കൂട്ടം അവസാനിച്ചതിനുശേഷം നിങ്ങൾക്ക് സംസാരിക്കാം. ആ പെണ്ണ് കെട്ടിയോൻ നഷ്ടപ്പെട്ട് ദേഹസുഖമില്ലാതെ കെടക്കുന്നു. അതിന്റെ മനസ്സിനൊന്നും തട്ടരുത്. മിണ്ടാതിരി.” എന്നു പറഞ്ഞു. “നീ എന്തിനാണ് നിർത്തിയത്. പറഞ്ഞുതീർക്ക്.” എന്ന് ചക്കരക്കത്തിയെ നോക്കി പറഞ്ഞു. ഉടനെ അവൻ “സാമിമാരെ, നമ്മുടെ പൊന്ന കൗണ്ടച്ചിയുടെമേൽ തെറ്റായ വാക്ക്, പരിഹാസ വാക്ക്, കുത്തുവാക്ക്,

പഴി ഒന്നും ആരുടെ വായിൽ നിന്നും വരാൻ പാടില്ല സാമീ" എന്നു പറഞ്ഞ് അവസാനിപ്പിച്ചു.

"പത്താംമാസത്തിൽ ജനിക്കുമോ" എന്നൊ ശബ്ദം ഉള്ളിൽ നിന്നും കേട്ടു. ആരാണെന്ന് കണ്ടുപിടിക്കാനായില്ല. "കുഞ്ഞ് ജനിക്കാൻ പത്തു മാസം തന്നെയാണപ്പാ." ആർക്കാണ് സംശയം. നമ്മുടെ ഗ്രാമത്തിൽ ഒരാൾക്ക് കഷ്ടം വന്നാൽ അത് എല്ലാവർക്കും വന്നതുപോലെയാണ്. കല്യാണം കഴിഞ്ഞ് പന്ത്രണ്ടു വർഷമായിട്ടും കുട്ടികളുണ്ടാകാത്തതിന് തന്റെ ജീവൻ തന്നെ നല്കിയിരിക്കുകയാണ് കാളി. അവന്റെ ഭാര്യയുടെ മേൽ ഒരനാവശ്യവാക്കും വരാതെ നോക്കണം. അങ്ങനെ ആരെങ്കിലും എന്തെങ്കിലും പറഞ്ഞാൽ, നാട്ടിന് ചീത്തപ്പേരുണ്ടായാൽ അന്വേഷണം നടത്തി പിഴ ചുമത്തും. ഇതുപോലത്തെ ഒരു അവസ്ഥ ഒരു സ്ത്രീക്കും എപ്പോഴോ ഒരിക്കൽ വരുന്നു. അത് നമ്മുടെ കാലത്ത് വന്നിരിക്കുന്നു. ഇനി ഇങ്ങനെ ആർക്കും വരാൻ പാടില്ലപ്പാ. ശരി, നാടുതന്നെ അംഗീകരിച്ചിരിക്കുന്നു.

ഇനി എല്ലാവർക്കും പിരിയാം. പാനീയം കുടിക്കാത്തവർ കുടിച്ചിട്ടു പോപ്പാ." എന്നു പറഞ്ഞിട്ട്. നാട്ടുകൗണ്ടർ കൂട്ടം അവസാനിപ്പിച്ചു.

പഴം തേങ്ങ എടുത്തിട്ട് ചക്കരക്കത്തി പൊന്നയുടെ കൈയിൽ കൊടുത്തു. "ദക്ഷണ തന്നാലും സ്വാമിയേ" എന്ന് ആവശ്യപ്പെട്ടു. ഉടനെ മുത്തു പോയി കൗണ്ടറുടെ കൈയിൽ പണം എണ്ണിക്കൊടുത്തു. അദ്ദേഹം സഹായിക്കും ചക്കരക്കത്തിക്കും ഭാഗം വച്ചു നല്കി. ജനങ്ങൾ പാനീയം കുടിച്ചിട്ട് പോയി. വേണ്ടാത്തവർ സംസാരിച്ചുകൊണ്ട് പിരിഞ്ഞു പോയി. വെളിനാട്ടിലെ സ്വന്തക്കാരൊക്കെ വീട്ടിലേക്കു വന്ന് രാത്രി താമസിച്ച് പോകാമെന്നു പറഞ്ഞ് മാരായി വിളിച്ചു. വീട്ടിൽ ചോറും ആക്കിയിരുന്നു. വരുന്നവരെ വിളിച്ചുകൊണ്ടു നടന്നു.

പൊന്നയുടെ കുനിഞ്ഞ ശിരസ്സ് ഉയർന്നതേയില്ല.

ഇരുപത്തിയഞ്ച്

തന്റെ ശരീരത്തിന്റെ മാറ്റം പടിപടിയായി അറിഞ്ഞ പൊന്ന അതിനെ സാധാരണമായി എടുത്തു. രാവിലെ എഴുന്നേല്ക്കാൻ പറ്റാതിരിക്കുന്നതും എഴുന്നേറ്റാലും എല്ലാം മന്ദമായി നടക്കുന്നതും തളർച്ചയും ഇടർച്ചയും കൊണ്ട് ശരീരത്തെ നേരെ നിർത്താനാകാത്തതും എല്ലാം അവൾക്ക് വശമായി. ഓരോന്നിനെയും പരിഭ്രമം ഇല്ലാതെ അതിനനുസരിച്ച് നേരിട്ടു. വെങ്കായി വരുന്നതിനാൽ അമ്മയോട് നാട്ടിൽ പോകുന്നെങ്കിൽ പൊയ്ക്കോള്ളാൻ പറഞ്ഞു. പുല കഴിഞ്ഞിട്ടേ പോകുന്നുള്ളൂ എന്നു പറഞ്ഞ് അമ്മ അവിടെത്തന്നെ നിന്നു. നാലുപേരുടെയും ജോലികൾ അവർതന്നെ ചെയ്തു. അമ്മ ചോറുണ്ടാക്കുകയും ചട്ടിയും കലവും കഴുകുകയും വെള്ളം കോരിക്കൊണ്ടു വരികയും ഒക്കെ സാവധാനം ചെയ്തുകൊണ്ടിരുന്നു. മാരായി കാളകളെയും പശുക്കളെയും കൊണ്ടുപോയി തോട്ടിൻകരയിൽ കെട്ടിയിട്ട് പുല്ലറുക്കാൻ പോകും. ഒരുകെട്ട് എപ്പോഴും ഉറപ്പാണ്. അതിനുശേഷം ആടുകളുടെ പിറകെ നടന്നാൽ അവളുടെ നേരം കഴിയും.

പൊന്നയുടെ മേൽനോട്ടത്തിൽ വെങ്കായി പാടത്തെ ജോലികൾ ചെയ്തു. ഇപ്പോഴാണ് പൊന്നയ്ക്ക് പാടവും ജോലികളുമൊക്കെ മനസ്സിലായിത്തുടങ്ങിയത്. ഇവിടെ വന്ന പന്ത്രണ്ടു വർഷങ്ങളിലും ഇതു മുഴുവൻ കാളിയുടെ കൈവശമായിരുന്നു. വന്നാൽ അവൾക്കിഷ്ടപ്പെട്ട ജോലികൾ ചെയ്യും. ഇല്ലെങ്കിൽ അവൻ പറയുന്നത് ചെയ്യും. ഇപ്പോൾ ഓരോന്നും പുതുതായി ശീലിക്കുന്നത് പോലെയുണ്ടായിരുന്നു. ഓരോ ജോലിയും ചെയ്യുമ്പോൾ കാളി അവളുടെ മുന്നിൽ പനയുടെ ഉയരത്തിൽ നിന്നിട്ട് ചിരിക്കുന്നതു പോലെയുണ്ടായിരുന്നു. പലതിനേയും തനിക്ക

നുസരിച്ചവണ്ണം എളുപ്പത്തിലാക്കി. രണ്ടു വലിയ വെള്ളത്തൊട്ടികൾ കിണറ്റിനരികിൽ കൊണ്ടുവയ്ക്കാൻ പൊന്ന പറഞ്ഞു. രണ്ടു കുടം വെള്ളം കൊള്ളുന്ന മൺതൊട്ടികൾ. അതിൽ വെള്ളം ഒഴിച്ചുവച്ചാൽ മാടുകൾക്ക് അവിടെനിന്നുതന്നെ കുടിക്കാൻ കൊടുക്കാം.

വെങ്കായിക്ക് ചുമന്നു കൊണ്ടുപോകാനായി പ്രത്യേകമായി ഒരു കുടവും വച്ചു. കിണറ്റിൽ നിന്നും വെങ്കായി വെള്ളം കോരാൻ പാടില്ല എന്നതാണ് പ്രശ്നം. കോരി ഒഴിച്ചാൽ അത് കൊണ്ടുപോയി തൊഴുത്തിലെ തൊട്ടിയിൽ ഒഴിക്കാം. ചക്രം ചവിട്ടുമ്പോൾ എല്ലാറ്റിലും നിറയ്ക്കാം. വെള്ളത്തിന്റെ പ്രശ്നം അവൾ ഇങ്ങനെ എളുപ്പത്തിലാക്കി. കാളി ദിവസവും എത്ര കുടം വെള്ളം ചുമന്നിരിക്കും എന്നത് ഇപ്പോഴാണ് അവൾക്ക് ബോദ്ധ്യമായത്. അവൻ ഒരിക്കലും മടുത്തു സംസാരിച്ചിട്ടില്ല. അത് അവനൊരു വലിയ ജോലിയായി തോന്നിയിട്ടില്ല പോലും.

ഗ്രാമത്തിൽ വീട്ടിൽ പോയി താമസിച്ചാൽ ആടുമാടുകൾക്ക് ആരാണ് കാവൽ. ഇനി തൊഴുത്തിൽ തന്നെ കഴിയാം. അവിടെ നിന്നും ഇനി മാറി നില്ക്കാനാവില്ല. തൊഴുത്തിന് ചുവരുകൾ ഇല്ല. താമസിക്കാൻ ചുവരുകൾ വേണം.

സാധനങ്ങളൊക്കെ വയ്ക്കാൻ മറ്റൊരു ചെറിയ കുടിൽ ഉണ്ടായാൽ നന്നായേനെ. മുത്തു ഒരു ദിവസം വന്നിരുന്നപ്പോൾ അതിനെക്കുറിച്ചവൾ സംസാരിച്ചു. കാളി പോയതിനു ശേഷം അന്നാണ് അവനോട് ആദ്യമായി സംസാരിച്ചത്. വഴുതിനയ്ക്ക് വെള്ളം ഒഴിക്കാനും ആരിയം എപ്പോൾ നടാം എന്ന് നോക്കാനുമാണ് അവൻ വന്നത്. അവൻ പോകാൻ ഇരുട്ടിയിരുന്നു. അവൾ അമ്മയോടു പറഞ്ഞു: "ചേട്ടനോട് ഇന്ന് ഇവിടെ താമസിക്കാൻ പറയ്. ജോലിയുണ്ട്. രാവിലെ പോകട്ടെ." അവൾ പറഞ്ഞത് അമ്മയ്ക്കും മുത്തുവിനും സന്തോഷമായി.

മാടുകളെയൊക്കെ പിടിച്ചുകൊണ്ടുവന്ന് കെട്ടി. രാത്രി കൊടുക്കാനായി വൈക്കോൽ എടുത്തുകൊണ്ടുവന്നു. മാട് തിന്നിട്ട പച്ചപ്പുല്ലുകൾ വാരി കൂമ്പാരമായി വച്ചിരുന്നു. വേനൽക്കാലത്ത് ഉണക്കി വച്ചാൽ മാടുകൾ തിന്നോളും തൊഴുത്തിൽ ഓരോ ജോലി ചെയ്യുമ്പോഴും കാളിയുടെ ഓർമ്മ അവനുണ്ടായിക്കൊണ്ടിരുന്നു. പൊന്ന എങ്ങനെയാണാവോ സഹിക്കുന്നത്. അവർ കെട്ടിവച്ചിരുന്ന കുരുവിക്കൂട്ടിൽ കല്ലെറിഞ്ഞ പാപിയെന്ന് തന്നെ ഇടയ്ക്കിടെ അവൻ ചീത്ത വിളിച്ചുകൊണ്ടിരുന്നു. ജോലികൾ കഴിഞ്ഞ് കട്ടിലിൽ ഇരുന്ന് അവൻ ഭക്ഷണം കഴിച്ചു. പൊന്നയ്ക്കു വേണ്ടി ഇട്ട അരിയിൽ ഒരു കൈ കൂടുതൽ ഇട്ട് നല്ലായി ചോറാക്കിയിരുന്നു. മുതിരപ്പരിപ്പ് ആട്ടിയിരുന്നു. അവന് എരിവ് കൂടുതൽ വേണ്ടിയിരുന്നതിനാൽ ഒരു മുളക് കൂടുതൽ ചേർത്തിരുന്നു. ചോറുണ്ണുമ്പോൾ ശകാരിച്ചോ വഴക്കു പറഞ്ഞോ ഒരു വാക്ക് അവൻ പറയാതിരിക്കില്ല. എന്നാൽ ഒന്നും പറയാതെ ഉണ്ടുതീർത്തു. അതിനുവേണ്ടി കാത്തിരുന്നവളെപ്പോലെ

പൊന്ന കുടിലിന്റെ മുൻവാതിലിനരികിൽ വന്നുനിന്നു. ചലനങ്ങളല്ലാതെ മുഖം കാണാനാവാത്ത ഇരുട്ട്.

"ഈ കുടിലിന് ചുമരുണ്ടാക്കണം. അപ്പോഴേ ഇതിൽ താമസിക്കാൻ പറ്റൂ. തൊഴുത്തിന്റെ മൂലയിൽ ഒരു ചെറിയ കുടിൽ ഉണ്ടാക്കിയാൽ മതി. അതിൽ കലപ്പ, മൺവെട്ടി ഒക്കെ വയ്ക്കാം. ആളെവച്ച് അതു ചെയ്തു തന്നാൽ നന്നായിരുന്നു." എന്നവൾ പൊതുവായി പറഞ്ഞു.

"ചെയ്യാം എന്തിനാണ് കഷ്ടപ്പെടുന്നത്. പ്രസവിക്കാൻ ഇനിയും ആറേഴുമാസമാകും. പിന്നെ ഒരു ഏഴ് അല്ലെങ്കിൽ ഒൻപതു മാസം വരെ ഗ്രാമത്തിൽ താമസിച്ചിട്ട് സാവധാനം വരാം. പാടവും പശുക്കളുമൊക്കെ ഞാൻ വന്നു നോക്കിക്കൊള്ളാം." അവൻ പറഞ്ഞു.

"ഞാൻ എവിടേക്കും വരുന്നില്ല. ആർക്കു വേണേലും മാമൻ മരിച്ചു പോയവരായിരിക്കാം. എനിക്ക് അങ്ങനെയല്ല. അദ്ദേഹം ഈ തൊഴുത്തിലും പാടത്തുമൊക്കെ തന്നെയാണുള്ളത്. ഞാൻ ചെയ്യുന്നതൊക്കെ നോക്കിക്കൊണ്ട് എന്റെ കൂടെത്തന്നെയുണ്ട്. ഇപ്പോൾക്കൂടി ആ പൂവരശിൽ ഇരുന്നുകൊണ്ട് നോക്കുന്നുണ്ട്. കണ്ണുകൾ രണ്ടും മാത്രം ആകാശത്തെ വെള്ളിനക്ഷത്രംപോലെ തിളങ്ങിക്കാണുന്നു. എന്നെക്കൊണ്ടാവുന്നതുചെയ്യും. പറ്റുന്നില്ലെങ്കിൽ ഏതെങ്കിലും ഒരു വിധത്തിൽ അദ്ദേഹം വരും. ഇപ്പോൾ വെങ്കായിയെ അയച്ചതുപോലെ. എനിക്ക് അദ്ദേഹത്തിന്റെ കൂടെ ഇരിക്കുന്നതാണ് സന്തോഷം. ഈ സ്ഥലം വിട്ടിട്ട് എവിടെ വന്നാലും കഷ്ടം തന്നെയാണ്." അവൾ പറഞ്ഞു.

മുത്തു ഒന്നും സംസാരിച്ചില്ല. നിശ്ശബ്ദനായി തലയും കുനിച്ച് ഇരുന്നു. പിന്നെ പറഞ്ഞു. "ഓലക്കീറൊക്കെ കൊണ്ടുവന്നു വയ്ക്കാം. ചുമര് കെട്ടാൻ കല്ലും മണ്ണും വേണം. ഒന്നൊന്നായി വണ്ടിയിൽ കൊണ്ടുവന്നിടാം. പിന്നീട് പുലകഴിഞ്ഞ് മലയ്ക്കു പോയിട്ടുവന്നിട്ട് ചെയ്യാം." അവൻ പറഞ്ഞു. അവൻ അതിനുശേഷം ഒന്നും പറഞ്ഞില്ല. കുടിലിനകത്തേക്കു പോയി കിടന്നു. മുത്തുവിന് ഉറക്കം വന്നില്ല. എപ്പോൾ എഴുന്നേറ്റു പോയി എന്ന് ആർക്കും അറിയില്ല. അടുത്ത ദിവസം തൊഴുത്തിലേക്ക് പൊന്ന കണ്ണോടിച്ചു. വൈക്കോൽ ആടുക്കാൻ വച്ചിരുന്ന വലിയ കല്ലുകൾക്കു പകരം അവിടെയും ഇവിടെയുമായി പത്തിരുപതു കല്ലുകൾ കിടക്കുന്നതു കണ്ടു. വേലിക്കരികിൽ ചാഞ്ഞും ചെരിഞ്ഞും കിടന്ന ആ കല്ലുകൾ എല്ലാം ഓരോന്നായി എടുത്തുകൊണ്ടുവന്ന് കുടിലിന്റെ പിറകിലുള്ള സ്ഥലത്ത് ഇടാൻ പറഞ്ഞു. ഇതുപോലെ ഇനിയും മൂന്നുനാലു പ്രാവശ്യം കൊണ്ടുവന്നാൽ മതി. ചുമരുണ്ടാക്കാൻ മതിയാകും.

കിണറ്റിനുചുറ്റും കുറച്ചു കരിങ്കല്ലുകൾ ചിതറിക്കിടന്നിരുന്നു. ഏതോ കാലത്ത് കിണർ കുഴിച്ചപ്പോൾ കിട്ടിയ കല്ലാണ്. വയൽ ചുറ്റിവരുമ്പോൾ അവളുടെ കണ്ണുകളിൽ കല്ലുകളാണ് കണ്ടത്. എവിടെയും കല്ലുകൾ. ഇവയൊക്കെ ഇവിടെത്തന്നെ ഉണ്ടായിരുന്നു. എങ്കിലും കണ്ണിൽ പെട്ടിരു

ന്നില്ല. ഒന്നിനെക്കുറിച്ചു മനസ്സിലാക്കി കാണുമ്പോൾ അത് കാഴ്ചയിൽ പെടുന്നു. അടുത്തുതന്നെ ഉണ്ടെങ്കിൽ നമ്മൾ ബോധവാന്മാരല്ലെങ്കിൽ അതിനെ കാണില്ല.

പാടത്തിനരികിലുള്ള വരമ്പ് വളരെ വലുതാണ്. അത് ഗ്രാമത്തിൽ നിന്നും ആരംഭിച്ച് പലരുടെയും പാടങ്ങൾ കടന്ന് എവിടേക്കോ പോകുന്നു. അടുത്ത ഗ്രാമത്തിലേക്കും പോയേക്കാം. മിക്കവാറും മാമ്പടിക്കരട്ടിൽ ചെന്നു ചേരും. ഒരുദിവസം അതിൽ പോയി നോക്കണമെന്ന് പെട്ടെന്നു തോന്നി. "ഈ വരമ്പ് എങ്ങോട്ടേക്കാണ് പോകുന്നത്. വെങ്കാ?" എന്ന് അവൾ ചോദിച്ചു.

"മലമ്പാമ്പിനെപ്പോലെ നീണ്ടുകിടക്കുന്നു പൊന്ന, ഞാനും ഇതിൽ വളരെദൂരം പോയി നോക്കിയിട്ടില്ല. എവിടെയെങ്കിലും ഒരിടത്ത് അവസാനിച്ചല്ലേ പറ്റൂ." അവൾ പറഞ്ഞു. "ഒരു ദിവസം പോയി നോക്കിയാലോ?" എന്ന് കൊച്ചുകുട്ടിയെപ്പോലെ പൊന്ന ചോദിച്ചു.

"അതിനെന്താ ഒരു ദിവസം ചോറ് പൊതിഞ്ഞെടുത്തിട്ട് രാവിലെ പുറപ്പെടാം. വൈകുന്നേരം വരെ പോകാം. അതിൽ കൂടുതലൊന്നും ഉണ്ടാവില്ല. പിന്നെ അവിടെ ഏതെങ്കിലും ഗ്രാമം ഉണ്ടെങ്കിൽ അവിടെ കഴിഞ്ഞിട്ട് പിറ്റേന്ന് എഴുന്നേറ്റു വരാം." അവൾ പറഞ്ഞു.

അവളുടെ മനസ്സിൽ രൂപംകൊണ്ട പദ്ധതി നന്നായിരുന്നു. അങ്ങനെ പോയി നോക്കാൻ പൊന്ന വളരെ ആഗ്രഹിച്ചു. വരമ്പിന് വണ്ടി പോകാൻ വണ്ണം വീതിയുണ്ടായിരുന്നു. വിതയ്ക്കുന്ന കാലത്ത് വണ്ടികൾ ഓടും. പിന്നെ കൊയ്ത്തുകാലത്തേ ഉണ്ടാവൂ. ഇരുഭാഗത്തും ചെറിയ മരങ്ങളും കുറ്റിക്കാടുകളും നിറഞ്ഞിരുന്നു. അവിടെ തേടിയാൽ ധാരാളം കല്ലുകളും ചെളിയും കിട്ടും. വെങ്കായിയോട് വളരെ ദൂരംവരെ പോകണ്ട എന്ന് പറഞ്ഞു. അതുപോലെ എടുക്കാൻ പറ്റുന്ന ഭാരമുള്ള കല്ലുകൾ മാത്രം എടുത്താൽ മതിയെന്നും പറഞ്ഞു.

പാടത്ത് പണിയില്ലാത്ത സമയങ്ങളിൽ ഇരുവരും ഈ ഭാഗത്തു വരും. കണ്ണിൽപ്പെടുന്ന കല്ലുകൾ ഉരുട്ടിയെടുക്കും. കല്ലിനടിയിൽ തേളോ കാരിങ്ങാണിയോ ഉണ്ടാവാം. അതിനാൽ ആദ്യം കല്ല് ഉരുട്ടി മറിച്ചിടും. ഒന്നും ഇല്ലെങ്കിൽ എടുക്കാം. ഒരു കല്ലിനടിയിൽ ഉണ്ടായിരുന്ന തേൾ കല്ലുരുട്ടിയപ്പോൾ അടിയിൽ പെട്ട് ചതഞ്ഞ് ചത്തുപോയി. അതിന്റെ വയറ്റിലുണ്ടായിരുന്ന കുട്ടികൾ പുറത്തേക്കുവന്ന് നാലുഭാഗത്തേക്കും ഓടി. ഏകദേശം ഇരുപത് കുട്ടികൾ ഉണ്ടായിരുന്നു. "ശ്ശെടാ, തേൾ ചത്തുപോയി പൊന്നു." വെങ്കായി പറഞ്ഞു.

"കുട്ടികൾ അതിന്റെ വയറുകീറിയാണ് പുറത്തേക്കു വരിക. ചിലത് തന്റെ ഇനത്തെ ജനിപ്പിച്ചിട്ട് ജീവൻ വെടിയും. ഈ തേൾ അങ്ങനെയാണ്. വിട് പത്തിരുപത് കുഞ്ഞുങ്ങൾ ഓടുന്നത് നോക്ക്. അതിൽ അഞ്ചാറെണ്ണമെങ്കിലും ജീവിക്കും." എന്ന് പൊന്ന പറഞ്ഞു. ഇരുവരും കിട്ടിയ

കല്ലുകൾ ഒക്കെ എടുത്തുകൊണ്ടുവന്നു. പുതുതായി കെട്ടാൻ പോകുന്ന കുടിലിനുള്ള കല്ലുകൾ മതിയാകുമെന്നു തോന്നി. അതിനും ചുമരുകെട്ടണമെന്ന് അവൾക്കു തോന്നി.

തന്റെ ഇനത്തെ ജനിപ്പിച്ചിട്ട് ജീവൻ കളയുന്ന തേളിനെപ്പോലെയാണ് കാളിയും എന്ന ചിന്തയവൾക്കുണ്ടായി.

ഇരുപത്തിയാറ്

പുല കഴിഞ്ഞതിനു ശേഷം പൊന്ന കൂടുതൽ ചുറുചുറുക്കോടെയിരുന്നു. ശരീരത്തിലെ ഓരോ മാറ്റത്തെയും അവൾ ശ്രദ്ധിച്ചു. ഇനി അത് തന്റെ പക്കൽവരും എന്നവൾ കരുതി. ഇടയ്ക്കിടെ അവൾ അടിവയറിൽ തൊട്ടുനോക്കും. മെല്ലെ അമർത്തി നോക്കും. വേദനിക്കും അല്ലേ എന്നു പറഞ്ഞിട്ട് കൈ എടുക്കും. അഞ്ചു മാസം കഴിഞ്ഞാലേ അതിന്റെ ചലനം അറിയാനാവുമത്രെ. ആ നിമിഷം എപ്പോൾ വരും, അതെങ്ങനെയിരിക്കും എന്നറിയാനുള്ള ആകാംക്ഷയോടെ അവൾ കാത്തിരുന്നു. ഇപ്പോൾ ഓരോന്നും അവൾക്ക് പുതുമയായും ആശ്ചര്യമായും തോന്നി. വലിയ ഉത്സാഹത്തോടെ അവൾ ഇരിക്കുന്നതുകണ്ട് വെങ്കായി കൂടി എന്താണിത് എന്നതുപോലെ നോക്കി. പുല കഴിഞ്ഞ അന്ന് അമ്മയും അമ്മായി അമ്മയുംകൂടി വീട് വൃത്തിയാക്കി. മുത്തുവും അച്ഛനും മലയ്ക്കു പോയി വന്നു. ബന്ധുക്കളെ ആരെയെങ്കിലും വിളിക്കാമെന്നു വിചാരിച്ചാൽ പതിനേഴു വീട്ടിലേക്കും പോകണം. അതിനാൽ വേണ്ടെന്ന് പൊന്ന പറഞ്ഞു.

രണ്ടുപേർ പോകരുത് എന്നതിനാൽ മുത്തുവിന്റെ മകനെയും കൂട്ടിയിട്ടു പോയി. കരട്ടൂർ മലയുടെ അടിവാരത്ത് നമസ്കരിച്ചിട്ട് മലകയറി അവിടെയും നമസ്കരിച്ചു. പിന്നെ താഴേക്കു വന്ന് ഇറക്കത്തിലെ കോവിലിൽ വഴിപാട്. തേനങ്കൂർ മാരിയമ്മന് അഭിഷേകം ചെയ്യാൻ പൂജാരിക്ക് പണം നല്കിയിരുന്നു. അതിനു മാത്രം സ്ത്രീകൾ മൂന്നുപേരും പോയി. ശർക്കര പൊങ്കൽവച്ച് വടിച്ച് തേങ്ങയും പഴവും ചേർത്ത് നിവേദിച്ച് മാരിയമ്മന്റെ മനസ്സിനെ കുളിർപ്പിച്ചു. 'മാമൻ എന്റെ കൂടെത്തന്നെ ഇരിക്കട്ടെ. അദ്ദേഹത്തെ എങ്ങോട്ടും അയയ്ക്കരുത്. അദ്ദേഹം സന്തോഷത്തോടെയിരിക്കണം. ഞാൻ ചെയ്യുന്ന ഓരോന്നും അദ്ദേഹത്തിന് സന്തോഷം

നല്കണം. അദ്ദേഹത്തെ കഷ്ടപ്പെടുത്തരുത് മാരിയമ്മേ.' എന്നവൾ പ്രാർത്ഥിച്ചു. അടുത്ത ദിവസം തൊഴുത്തിലെ കുടിലിന് ചുമര് കെട്ടുന്ന ജോലിക്ക് മുത്തു ആളെയും കൂട്ടിക്കൊണ്ടുവന്നു. ചുമരുകെട്ടാൻ വന്ന മണിയാണീ സാമീ... "വീടു തന്നെ ഉണ്ടാക്കാനുള്ളത്ര കല്ലുകൾ ഉണ്ടല്ലോ" എന്നു പറഞ്ഞു. കല്ല് ധാരാളം ഉണ്ടായിരുന്നതിനാൽ കല്ലും മണ്ണും ചേർത്ത് ചുമരുകെട്ടാം എന്നു തീരുമാനിച്ചു. ഒപ്പം പുതുതായി നിർമ്മിക്കാനിരുന്ന കുടിലിന് ആദ്യം ചുമരുകെട്ടാം എന്നും അതിനെ വീടാക്കാം എന്നും മുത്തു പറഞ്ഞു. അതിന് പൊന്ന വഴങ്ങിയില്ല. "ഈ കുടിലാണ് കാളി ഇടപഴകിയ സ്ഥലം. അതിനാൽ ഇതിലാണ് താമസിക്കുക." എന്നവൾ പറഞ്ഞു. തൊഴുത്ത് മുഴുവനും തന്നെയല്ലേ കാളി ഇടപഴകിയത്, അതിനാൽ പുതുതായി നിർമ്മിക്കുന്ന കുടിലിൽ താമസിച്ചാൽ എന്താണ് എന്ന് എല്ലാവരും പറഞ്ഞപ്പോഴും, അവൾ കഠിനമായി എതിർത്തു. അതിനു ശേഷം മുത്തു ഒന്നും നിർബ്ബന്ധിച്ചില്ല. എങ്കിലും പുതിയ കുടിലിനെ താമസിക്കാൻ പറ്റിയ വിധത്തിൽ ചുമരു കെട്ടി ഓലമേയാം എന്ന് തീരുമാനിച്ചു. അതിനനുസരിച്ച വിധത്തിൽ അല്പം വലിയ സ്ഥലം ഒതുക്കി അകം രണ്ടായി ഭാഗിച്ച് കുറുകെ ഒരു ചുമരും കെട്ടാൻ പറഞ്ഞു. ആദ്യം പുതിയത് നിർമ്മിച്ചാൽ സാധനങ്ങൾ അവിടെ എടുത്തുവയ്ക്കാം. വരുന്ന മാസങ്ങൾ മഴക്കാലമാസമാണ് എന്നു പറഞ്ഞു. ഓരോന്നും പൊന്നയുടെ ചെവിയിൽ എത്തിയിട്ടാണ് തീരുമാനമാകുന്നത്.

മാരായി എന്തെങ്കിലും പറയും. പിന്നെ പൊന്നയുടെ പിടിവാശി കണ്ട് "ഇനി എനിക്കെന്താണ്, നിന്റെ ജീവിതം നിന്റെ ഉത്തരവാദിത്വം, നിന്റെ വയൽ, നിന്റെ വീട് നീ വിചാരിക്കുന്നതുപോലെ ചെയ്യ്. എന്റെ കാലം ഇനി ഞാൻ എങ്ങനെയെങ്കിലും കഴിച്ചോളാം." എന്നു പറഞ്ഞ് ഒതുങ്ങും. ചുമര് കെട്ടുന്ന ജോലി ആരംഭിച്ചതിനുശേഷവും വെങ്കായിയുടെ കൂടെപ്പോയി കല്ല് പെറുക്കുന്ന ജോലി ചെയ്തുകൊണ്ടുതന്നെയിരുന്നു. വരമ്പത്ത് പോകാൻ ഒരു സന്തോഷവും ഉണ്ടായിരുന്നു. പാടത്തിന്റെ തെക്കേമൂലയിൽ കാളിയുടെ ചാരത്തിനു മുകളിൽ നാട്ടിയിരുന്ന കല്ലിനരികിൽ രണ്ടുമൂന്നുദിവസമായി അവൾ പോയി നിന്നുകൊണ്ടിരുന്നു. അടുത്തൊരു ദിവസം അവിടെ കുറച്ചു കല്ലുകൾ കൊണ്ടുവന്നിടാൻ അവൾ പറഞ്ഞു. പാലയുടെ തൈ പെട്ടെന്ന് കണ്ണിൽ പെടുന്ന വിധത്തിൽ വളർന്നിരുന്നു. അവിടം അവൾ വൃത്തിയാക്കി. ചുറ്റും കല്ലുകൾ നിരത്തി ചുമരുപോലെയാക്കി. സാമിക്കല്ലിനു മുന്നിൽ ഒരു പരന്ന കല്ല് പതിച്ചു. നടുവിലും കല്ല് പതിച്ച് മണ്ണിടാൻ അവൾ പറഞ്ഞു.

രണ്ടു ദിവസങ്ങളായി എന്തോ ജോലി നടക്കുന്നുണ്ടെന്ന് മനസ്സിലാക്കിയിട്ട് മാരായി വന്നു നോക്കിയിട്ട് അവിടെ ഇരുന്നുകൊണ്ട് കരയാനാരംഭിച്ചു. "കല്ല് നാട്ടുന്ന ആചാരമൊന്നും നമ്മുടെ ജാതിയിൽ ഇല്ല. പുതിയ ആചാരം കൊണ്ടുവന്ന് കുടുംബത്തിൻ നാശമുണ്ടാക്കാതെടീ." എന്ന് ഒച്ചവച്ചു.

"ഇത് കാളിക്ഷേത്രമാണമ്മേ." അവൾ പറഞ്ഞു. "കാളിക്കൊന്നും

പാടത്ത് ക്ഷേത്രം ഉണ്ടാക്കാൻ പാടില്ലെടീ. അവൾ അഹങ്കാരിയാണെടീ. നശിപ്പിച്ചു കളയുമെടീ." മാരായി പറഞ്ഞു. "ഇത് കാളിയപ്പനാണമ്മേ" അവൾ പറഞ്ഞു.

"കാളിയമ്മ ആയാലും കാളിയപ്പനായാലും എല്ലാം അവളുടെ അംശമാണെടീ. പറയുന്നതു കേൾക്ക്, വേണ്ട. പാടത്ത് കറുപ്പനാരെയാണ് വയ്ക്കുക. നമ്മുടെ പാടത്ത് കറുപ്പനാരില്ല. എപ്പോഴോ ഒരു കാലത്ത് ഉണ്ടായിരുന്നത്രെ. ഭാഗം വയ്ക്കുമ്പോൾ മറ്റൊരു ഭാഗത്തേക്ക് അതു പോയി. പൊങ്കൽ മാത്രം ഉണ്ടാക്കിയിരുന്നു. പിന്നെ അവളുമായി എന്തോ വഴക്കുണ്ടായി അതും നിന്നുപോയി. അന്നുമുതൽ ഒന്നും ഇല്ലാ നീ എന്തിനാണ് പുതുതായി ഒന്ന് ഉണ്ടാക്കുന്നത്." എന്ന് അവർ ചോദിച്ചു.

ഉടനെ പൊന്ന "ഇത് വയൽ കറുപ്പനാര് തന്നെയാണമ്മേ! എല്ലാവരുടെ വയലിലും ഉണ്ട്. നമുക്കും ഒന്ന് വേണമെന്ന് മാമൻ പറഞ്ഞുകൊണ്ടിരുന്നു. അപ്പോൾ വയ്ക്കാൻ പറ്റിയില്ല. ഇപ്പോൾ വയ്ക്കുന്നു." അവൾ പറഞ്ഞു.

"മരിച്ചവർക്ക് കല്ലു നാട്ടിവച്ച് നമ്മളെല്ലാം വണങ്ങും. വർഷാവർഷം തൈപ്പൊങ്കലിന്റന്ന് മാല കോവിലെന്നു പറഞ്ഞ് വണങ്ങുന്നത് അതുതന്നെയാണ് പൊന്ന. മരിച്ചവർ ദൈവത്തിന്റെ ഒന്നു തന്നെയാണ്." എന്ന് വെങ്കായി പറഞ്ഞു.

അതിനു ശേഷം ആ കോവിൽ കാട്ടുക്കറുപ്പനാർ എന്നും കറുപ്പനാർ ഉണ്ടായാലേ വയലിൽ കൃഷി നന്നായി വരൂ എന്നും ദിവസവും വിളക്കുവച്ച് പ്രാർത്ഥിച്ച് വർഷാവർഷം തൈ നൊയമ്പിന് പൊങ്കാലിട്ട് കോഴിയെ അറുക്കണം എന്നും എല്ലാവരോടും അവൾ പറഞ്ഞു. ദൈവം തന്ന സ്വപ്നത്തിൽ വന്ന് "എനിക്ക് കോവിൽ ഇല്ലെങ്കിൽ കൃഷി എങ്ങനെ നോക്കും? കോവിൽ നിർമ്മിച്ച് വിളക്കേറ്റ്." എന്നു പറഞ്ഞതായും ചിലരോട് പറഞ്ഞു. ഭാഗം പിരിഞ്ഞതിനുശേഷം വേറെ തന്നെ കറുപ്പനാർ കോവിൽ ഉണ്ടാക്കാത്തതാണ് എല്ലാ കഷ്ടങ്ങൾക്കും കാരണം എന്ന് ചില നേരത്ത് അവൾ പറഞ്ഞു. അങ്ങനെ പങ്ക് പിരിഞ്ഞപ്പോൾ തങ്ങളുടെ വയലിൽ പ്രത്യേകമായി കറുപ്പനാരെ വച്ചവർ പൊന്ന പറയുന്നത് ശരിയാണെന്നു പറഞ്ഞു. പുല കഴിഞ്ഞതിനുശേഷം നല്ലായി നാട്ടിലേക്കു പോയി. ഇപ്പോൾ മിക്കവാറും പൊന്നയാണ് ചോറുണ്ടാക്കുന്നത്. മാരായി തന്നെ ഒരു ദിവസം ആടുകളെ തൊഴുത്തിലാക്കിയിട്ട് കാട്ടുപ്പട്ടിക്ക് പോയി ബന്ധുവീട്ടിൽ കാര്യങ്ങൾ പറഞ്ഞ് പുലമ്പി. "ഇതെന്തു ഭ്രാന്താണ്. ഒരു നേരം നല്ലതായിരിക്കും, ഒരു നേരത്ത് നോക്കിയാൽ പ്രേതം കൂടിയവളെപ്പോലെ എന്തൊക്കെയോ ചെയ്യുന്നു. എന്തു ചെയ്യണമെന്നൊന്നും എനിക്ക് മനസ്സിലാകുന്നില്ല." അവർ പറഞ്ഞു. അടുത്ത ദിവസം വെറുതെ കാണാൻ വന്നവളെപ്പോലെ നല്ലായി വന്നു.

കോവിലിനെ നോക്കിയിട്ട് "എന്താണ് പൊന്ന ഇത്" എന്ന് അന്വേഷിച്ചു. എല്ലാവരോടും പറയുന്നതുപോലെ തന്നെ ഒരു കഥ അവളോടും പറഞ്ഞു. ഒരു പത്തു ദിവസം മുൻപാണ് ആരിയ പയറും മുളകുതൈയും

നട്ടിരുന്നത്. ആരിയപ്പയറൊക്കെ വിളറിപ്പോയി ഒന്നുപോലും വളർന്നില്ലെന്നും അവൾ കറുപ്പനാരോട് പ്രാർത്ഥിച്ചെന്നും കറുപ്പനാർ സ്വപ്നത്തിൽവന്ന് "എനിക്ക് നിങ്ങളോട് പാടത്ത് എവിടെയാണ് ഇടം തന്നിരിക്കുന്നത്? ഒരു കൈ മണ്ണ് ഒതുക്കിത്തരാൻ നിനക്ക് മനസ്സുവന്നില്ല. നിനക്ക് പ്രശ്നം ഉണ്ടായപ്പോൾ മുതൽ ഈ പാടത്ത് ഇരിപ്പിടം കിട്ടാതെ അലഞ്ഞു തിരിയുകയാണ്. എനിക്കൊരു ഇരിപ്പിടം കാണിച്ചു താ. നിന്റെ ആരിയ പയർ സ്വർണ്ണമണികൾ പോലെ വിളയിച്ചു തരാം കണ്ടോളൂ." എന്നു പറഞ്ഞതായും അവൾ വിശദീകരിച്ചു. അതുകേട്ട നല്ലായി ഒരു മറുപടിയും പറഞ്ഞില്ല.

കോവിൽ കണ്ടപ്പോൾ അതവിടെ കിടക്കട്ടെ എന്നാണ് തോന്നിയത്. "എല്ലാവരുടെ പാടത്തും കറുപ്പനാരുണ്ട്. ശരി, അവർക്ക് ഒരു മൂലയിൽ അല്പം ഇടം നല്കിയാൽ എന്താണ് ആയിപ്പോവുക? അതിനെ കാളിയുടെ ഓർമ്മയായി അവൾ വച്ചാലും ശരിതന്നെയാണ്. വിട് മാരാ. ദൈവത്തേയല്ലേ വച്ചിരിക്കുന്നത്. അവൾ ഭർത്താവിനെ ദൈവമായി കരുതുന്നു. ഈ ലോകത്ത് ഇങ്ങനെ ആരാണുള്ളത്. പറ. ഭർത്താവ് മരിച്ചയുടനെ അങ്ങനെയിങ്ങനെ നടക്കുന്നവളെ കണ്ടിട്ടുണ്ട്. ഇവൾ ഭർത്താവിനെ ദൈവമായി കണ്ടല്ലേ കുമ്പിടുന്നത്. നല്ലതാണ്. വിട്. അവളുടെ പോക്കിന് വിട്. വെറുതെയിരുന്നാൽ ഇവൾക്കും ഈ പൂവരശ് മരം തന്നെയായിരിക്കും. ഇപ്പോൾ ഇത്രയും വന്നില്ലേ. ഉത്തരവാദിത്വത്തോടെ കൃഷിയും നോക്കുന്നു. നിന്റെ ജോലി നീ ചെയ്തിട്ട് സമാധാനത്തോടെയിരിക്ക്." എന്നു പറഞ്ഞിട്ട് പോയി.

ചേട്ടനോട് ഒരു വിളക്ക് കൂട് വാങ്ങിക്കൊണ്ടു വരാൻ അമ്മയോട് പറഞ്ഞയച്ചു. ആരിയം പാടത്തും മുളകുപാടത്തും വെള്ളം ഒഴുക്കാൻ അടുത്തതവണ അവൻ വന്നപ്പോൾ ഒരു വിളക്കുകൂട് വാങ്ങിക്കൊണ്ടു വന്നിരുന്നു. കൗണ്ടം പാളയത്തെ കുശവന്റെ വീട്ടിൽ പലതരം വിളക്കു കൂടുകൾ ആ സമയത്ത് നിർമ്മിച്ചു വച്ചിരുന്നു. മിക്കവരും ഐപ്പശിയിൽ കറുപ്പന്മാർക്ക് പൊങ്കൽ വയ്ക്കുന്നത് പതിവാണ്. ജീർണ്ണിച്ചുപോയവയെ മാറ്റി പുതിയവ വയ്ക്കുന്നു. രണ്ടു പടിക്ക് ഒരു വിളക്കു കൂട്. മേലേ കാവി പൂശി വെളുത്തവരകൾ വരച്ചിരുന്നു. ഉച്ചിയിൽ കൂമ്പു കെട്ടിയിരുന്ന അതിനെ കാണാൻ സുന്ദരമായിരുന്നു. അതുകൊണ്ടുപോയി കറുപ്പനാരുടെ അടുത്തുവച്ചു. കോവിൽ കണ്ട് മുത്തു തന്നെ പകച്ചുപോയി. കൽത്തളം പാകിയ കോവിൽ. പാല മരം വളർന്നാൽ ഇതിനു തണൽ വിരിച്ചു നില്ക്കും. ദൈവത്തിനു മുന്നിൽനിന്ന്. 'ദൈവമേ... അപ്പാ... ഞാൻ നിങ്ങളോട് എന്തെങ്കിലും തെറ്റു ചെയ്തിട്ടുണ്ടെങ്കിൽ മാപ്പു തരണം. അറിയാതെ ചെയ്തതിന് ശിക്ഷിക്കരുതേ ഇവിടെ വന്ന് കുടിയിരിക്ക്. പൊന്ന പ്രസവിച്ച് നന്നായി കഴിയണം. അടുത്ത വർഷം നിങ്ങൾക്ക് ആടിനെ വെട്ടാം.' എന്നവൻ നേർച്ച നേർന്നു. അത് പൊന്നയെ അറിയിച്ചു.

അവളോട് ഇനിയും മുഖത്തോടു മുഖം നിന്ന് സംസാരിച്ചിട്ടില്ല. മാരായിയോട് പറയുന്നതുപോലെയാണ് പറഞ്ഞത്. അവൾക്ക് വലിയ

സന്തോഷമായി. അന്നുതന്നെ മാരായിയേയും ചേട്ടനേയും വെങ്കായിയേയും വരാൻ പറഞ്ഞ് കൂട്ടിക്കൊണ്ടുപോയി വിളക്കെണ്ണ ഒഴിച്ച് മൺവിളക്കുകത്തിച്ച് പ്രാർത്ഥിച്ചു. എല്ലാവരോടും പ്രാർത്ഥിക്കാൻ പറഞ്ഞു. ദൈവത്തിനുമുമ്പിൽ പതിച്ച പലകക്കല്ലിൽ കർപ്പൂരവും കത്തിച്ചുവച്ചു. പ്രാർത്ഥിച്ചു മടങ്ങിയപ്പോൾ എല്ലാവരുടെ മനസ്സും തൃപ്തിയടഞ്ഞിരുന്നു.

എല്ലാ സന്തോഷവും തിരിച്ചുകിട്ടിയതുപോലെ തോന്നി. പൊന്ന ഉത്സാഹവതിയായിരുന്നു.

ഇരുപത്തിയേഴ്

വഴുതിന കായ്ച്ച് തടം നിറഞ്ഞിരുന്നു. വലിയ വലിയ കായ്കൾ ഓരോന്നും പൂച്ചത്തലപോലെ തോന്നി. വീട്ടിൽ മാറ്റി മാറ്റി വഴുതിന പാചകം ചെയ്തു. ഒരു ദിവസം തേങ്ങയരച്ച് അല്പം വെള്ളം ഒഴിച്ചു കറി വച്ചു. നാല് കായ്കൾ. പച്ചനിറം മാറാത്തത്. മൂന്നു നേരവും വച്ചു. ഒരു ദിവസം തക്കാളിയിട്ട് കടഞ്ഞുവച്ചു. നെയ്മണത്തോടെ അവർ ഉണ്ടു. ഒരു ദിവസം വഴുതിന ചുട്ട് ചാറ് കാച്ചി. മറ്റൊരു ദിവസം പുളിയിട്ട് കാച്ചി. ഒരു തവണ തുവരപ്പരിപ്പിട്ട് കറി വച്ചു. ദിവസവും വഴുതിന തന്നെ. എങ്കിലും മടുക്കാത്ത തരത്തിൽ അവൾ വച്ചു. മാരായി ഇപ്പോഴാണ് പൊന്നയുടെ കൈപ്പുണ്യം അറിഞ്ഞത്. കാളി ഇവളുടെ മടിയിൽ പൂച്ച ക്കുട്ടിയെപ്പോലെ കിടന്നതിന് ഈ കറി മാഹാത്മ്യവും കാരണമായിരിക്കും എന്നു വിചാരിച്ചു.

വെങ്കായി ദിവസവും രണ്ടു കായകൾ പറിച്ചുകൊണ്ടുപോയി. നാട്ടി ലേക്കും കൊടുത്തുവിട്ടു. ബാക്കി കായ്കളൊക്കെ പറിച്ച് മാരായി ചൊവ്വാഴ്ച ചന്തയിൽ കൊണ്ടു പോയിവിറ്റ് ചെലവു നടത്തി. ദിവസവും പോയി ഓരോ ചെടിക്കരികിലും നിന്നിട്ട് പൊന്ന സംസാരിക്കും. അവ യിൽ എന്തെങ്കിലും വാടിയ ഇലകണ്ടാൽ ഉടനെ അത് നുള്ളിയെടുത്ത് മണ്ണിൽ കുഴിച്ചിടും. ഒരു പ്രാണിയേയോ പുഴുവിനെയോ കണ്ടാൽ അവയെ കൈ കൊണ്ടുതന്നെ ഞെരിക്കും. അതിനെ ജാഗ്രതയോടെ നോക്കണം. അടുപ്പിലെ ചാരം വെള്ളത്തിൽ കലക്കിയിട്ട് ചെടികൾക്ക് തളിക്കും. ഇടയ്ക്ക് മഴ പെയ്തപ്പോൾ പാത്തിയിൽ വെള്ളം നിറഞ്ഞു കിടന്നു.

മുളകുചെടികൾ പൂവും കായുമായി തഴച്ചു കിടന്നു. അവിടവിടെ ഒന്നും രണ്ടും പഴുത്തും കാണപ്പെട്ടു. നന്നായി പഴുത്തവ പറിച്ച് പാട

ത്തുള്ള ചെറിയ പാറപ്പുറത്തിട്ട് ഉണക്കി. മുളക് ഉണങ്ങി പാത്രത്തിൽ ഇട്ടുവച്ചാൽ ചിത്തിര വൈകാശി മാസങ്ങളിൽ ചന്തയിൽ കൊണ്ടുപോയി നല്ല വിലയ്ക്കു വില്ക്കാം. ആ കണക്കിലായിരുന്നു പൊന്നയും. പഴു ക്കുന്ന ഓരോ മുളകും ഉടനെ തന്നെ അവളുടെ കണ്ണിൽ പെടും. ആരിയം പാടത്ത് നിറഞ്ഞിരുന്നു. ഒരു പാടത്തേ ഉണ്ടായിരുന്നുള്ളൂ എന്നതിനാൽ വെങ്കായിയും മാരായിയും മാത്രം മതി അറുത്തെടുക്കാൻ. മഴ നനയാതെ നോക്കണം. കാർത്തികയിൽ പുതുമഴ പിടിക്കും. രണ്ടു കുടിലുകളുടെയും പണി പൂർത്തിയായി. അതിനാൽ അകത്തു കൊണ്ടുപോയിടാം. അതിനു ശേഷം ഒരു കണ്ടം കൊത്തി ഉള്ളി നടാം. കുമ്പളവും വെള്ളരിയും കുറേശ്ശെ നടാം. വെള്ളം ഒഴിക്കാതെ തന്നെ മഞ്ഞു നനഞ്ഞ് വളർന്ന് പടർന്നോളും. മാർഗ്ഗഴിക്കുശേഷം ചോളം കൊയ്യണം. എല്ലാം കൃത്യമായി ചെയ്താൽ തൈക്കുശേഷം ഒരു ജോലിയും ഇല്ല ആടുമാടുകളെ നോക്കാം.

മാശി അവസാനം അല്ലെങ്കിൽ പങ്കുനി തുടക്കത്തിൽ കുഞ്ഞ് ജനിക്കും എന്ന് പൊന്ന കരുതിയിരുന്നു. ഇപ്പോഴൊക്കെ കുഞ്ഞ് തന്റെ പിഞ്ചുകാലുകൾകൊണ്ട് തൊഴിക്കുന്നത് നന്നായി അറിയുന്നുണ്ട്. ആ സമയത്ത് ശരീരം കുറുക്കി വളഞ്ഞുനിന്നാൽ സുഖമായിരിക്കും. ഇങ്ങനെ തൊഴിക്കുന്നത് ആൺകുട്ടി തന്നെയായിരിക്കുമോ എന്നു തോന്നും. കാളി ആൺകുട്ടിയായിട്ടുതന്നെയാണ് ജനിക്കുക. എന്താ പെൺകുട്ടിയായി മാറി ജനിച്ചു കൂടേ? അവൾക്കെന്താ പെൺകുട്ടിയോടാണ് ഇഷ്ടം ഉണ്ടായിരു ന്നത്. ഈ കുടുംബത്തിൽ പെൺകുട്ടി ജനിക്കില്ല എന്ന് ശാപം ഉള്ള തായി മാരായി പറഞ്ഞുകൊണ്ടിരുന്നു. അതിനാൽ ആൺകുട്ടി തന്നെ യാണെന്നാണ് അവളുടെ പൂർണ്ണവിശ്വാസം. ആ ശാപം മാറ്റാനെങ്കിലും പെൺകുട്ടി ജനിക്കണം എന്ന് പൊന്ന പ്രാർത്ഥിച്ചു. ആൺകുട്ടി ജനിച്ച് അതും കുറഞ്ഞ പ്രായത്തിൽ മരിച്ചിട്ടാണോ ഈ പരമ്പരയെ രക്ഷിക്കേ ണ്ടത്? പെൺകുട്ടി ജനിച്ച് ഈ പാടത്ത് മറ്റൊരു വംശം വന്നു പടരട്ടെ.

കാർത്തിക മാസത്തെ രാവിലെ തന്നെ കാളവണ്ടിയിൽ പൊന്നയുടെ അമ്മ വീട്ടിൽ വന്നിറങ്ങി. അവളോട് മുൻകൂട്ടി പറഞ്ഞിരുന്നില്ല. രണ്ടു ദിവസം മുൻപ് മുത്തു വന്ന് വെള്ളം തേവിയിട്ട് പോയിരുന്നു. കൂടുതലും സൊങ്കാനെ അയയ്ക്കാറില്ല. അവൻ തന്നെ വന്നാൽ പൊന്നയെ കണ്ടിട്ട് പോകാൻ അവസരം കിട്ടുമെന്നതിനാൽ വരുന്നതാണ്. പൂവരശമരത്തെ നോക്കിയോ മാരായിയെ നോക്കിയോ സുഖമാണോ എന്നു ചോദിക്കും. പൊന്നയ്ക്ക് മനസ്സിൽ ചിരി വരും. എങ്കിലും അവൾ ഒന്നും പറയില്ല. മാരായിയാണ് മറുപടി പറയുക. പ്രിയപ്പെട്ട ചേട്ടനായതുകൊണ്ടാണ് ഇങ്ങ നെയൊരു കുടുക്കിൽപെട്ടുപോയത്. അല്പനേരം കറുപ്പനാർ കോവി ലിൽ ചെന്നിരുന്നിട്ട് വരും. പ്രാർത്ഥിക്കും. കാളിയെ കണ്ട് സംസാരിക്കാ നുള്ള അവസരമായി അതിനെ കണ്ടു. രണ്ടു കുടിലുകളുടെയും ചുമര് കെട്ടുന്ന ജോലി പൂർത്തിയായി. ഇനി ഓലമേഞ്ഞ് മുകളിൽ വൈക്കോലു വിരിക്കണം അതും ചെയ്തു. പത്തുവർഷത്തേക്ക് ഇനി ഒരു പ്രശ്നവും

ഇല്ല.

രണ്ടു കുടിലുകൾക്കും വാതിലുകൾ വച്ചു. എങ്കിലും മാരായി രാത്രി കിടക്കുന്നത് പൊന്നയുള്ള കുടിലിനു മുന്നിലാണ്. ഇങ്ങനെ വരുന്ന കാര്യം ഒരു വാക്കുപോലും മാരായിയോട് പറഞ്ഞിരുന്നില്ല. വണ്ടിയിൽ എല്ലാ വസ്തുക്കളും കൊണ്ടുവന്നിരുന്നു. ഇത് ഏഴാം മാസമാണ്. കാളി ഉണ്ടായിരുന്നെങ്കിൽ നാട്ടാരെ മുഴുവൻ വിളിച്ച് സദ്യ നല്കുമായിരുന്നു. പൊന്നയെ വീട്ടിലേക്ക് കൂട്ടിക്കൊണ്ടു പോവുകയും ചെയ്യും. ഇപ്പോൾ അതിന് സാദ്ധ്യതയില്ല. എന്നാലും തങ്ങളെങ്കിലും വന്ന് സല്ക്കാരം നടത്താം എന്ന് പൊന്നയോടു പറഞ്ഞാൽ അവൾ എതിർക്കും എന്നതിനാൽ പറയാതെയാണ് വന്നത്. മാരായിക്ക് വളരെ സന്തോഷമായി. അവളുടെ മനസ്സിലുണ്ടായിരുന്നു. എന്നാൽ എങ്ങനെ തുറന്നുപറയും എന്നറിയില്ല. പൊന്ന തൊഴുത്തും പാടവും വിട്ട് എവിടെയും പോവാറില്ല. അവളുടെ പുറംലോകബന്ധം വെങ്കായിയിലൂടെയും മാരായിലൂടെയുമാണ്. നാട്ടിൽനിന്നും ആരെങ്കിലും വരുമ്പോൾ സംസാരിക്കും. എങ്കിലും തൊരട്ടു മുത്തശ്ശിയും നോനിക്കിഴവിയും ആഴ്ചയിൽ ഒരുതവണ വന്ന് എത്തിനോക്കിയിട്ടു പോകും. അവർ സംസാരിക്കുന്നത് പൊന്ന ആകാംക്ഷയോടെ കേൾക്കും. എന്നാലും അധികം സംസാരിക്കില്ല.

അവൾക്ക് എന്തൊക്കെ കഴിക്കാം എന്നവർ പറയും. എന്തെങ്കിലും സംശയമുണ്ടെങ്കിൽ ചോദിക്കും. മാരായിയോടു മാത്രം. "അവൻ ഉണ്ടായിരുന്നെങ്കിൽ ഇന്നേരം അമ്മ വീട്ടിൽ നിന്നും വിരുന്നിന് ആളുവന്നിരിക്കും. അതിനു ഭാഗ്യമില്ലാതായിപ്പോയി." മാരായി എന്തു പറയാൻ? പൊന്നയ്ക്കും അതിനെക്കുറിച്ചുള്ള വിചാരം ഉണ്ടായിരുന്നു. എന്നാൽ ആഗ്രഹമില്ല. ഇടയ്ക്കിടെ വന്നു കണ്ടിട്ടു പോകുന്നതേ മതി. മുത്തു എല്ലാവരോടും "പൊന്നു കൃഷി ചെയ്യുന്നതു കാണണം. ഒരു ആണിനു പോലും അങ്ങനെ ചെയ്യാനാവില്ല." എന്നു പറയുന്നതായി അവളുടെ ചെവിയിലും വാർത്തയെത്തിയിരുന്നു. അതുതന്നെ തൃപ്തിയായിരുന്നു. എല്ലാവരും വന്നിറങ്ങിയപ്പോൾ അവൾക്ക് ഒന്നും പറയാനായില്ല. നാത്തൂനോടു മാത്രം "എന്തിനാ നാത്തൂനേ ഇത്? എന്തോ സന്തോഷത്തോടെയിരുന്ന് പ്രസവിക്കുന്നതുപോലെ എല്ലാം കൊണ്ടുവന്ന് ഇറക്കിയിരിക്കുകയാണല്ലോ." എന്ന് മെല്ലെ ചോദിച്ചു. "എങ്ങനെ ഇരുന്നാലും കുഞ്ഞിനെ പ്രസവിക്കുന്നത് സന്തോഷം തന്നെയാണ് പൊന്നാ." എന്നും പറഞ്ഞിട്ട് അവളോടു കൂടുതൽ സംസാരിക്കാതെ ജോലികൾ നോക്കാനായി പോയി.

മുത്തുവും അച്ഛനും പാടത്തേക്കു പോയി. വെങ്കായി തോട്ടിൽനിന്നും പുല്ലരിഞ്ഞുകൊണ്ടിരുന്നു. "എന്താ നിന്റെ കൗണ്ടച്ചിക്കും നിനക്കും കല്ല് പെറുക്കുന്ന ജോലി തീർന്നോ?" എന്നു ചിരിച്ചുകൊണ്ട് ചോദിച്ചു. അവളും ചിരിച്ചു. "ഇല്ല സാമീ, ഇപ്പോഴും പെറുക്കി കൂട്ടിക്കൊണ്ടു തന്നെയാണിരിക്കുന്നത്. പാടത്തിനു ചുറ്റും കല്ലുകൊണ്ട് കെട്ടി കോട്ട പോലെയാക്കി അകത്തിരിക്കണമെന്നാണ് പറയുന്നത്." അവൾ പറഞ്ഞു. "ചെയ്താലും ചെയ്യാം." അവളുടെ അച്ഛൻ പറഞ്ഞു. പാടം ചുറ്റിക്കണ്ടിട്ട് തൃപ്തിയോടെ

അവർ മടങ്ങി വന്നപ്പോൾ ചൂടുള്ള വട അവർക്ക് നല്കി.

പൊന്നയുടെ മുഖം വെളുത്തിരുന്നു. കാലുകളിൽ കുറേശ്ശെ നീര് കാണപ്പെട്ടു. “ശരീരം നല്ലോണം സൂക്ഷിക്കണം പൊന്നൂ. ഇങ്ങനെയിരുന്നാൽ നാളെ ജനിക്കാൻ പോകുന്ന കുഞ്ഞിനെ പ്രസവിക്കാൻ മുക്കാൻ ശക്തിയില്ലാതായിപ്പോകും. മിണ്ടാതെ കൂടെവാ. വേണ്ടതൊക്കെ ഉണ്ടാക്കിത്തരാം. സുഖമായി പ്രസവിച്ചിട്ട് മടങ്ങിവരാം.” എന്നും പറഞ്ഞ് അമ്മ വിളിച്ചു. നാത്തൂനും അതുതന്നെ പറഞ്ഞു. പൊന്ന ചിരിച്ചുകൊണ്ട് അത് നിരസിച്ചു. അവളുടെ കണ്ണുകൾ പൂവരശിൽ പതിഞ്ഞു. വെട്ടിയ കൊമ്പ് കറുത്ത് ചിതൽ പിടിച്ചിരുന്നു. കൊണ്ടുവന്നതൊക്കെ തിന്ന് രുചി നോക്കുവാൻ നിങ്ങൾ ഇല്ലാതെ പോയല്ലോ എന്നവൾ മനസ്സിൽ പറഞ്ഞു. എല്ലാറ്റിൽ നിന്നും ഓരോന്ന് എടുത്തുകൊണ്ടുപോയി കുടിലിന് പുറകിൽ വേലിക്കരികിൽ അവൾ വച്ചു. ചില കാക്കകൾ പതിവുപോലെ വന്ന് എടുത്തുകൊള്ളും. അന്നും കാക്കകൾ വന്നു. അവയുടെ ശബ്ദം അവളുടെ കാതുകളിൽ വീണതിനു ശേഷമാണ് അവൾ എടുത്തു കഴിച്ചത്.

“ശരി, എന്നാൽ ഞാൻ ഇവിടെ വന്ന് നില്ക്കട്ടെ? ഇനി മേൽ രാത്രിയിൽ എന്തെങ്കിലും അരുതായ്മയുണ്ടായാൽ നിന്റെ അമ്മായി അമ്മയ്ക്ക് ഒറ്റയ്ക്ക് എന്തു ചെയ്യാൻ പറ്റും?” എന്ന് നല്ലായി ചോദിച്ചു. “മാശി പിറന്നാൽ നിങ്ങൾ വന്നാൽമതി അമ്മേ. ഉച്ചവരെ വെങ്കായി ഉണ്ടാകും. രാത്രി ഏതെങ്കിലും കിഴവികൾ വരും. വന്നാൽ നേരം വെളുക്കുവോളം സംസാരിച്ചുകൊണ്ട് കിടക്കും. ഒന്നും ഭയമില്ല. നഴ്സും ഇടയ്ക്കിടെ വരും. വയറ് ഇറക്കം കണ്ടാൽ എത്ര ദിവസം കൊണ്ട് പ്രസവിക്കും എന്ന് പറയാനാകും. നോക്കാം.” പൊന്ന പറഞ്ഞു. അന്ന് വൈകുന്നേരം എല്ലാവരും മടങ്ങിപ്പോയി. വെങ്കായിക്ക് എല്ലാറ്റിൽനിന്നും എടുത്തുകൊടുത്തിട്ട് പൊന്ന “നിന്റെ മക്കൾക്ക് കൊണ്ടുപോയി കൊടുക്ക്. ശരി നീ മൂന്ന് പെറ്റവളാണല്ലോ. മറച്ചുവെക്കാതെ പറയ്. പ്രസവിക്കുമ്പോൾ വല്ലാതെ പ്രയാസമായിരിക്കുമോ വെങ്കാ?” എന്നു ചോദിച്ചു. “പ്രയാസമായിരിക്കും. എന്നാൽ വല്ലാത്ത പ്രയാസമായിരിക്കില്ല പൊന്നു.” എന്നു പറഞ്ഞിട്ട് അവൾ ചിരിച്ചു.

കഷ്ടത്തിനും വല്ലാത്ത കഷ്ടത്തിനും തമ്മിൽ എത്ര ദൂരമുണ്ടാകും?

ഇരുപത്തിയെട്ട്

മാശിമാസം തുടങ്ങിയതു മുതൽ പൊന്ന പാടത്തിന്റെ ഭാഗത്ത് പോകാറില്ല. തൊഴുത്തിൽ തന്നെ ഉലാത്തും. അവിടെ നിന്നുകൊണ്ട് പാടത്തേക്കു നോക്കും. കാണാൻ ഒന്നും ഇല്ല. ഒക്കെ വ്യക്തമായി കാണാം. വഴുതിനയിൽ ഇലകൾ പഴുത്തിരുന്നു. മുളകു ചെടികൾ കോലുപോലെ നിന്നിരുന്നു. എല്ലാ വിളകളും വീട്ടിൽ വന്നു ചേർന്നിരിക്കുന്നു. "അവസാനത്തേത് നീയാണ്." എന്നു തന്റെ വയറിന്മേൽ കൈവച്ച് ഇടയ്ക്കിടെ പറയും. അല്പനേരം നടന്നാൽ തന്നെ കിതയ്ക്കുന്നു. വെറുതെ ഇരിക്കാനും പറ്റുന്നില്ല. എന്തെങ്കിലും ജോലി ചെയ്തു കൊണ്ടിരുന്നാൽ സാരമില്ല. ചോറുണ്ടാക്കുന്ന ജോലി അവൾ വിടില്ല.

മാരായി ഇപ്പോഴും വെറുതെയില്ല. തൊഴുത്തിലെ ജോലികൾ തീർത്ത് മാടുകളെ പാടത്ത് കെട്ടും. പിന്നെ മറ്റെവിടെയെങ്കിലും പോയി ആടിന് തീറ്റയ്ക്കായി പച്ചിലകൾ പറിച്ചു കൊണ്ടുവരും. തൊഴുത്തിൽനിന്നും നോക്കിയാൽ കോവിൽ നന്നായി കാണപ്പെട്ടു. പൊന്ന പറഞ്ഞതിൽ പ്രകാരം വെങ്കായി കല്ലുകൾ കൊണ്ടുവന്ന് കോവിലിനു ചുറ്റും അടുക്കി കിഴക്കുഭാഗത്ത് അരയോളം കൽച്ചുമർ ഉയർന്നിരുന്നു. മൂന്നുഭാഗത്തും അതുപോലെ അടുക്കി ചുമർ കെട്ടിയതിനുശേഷം മുൻഭാഗത്ത് അകത്തേക്കു പോകാൻ വാതിൽ ഒഴിവാക്കിയിട്ട് അടുക്കണം എന്നു പറഞ്ഞിരുന്നു.

പാലമരം ഒരാൾ പൊക്കത്തിൽ വളർന്നിരിക്കുന്നു. അതിനടുത്ത് ഒരു വേപ്പും മുളച്ചുവരുന്നുണ്ട്. അതിനേയും വിടാൻ പറഞ്ഞിരിക്കുന്നു. രണ്ടും വളർന്നു വന്നാൽ ക്ഷേത്രത്തിനു ചുറ്റും തണൽ വിരിക്കും. തൈമാസത്തിൽ പൊങ്കൽ വച്ചിട്ടില്ല. കുഞ്ഞ് ജനിച്ചതിനു ശേഷം അടുത്തവർഷം മുതൽ വയ്ക്കാം എന്ന് എല്ലാവരും പറഞ്ഞത് പൊന്ന സ്വീകരിച്ചു. ദിവ

സവും വൈകിട്ട് പോയി വിളക്കു കത്തിക്കുന്നത് ഒരു ദിവസവും നിർത്തിയിട്ടില്ല. സൂര്യൻ മറഞ്ഞ് വെയിലും പോയി വെളിച്ചം മാത്രം നിഴലായിരിക്കുമ്പോൾ എണ്ണക്കിണ്ണവും എടുത്തുകൊണ്ട് പൊന്ന പോകും. മാരായി ദിവസവും വിളക്കുവെച്ചാൽ കുടം കണക്കിന് എണ്ണയുണ്ടായാലും മതിയാവില്ല. "ഇത് നമ്മളെക്കൊണ്ട് പറ്റുമോ? ഏതെങ്കിലും ഒരു വെള്ളിയാഴ്ച നല്ലനാൾ എന്നിങ്ങനെ വിളക്കുവച്ചാൽ മതി. കറുപ്പനാർക്ക് ദിവസവും വിളക്കു വയ്ക്കുന്നത് എവിടെയാണ് കണ്ടിരിക്കുന്നത്? ഓരോരുത്തരും പൊങ്കലിന്റന്ന് പോയി കറുപ്പനാരെ കല്ലിലും മുള്ളിലും അന്വേഷിക്കുന്നു. ഇവിടെ എന്തെടാന്നുവച്ചാൽ കോവിൽ കെട്ടി വച്ചിരിക്കുന്നു." എന്ന് വെങ്കായിയോട് പുലമ്പും. പൊന്നയോട് ഇതിനെക്കുറിച്ച് ഒന്നും സംസാരിക്കില്ല.

വയറ് തൊട്ടു നോക്കിയിട്ട് ഇനിയും പതിനഞ്ചു ദിവസത്തിൽ പ്രസവിക്കും എന്നും വലിയ വയറും കിതച്ചും കഷ്ടപ്പെടുത്തിയും കൊണ്ടിരിക്കുന്നതിനാൽ പെൺകുട്ടി തന്നെയായിരിക്കും എന്നും നഴ്സ് പറഞ്ഞു. "എന്തോ നമ്മൾ അങ്ങനെയും ഇങ്ങനെയും ഉള്ളതിനെ ഊഹംവച്ച് പറയുന്നതാണ്. എന്നു തന്റെ അനുമാനത്തിൻമേൽ സംശയവും പ്രകടിപ്പിച്ചവൾ പോയി അതിനെക്കുറിച്ചുതന്നെ ചിന്തിച്ചുകൊണ്ടു ഇക്കൊല്ലം വിളഞ്ഞ ആരിയം അരച്ച് അതിന്റെ മാവിൽ കരുപ്പട്ടിയിട്ട് പൊന്ന ദോശ ചുട്ടു. അമ്മായി അമ്മയ്ക്ക് രണ്ടു ദോശ ഇട്ടുകൊടുത്തിട്ട് തനിക്കും രണ്ടെണ്ണം ചുട്ടെടുത്തു. വെളിയിൽ കല്ലിൽ ഇരുന്ന് തിന്നുകൊണ്ടിരുന്നപ്പോൾ നല്ലുപ്പയ്യന്റെ ശബ്ദം കേട്ടു. മറ്റൊന്നു പെൺശബ്ദമായിരുന്നു. മാരായി പകച്ചുപോയി. ഏതെങ്കിലും പെണ്ണിനെയും കൂട്ടിക്കൊണ്ട് വരികയാണോ എന്ന് ഭയന്നു പോയി. കൂട്ടിക്കൊണ്ടുവന്നത് പെണ്ണിനെ തന്നെയാണ്. എന്നാൽ കൊരട്ടു മുത്തശ്ശിയായിരുന്നു.

"കുറച്ചു നേരത്തേ വരാമായിരുന്നില്ലേ അമ്മായീ. ഇങ്ങനെ ഇരുട്ടിൽവരുന്നു. എവിടെയെങ്കിലും ഉരുണ്ടു വീണാൽ നിങ്ങളുടെ പേരമക്കളോട് ആര് ഉത്തരം പറയും?" എന്ന് മാരായി ചോദിച്ചു. "വീണാൽ പോയിച്ചേരേണ്ടതു തന്നെ. കാലൻ വരുന്നില്ലല്ലോ." എന്ന് പറഞ്ഞ് മുത്തശ്ശി വന്ന് കട്ടിലിൽ ഇരുന്നു. "വീണ് ഒറ്റയടിക്ക് പോയിച്ചേർന്നാൽ പ്രശ്നമില്ല. കൈകാൽ ഒടിഞ്ഞ് കിടപ്പിലായാൽ ആരാണമ്മായീ മലോം മൂത്രോം എടുക്കുക?" മാരായി പറഞ്ഞു 'അതും ശരിയാണ്.' എന്നുപറഞ്ഞ മുത്തശ്ശിയോട് "മാമനെ എവിടന്നാണ് പിടിച്ചുകൊണ്ടുവന്നത് മുത്തശ്ശീ. ആള് പരദേശത്തേക്കുപോയി. അങ്ങനെ തന്നെ പോയിച്ചേർന്നിരിക്കുമെന്ന് വിചാരിക്കുന്നു." എന്ന് പൊന്ന സംസാരം നല്ലുപ്പയ്യനിലേക്കു തിരിച്ചു.

"അതെ മോളേ, ആറു മാസമായി ആളെത്തന്നെ കാണാനില്ല. പറഞ്ഞതുപോലെതന്നെ അനിയൻ തല്ലിക്കൊന്ന് ആരിയൻകാട്ടിൽ കുഴിച്ചിട്ടിരിക്കുമോ എന്നു വിചാരിച്ചു. വഴിയിലെവിടെയെങ്കിലും അവനെ കാണുമ്പോൾ ചോദിക്കണം. ആ കുരുത്തംകെട്ടവൻ എവിടെയെങ്കിലും ഹോട്ടലിൽ എച്ചിൽ എടുക്കുന്നുണ്ടാകും എന്ന് പരിഹാസത്തോടെ പറയും.

അതിൽ കൂടുതൽ എന്തുചോദിക്കാനാ?" മാരായി പറഞ്ഞു.

"അനിയന്റെ ഭാര്യയെക്കുറിച്ച് എപ്പോൾ ചോദിച്ചാലും നാട്ടിൽ ഉണ്ടെന്നാണ് പറയുക. അവളേയും കൂട്ടിക്കൊണ്ട് വെളിനാട്ടിൽ പോയിരിക്കുമെന്നാണ് കരുതിയത്. ഇപ്പോൾ മതംമാറി കൂട്ടിക്കൊണ്ടു എവിടെയോ വലിയ വലിയ പട്ടണത്തിൽ പോയി അദ്ധ്വാനിച്ച് ജീവിക്കാമത്രെ." എന്ന് തൊരട്ടു മുത്തശ്ശി തന്റെ സംശയം പറഞ്ഞു.

നല്ലുപ്പയ്യൻ ചിരിച്ചു. "കിഴവികൾ ഇങ്ങുവരുന്നതുവരെ പട്ടിക്കാട്ടിൽ കാക്കയേയും കുരുവിയേയും നോക്കിക്കൊണ്ട് കിടക്കും. എന്നാലും എന്തൊക്കെയോ അറിഞ്ഞുവച്ചിരിക്കുകയാണല്ലോ. ഒരുത്തന്റെ ഭാര്യയും മറ്റൊരുത്തിയുടെ ഭർത്താവും ചേർന്നാൽ ഇവിടെ ഗ്രാമത്തിൽ ജീവിക്കാൻ സമ്മതിക്കുമോ. കൂട്ടിക്കൊണ്ട് കപ്പൽ കയറിയിട്ട് പോകും നോക്കിക്കോ. ചക്കിനും കഴയ്ക്കും ഒത്താൽ വിട്ടേക്കണം. എനിക്കെന്താ ചെറുപ്പമാണോ? ഒരുത്തിയെ കൂട്ടിക്കൊണ്ടു പോയി ജീവിക്കാൻ. ചെറുപ്പത്തിലേ ഈ ശരീരം വളഞ്ഞിട്ടില്ല. ഒരുത്തിക്ക് ചോറു കൊടുക്കാനൊന്നും എന്നെക്കൊണ്ട് പറ്റില്ല വല്യമ്മേ." നല്ലുപ്പയ്യൻ പറഞ്ഞു.

വീട്ടിലിരിക്കാൻതന്നെ ഭയമായിരുന്നു. പെട്ടെന്ന് എലിയോ പൂച്ചയോ പായുന്ന ശബ്ദം കേട്ടാൽ കൂടി അനിയനും മക്കളും വന്നതാണോ എന്നു ഭയന്ന് വാതിലിന്റെ വിടവിലൂടെ നോക്കും. ഏതൊക്കെയോ നാടുകളിൽ പോയി ആരുടെയോക്കെയോ കൂടെ താമസിച്ചപ്പോഴൊന്നും വരാത്തഭയം ഈ നായ്ക്കൾമൂലം വന്നല്ലോ എന്ന് പല്ലിറുമ്മി. ഭയന്നുകൊണ്ട് എത്ര നാളാണ് ജീവിക്കുക. പിറ്റേന്നു തന്നെ കച്ചവടക്കാരനോട് വരാൻപറഞ്ഞിട്ട് ആടുമാടുകളെ എല്ലാറ്റിനെയും വിറ്റു. വേലക്കാരൻ ചെറുക്കന് കുറച്ചു പണം കൊടുത്തിട്ട് പൊയ്ക്കൊള്ളാൻ പറഞ്ഞു. വീടു വിട്ടുപോയ ആൾ ആറുമാസത്തിനുശേഷം ഇപ്പോഴാണ് വന്നത്.

"വയലിൽ ചോളം വിതച്ചിട്ടാണ് പോയത്. മൊത്തം നശിപ്പിച്ചോ അതോ കൊയ്തോ എന്നൊന്നും അറിയില്ല. ഒരു തുണ്ടുപോലും പാടത്തില്ല. കരയെല്ലാം തകർത്ത് പാടം ചുടുകാടാക്കിയിരിക്കുകയാണ്. എന്തായാലും മറ്റൊരുത്തന്റെ പാടമായാലും അവർ കുടിയാൻമാരാണ്. കൃഷിഭൂമി ഇങ്ങനെ ചെയ്യാമ്പാടില്ലെന്ന് ചിന്ത വേണ്ടേ. ആളെ ഇഷ്ടമല്ലെങ്കിൽ മണ്ണെന്തു പിഴച്ചു" എന്നു പറഞ്ഞു.

"ആളുണ്ടായിട്ട് പോലും പറ്റുന്നില്ല. നീ അങ്ങനെ നട്ടിട്ട് ഓടിപ്പോകും. ഉള്ളവർ വച്ചിട്ട് കാത്തിരിക്കുമോ? ഇതിനൊന്നും ആരെയും കുറ്റം പറയാൻ പാടില്ല. ഇവിടെയിരുന്ന് കൃഷി ചെയ്യാൻ നിനക്ക് വയ്യ. ഇങ്ങനെ എവിടെയാണ് ആറുമാസം പോയി ചുറ്റുന്നത്." മുത്തശ്ശി പറഞ്ഞു.

ഇത്തവണ നല്ലുപ്പയ്യന് എങ്ങോട്ടു പോകണമെന്ന് അറിയില്ല. മലയൂർ പോകുന്നവഴിക്കുള്ള ചെട്ടിയാർ സത്രത്തിൽ ഒരു ദിവസം രാത്രി പോയി താമസിച്ചു. അവിടെ ഒരു പരദേശി സംഘവും താമസിച്ചിരുന്നു. അവരുമായി സംസാരിച്ചപ്പോൾ നൂറ്റെട്ട് ക്ഷേത്രങ്ങളിലേക്കു പോകാനുള്ള പദ്ധതിയോടെ യാത്ര പോകുന്നതാണെന്ന് മനസ്സിലായി. അവരോടൊപ്പം

ചേർന്നു. ദിവസവും ദീർഘദൂരം നടക്കും. വയ്യാതായാൽ ഏതെങ്കിലും സത്രത്തിലോ ചാവടിയിലോ കണ്ടിടത്ത് കിടക്കും. കൈയിലുള്ള ഓട്ടിൽ വീഴുന്ന ചോറ് കഴിക്കും. കിട്ടുന്ന കമ്പും അരിയും ചന്തയിൽ വില്ക്കും. ക്ഷേത്രത്തിൽപോയാൽ അവിടെനിന്ന് എങ്ങനെ ആയാലും ഒരു നേരത്തെ ചോറ് കിട്ടും.

"ഒന്നും വേണ്ട. ഒരു കാവി മുണ്ടും തോർത്തും മതി. കൈയിൽ ഒരു ഓട് അത്രതന്നെ. നീട്ടിയാൽ മതി എന്തെങ്കിലും ഇട്ടുതരും. ആറുമാസമായി ഇതാണ് ജീവിതം. എത്ര ക്ഷേത്രങ്ങൾ, കുളങ്ങൾ. നമ്മൾ ഈ കരട്ടൂരിലെ ക്ഷേത്രത്തെ നോക്കി ഇതാണ് വലുതെന്നു വിചാരിക്കുന്നു. അതൊക്കെ ചോഴദേശത്ത് പോയി കാണണം. ഓരോ ക്ഷേത്രവും ഏക്കർ കണക്കിന് നിർമ്മിച്ചിരിക്കുകയാണ്. ആ രാജാവ് നിർമ്മിച്ചത്, ഈ രാജാവ് നിർമ്മിച്ചത് എന്ന് ഓരോന്നിനെക്കുറിച്ചും പറയും. ആ ഭാഗത്തൊക്കെ പോയാൽ നല്ല അരി കൊണ്ടുണ്ടാക്കിയ ചോറ് കിട്ടും. കൂലിപ്പണിക്കാരൻ പോലും നല്ലരിച്ചോറാണ് തിന്നുന്നത്. ആറുമാസംകൊണ്ട് പുതിയൊരു തൊഴിൽ പഠിച്ചു. ഓട് നീട്ടിയാൽ മതി വയറ് നിറയും."

"എന്താടാ നല്ല കുടുംബത്തിൽ ജനിച്ചിട്ട് പിച്ചയെടുത്തിട്ട് തിന്നാമോടേ? ഇത് ഒരു തൊഴിലാണെന്നു പറഞ്ഞിട്ട് ചുറ്റിത്തിരിയുകയാണല്ലോ. വയറ്റത്ത് നനഞ്ഞ തുണികെട്ടിയിട്ട് കിടന്നാലും കിടക്കും. അല്ലാതെ അദ്ധ്വാനിക്കാതെ പിച്ച വാങ്ങി തിന്നുന്നത് നമ്മുടെ ജാതിയിൽ ഇല്ലെടാ നല്ലാൻ. നിന്റെയമ്മ നിന്നെ നല്ല കുടുംബത്തിലുള്ളവന്റേതു തന്നെയാണോടാ പ്രസവിച്ചത്?" എന്ന് മുത്തശ്ശി ഉറക്കെ ചോദിച്ചു. പൊന്നയ്ക്ക് സങ്കടം തോന്നി. സാവധാനം എഴുന്നേറ്റു കുടിലിനകത്തേക്കു പോയി കിടന്നു. അവരുടെ സംസാരം കേട്ടുകൊണ്ടിരുന്നു.

"എന്റെ അമ്മ ആരുടേതാണ് പ്രസവിച്ചതെന്ന് എനിക്കെങ്ങനെ അറിയാം. അത് അവൾക്ക് അറിയാമോ എന്തോ. ഒരു സ്ത്രീ പത്തു പേരോടൊപ്പം കിടക്കുന്നെന്ന് കരുതൂ. ജനിക്കുന്ന കുഞ്ഞ് ആരുടേതാണെന്ന് അവൾക്ക് പറയാൻ പറ്റുമോ മുത്തശ്ശീ? കുടുംബത്തിൽ ജനിച്ച ഓരോരുത്തനും നിങ്ങൾ പറയുന്നതുപോലെ തന്നെയാണോ ജീവിക്കുന്നത്? ഭാര്യയെ മറ്റൊരുത്തന്റെ അടുത്തേക്ക് അയയ്ക്കുന്നവനും ഈ ജാതിയിൽത്തന്നെയാണ്." എന്നു പറഞ്ഞിട്ട് തുടർന്നു.

"കൈയിൽ ഓട് എടുക്കുന്നത് വെറുതെയല്ല. പിച്ചയെടുക്കാൻ മറ്റൊരുത്തന്റെ മുന്നിൽ കൈനീട്ടി നില്ക്കണം. നീ ജന്മി. വയലും തോട്ടവും ഉള്ളവൻ, കുടുംബത്തിൽ പിറന്നവൻ. വലിയവൻ എന്നൊക്കെ വിചാരിച്ചിരുന്നാൽ കൈ നീട്ടാനാവില്ല. ഒക്കെയും ദൂരെക്കു വലിച്ചെറിയണം. ഞാൻ ഒന്നും അല്ലാ. ഒരു മൈരിനും കൊള്ളാത്തവൻ എന്നു വിചാരിക്കണം. മാനം, മര്യാദ, ലജ്ജ, അഭിമാനം, ജാതി, ജനം, സ്വത്ത്, സുഖം അങ്ങനെ എന്തൊക്കെയാണുള്ളത് പറയ്. ഒക്കെയും ത്യജിച്ചിട്ട് നില്ക്കണം. അതാണ് യാഥാർത്ഥ്യം. ജനങ്ങളെല്ലാം ഒന്നാണ്. ആരുടെ മുന്നിൽ വേണമെങ്കിലും കൈനീട്ടാം. ആര് തരുന്നതും തിന്നാം. നീ ആരാണ്?

ഈ ലോകത്ത് ജനിച്ചിട്ട് എന്താണ് സാധിച്ചത്? ഈ മണ്ണ് കൊത്തിക്കിളച്ച് കാലം പോക്കി. മണ്ണാണ് തിന്നാൻ പോകുന്നത്. കാളിയപ്പൻ മരിച്ചിട്ട് പത്തു മാസം ആകാൻ പോകുന്നു. അവന്റെ എല്ലുപോലും ഇന്നില്ല. നിങ്ങൾക്ക് എല്ലാം മറക്കാനാകുമോ? മറന്നാൽ നല്ലത്. അവനാണ് മനുഷ്യൻ. എല്ലാം മറക്കാൻ നോക്കി. എനിക്കാവുന്നില്ല. ഇനിയും എന്റെ തലയ്ക്കകത്തും മനസ്സിനകത്തും എന്തൊക്കെയോ കർമ്മം കിടക്കുന്നു. എല്ലാ കുപ്പയും എന്ന് തൂത്തുവാരിക്കളയുമോ എന്തോ?" എന്ന് ഉറക്കെ പറഞ്ഞു നിർത്തി.

ഇരുപത്തിയൊൻപത്

നല്ലുപ്പയ്യന്റെ അനിയന്റെ ഭാര്യയെ അവളുടെ മൂത്തമകൾ തന്റെ വീട്ടിലേക്ക് കൂട്ടിക്കൊണ്ടുപോയി. തേനങ്കൂരിൽ നിന്ന് പത്തു കിലോമീറ്റർ ദൂരെയുള്ള ഊമച്ചിപ്പാളയമാണ് അവളുടെ ഗ്രാമം. അവിടെ തോടുണ്ട്. അതിനാൽ ജോലികൾ കൂടുതലാണ്. മകളുടെ വീട്ടിലാണെങ്കിലും ചോദിക്കുകയും പറയുകയും ചെയ്യാതെ രണ്ടുമൂന്നുതവണ നാട്ടിലേക്ക് ഓടിവന്നു. നല്ലുപ്പയ്യന്റെ വീടും മുറ്റവും കുപ്പയും പൊടിപടലവും നിറഞ്ഞ് ആൾപ്പെരുമാറ്റമില്ലാതെ കിടക്കുന്നതുകണ്ട് അവൾ കരഞ്ഞു. അന്വേഷിക്കാൻ വേലക്കാരൻ പയ്യനും ഇല്ല. അവളുടെ ഭർത്താവും മകനും വന്ന് വിരട്ടി. വീണ്ടും നടന്നുതന്നെ ഊമച്ചിപ്പാളയത്തിലേക്കു വന്നു. നല്ലുപ്പയ്യൻ വന്ന് വീട്ടിൽ താമസിക്കുകയാണെങ്കിൽ അവൾ വീണ്ടും ഓടിവരാൻ സാദ്ധ്യതയുണ്ട്. ഇപ്പോൾ അവളെക്കുറിച്ചുള്ള ചിന്ത അത്രയ്ക്കൊന്നും ഇല്ലാത്തവരെപ്പോലെ കാണപ്പെട്ടു. അയാൾ പറഞ്ഞു:

“ഈ സ്വത്ത് എന്തിനാണ് വാങ്ങിയത് എന്നു തോന്നുന്നു. ഇത് ഒന്നാണ് ഇപ്പോൾ എന്നെ പിടിച്ചുവച്ചിരിക്കുന്നത്. ഇതിനെ വിട്ടു തൊലയ്ക്കാനും പറ്റുന്നില്ല. വച്ച് ജീവിക്കാനും പറ്റുന്നില്ല. എന്തു ചെയ്യണമെന്ന് ആലോചിച്ച് കുഴങ്ങിക്കിടക്കുകയാണ്. വിറ്റിട്ട് പോകാനും പറ്റുന്നില്ല. മൂന്നേകാൽ ഏക്രയുണ്ട്. മൊത്തത്തിൽ ഒരു എഴുന്നൂറ് വരും. ആ പണം എവിടെ കൊണ്ടുപോയി വയ്ക്കും. മടിയിൽ കെട്ടിവച്ചുകൊണ്ട് നാടുമുഴുവൻ ചുറ്റാനാവുമോ? ഞാൻ റോഡിലും കിടന്നിട്ടുണ്ട്. സത്രത്തിലും കിടന്നിട്ടുണ്ട്. ഒരു ദിവസം പുളിമരത്തിന്റെ ചോട്ടിലും കിടന്നിട്ടുണ്ട്. പണം വച്ചിരുന്നാൽ ഉറക്കം വരുമോ? പിന്നെ അതിൽനിന്നും ഓരോ രൂപ എടുത്ത് ചെലവാക്കിയാൽ എത്ര ദിവസം വരെ ഉണ്ടാകും? വച്ച് ചെലവു ചെയ്ത് ശീലിച്ചാൽ പിന്നെ അത് ഉപേക്ഷിക്കാനാവില്ല. ശരി പണം ഒരാളെ ഏല്പി

ച്ചിട്ട് പലിശ വാങ്ങി തിന്നാമെന്നു വച്ചാൽ ആർക്ക് കൊടുക്കും. എല്ലാ നായയും പണമെന്നു കേട്ടാൽ വായ പിളർക്കും. നാളെ നീ തന്നിട്ടില്ല എന്നും പറഞ്ഞേക്കാം. എന്തു ചെയ്യും ചേച്ചീ പറ. ഈ നായ്ക്കൾക്കു തന്നെ എഴുതി വച്ചിട്ട് പോകാമെന്നു വിചാരിക്കുന്നു. പോകുന്ന പോക്കിൽ വാഹനമിടിച്ച് മരിച്ചുപോയാൽ അനാഥ ശവമായി ആരെങ്കിലും എടുത്തു കൊണ്ടു പോകും. അല്ലെങ്കിൽ കിടന്ന കിടപ്പിൽ കിടന്നു മരിക്കുകയാണെങ്കിൽ രണ്ടു കാശുണ്ടെങ്കിൽ ഏതു പട്ടിയും അടുത്തേക്കു വരും. എനിക്ക് എന്തു ചെയ്യണമെന്ന് തന്നെ അറിയില്ല."

"അതിനു തന്നെയാടാ ചെറുക്കാ ഒരു കുടുംബം വേണ്ടത്. അതുള്ളവന് ഈ കുഴപ്പമൊന്നും ഉണ്ടാവില്ല. എനിക്ക് മക്കളൊന്നും ഇല്ല. സ്വത്തും ഇല്ല. കെട്ടിയോൻ മരിച്ചതിനുശേഷം ജനിച്ച വീട്ടിൽ വന്നു നില്ക്കുന്നു. ജീവിക്കാനെന്നു പറഞ്ഞ് അച്ഛൻ അൻപതുരൂപ കൊടുത്തയച്ചു. അതും എന്റെ കൈയിലാണ് വച്ചത്. എന്തോ എന്നെക്കൊണ്ട് ആവുന്ന ജോലി ചെയ്തുകൊണ്ട് ഇന്നുവരെയും ഇരിക്കുന്നു. ഇപ്പോൾ സഹോദരന്റെ പേരക്കുട്ടിയുടെ കൈയിൽ നിന്നും ചോറ് വാങ്ങിക്കഴിക്കുന്നു. എന്നെക്കൊണ്ടു പറ്റുന്ന ജോലി ഇന്നുവരെ ചെയ്തുകൊണ്ടും തന്നെയാണിരിക്കുന്നത്. കുടുംബത്തോടൊപ്പം കഴിഞ്ഞിരുന്നില്ലെങ്കിൽ എന്റെ ജീവിതം എന്താകുമായിരുന്നെടാ, പറയെടാ നല്ലാനെ." തൊരട്ടു മുത്തശ്ശി പറഞ്ഞു.

"മുത്തശ്ശി ആയിരക്കണക്കിന് ആ ചുരുക്കുസഞ്ചിയിൽ ഇട്ടുവച്ചിരിക്കുന്നു. നീ ആണാണ്. നിനക്ക് ഒരു എഴുന്നൂറു രൂപ വയ്ക്കാൻ പറ്റില്ലെന്നു പറഞ്ഞ് കരയുന്നു." മാരായി പറഞ്ഞു. "എന്റെ കൈയിൽ എവിടാ പണം. എന്തോ എനിക്കന്നു കിട്ടിയ അമ്പതു രൂപ അവിടേം ഇവിടേം കൊടുത്ത് ഒരു അഞ്ചും പത്തും ചേർത്തു വച്ചിരിക്കുന്നു. നാളെ നമ്മളെ അടക്കം ചെയ്യുമ്പോൾ ഈ കിഴവി എന്താണ് വച്ചിരുന്നത് എന്ന് ഒരുത്തനും ഒന്നും പറയരുത് കണ്ടോളൂ." മുത്തശ്ശി പറഞ്ഞു.

"കുടുംബം ഒന്നും നമ്മൾക്ക് ഒത്തുവരില്ല മുത്തശ്ശീ. പോകുന്നിടത്തു നിന്ന് ഇര പെറുക്കിയിട്ട് കിട്ടിയ സ്ഥലത്തുനിന്നും വെള്ളം കുടിച്ചിരിക്കുന്ന ബുദ്ധിയാണെനിക്ക്. ഒന്നും വയ്യെങ്കിൽ കാളിയെപ്പോലെ പോവുക തന്നെ. അനിയൻമാർ രണ്ടുപേരെയും വിളിച്ചിട്ട് പറഞ്ഞിരിക്കുന്നു. ഞാൻ പിച്ച ച്ചട്ടി എടുക്കുന്നത് എടുക്കുന്നതുതന്നെ. ഗ്രാമത്തിൽ കൂടി നീട്ടും. എനിക്ക് നാണോം മാനോം ഒന്നും ഇല്ല. നിങ്ങൾക്കുവേണ്ടിയാണ് നോക്കുന്നത്. പാടം പാട്ടത്തിനെടുക്കാൻ ആളുകൾ ചോദിക്കുന്നുണ്ട്. ചെമ്മണ്ണ് നിലമാണ്. എന്തു നട്ടാലും വിളയും. വീടും മുറ്റവും ഉണ്ട്. ഒരു കുടുംബത്തിനു വന്ന് താമസിക്കാം. എന്തു പറയുന്നു എന്നു ചോദിച്ചു. പാട്ടത്തിന് നിങ്ങൾ ഇരുവരും പകുതിപ്പകുതി ഓട്ടിക്കോ. എനിക്ക് പങ്കൊന്നും വേണ്ട. പണമായി തന്നാൽ മതി. അങ്ങ് കൊടുത്തു ഇങ്ങു കൊടുത്തു എന്ന പൊല്ലാപ്പും വേണ്ട. എന്നാൽ വർഷാരംഭത്തിൽ തന്നെ പണം തരണം. എനിക്കു ശേഷം നിങ്ങൾക്ക് എന്ന് എഴുതി വയ്ക്കാം എന്നു പറഞ്ഞു.

എന്തോ ആലോചിച്ചിട്ടു പറയാമെന്നു പറഞ്ഞു. ഇളയവൻ മുഴുവനും അവൻ നോക്കിക്കൊള്ളാം എന്നാണ് നോക്കുന്നത്. ഭാര്യയെ പറഞ്ഞയച്ചവനാണല്ലോ. എന്നാൽ അവനെ അല്പം ഭയമാണ്. നാട്ടിലെ നാലുപേരുടെ മുന്നിൽവച്ച് സംസാരിക്കണം. നാട്ടുകാർ ഇപ്പോഴാണോ ഞങ്ങളെ കണ്ണിൽപെട്ടത് എന്ന് ചോദിക്കുന്നു." അയാൾ പറഞ്ഞു.

പൊന്നയുടെ മനസ്സിനു സങ്കടമായി. ഒരിക്കലും നല്ലുപ്പയ്യൻ മാമൻ ഇങ്ങനെ സംസാരിച്ചയാളല്ല. അവരുടെ സംസാരത്തിൽ ഉത്സാഹം പൊന്തും. ഒരേപോലത്തെ ജീവിതം ഒരാൾക്കും ഉണ്ടാവില്ല. എന്തൊക്കെയോ വന്നുചേർന്ന് നമ്മുടെ പാതയെ മാറ്റുന്നു. ഇങ്ങനെ പോകാം എന്നു തീരുമാനിച്ച് നടക്കുന്നത് നമ്മുടെ കൈയിലല്ല. അവരുടെ സംസാരത്തിൽ ഇടയ്ക്കിടെ ചോറിനെക്കുറിച്ച് സംസാരിച്ചതിനാൽ പൊന്നയ്ക്ക് അല്പം സംശയം ഉണ്ടായി, "മാമാ, ചോറ് തിന്നോ? എന്തെങ്കിലും വേണോ?" എന്നു ചോദിച്ചു.

"ശ്ശെടാ മരുമകളേ, ഒന്നും കഴിച്ചിട്ടില്ല. ഇവിടെ വന്നിട്ടു വേണം എന്തെങ്കിലും കഴിക്കണം എന്ന് വിചാരിച്ചിരുന്നു. ഞാൻ വരുമ്പോൾ അമ്മായി അമ്മയും മരുമകളും തിന്നിട്ട് കൈകഴുകുന്നു. പൂർണ്ണ ഗർഭിണിയായവൾ ഒരിക്കൽക്കൂടി ജോലിയെടുക്കേണ്ട എന്നു വിചാരിച്ചിട്ടാണ് മിണ്ടാതെയിരുന്നത്. എങ്കിലും ഈ പിച്ചക്കാരന്റെ വയറു നാവുനീട്ടി ചുരണ്ടിച്ചുരണ്ടി ചോദിക്കുന്നു. അത് എങ്ങനെയോ കണ്ടുപിടിച്ചു. കഞ്ഞിയുണ്ടെങ്കിൽ ഒഴിക്ക് ഈ കർമ്മത്തെ അല്പം അടക്കട്ടെ." എന്നു പറഞ്ഞു.

"ശ്ശെടാ, നീ ഒരുത്തൻ. പറഞ്ഞിരുന്നെങ്കിൽ ഞാൻ കൂടി എന്തെങ്കിലും കൊണ്ടു തരുമായിരുന്നല്ലോ." മാരായി പറഞ്ഞു. പൊന്ന ചിരിച്ചുകൊണ്ട് പുറത്തേക്കുവന്ന് "എന്റെ വീട്ടിൽ നിന്നും ചോദിച്ചു വാങ്ങി കഴിക്കാൻ പറ്റിയില്ലേ നിങ്ങൾക്ക്. പുറത്തു പോയിട്ട് എങ്ങനെ കൈനീട്ടും." എന്നു ചോദിച്ചു. "അറിയാത്ത സ്ഥലത്തുപോയി ചോദിക്കാൻ പ്രയാസമുണ്ടാവില്ല മരുമകളേ." എന്നു പറഞ്ഞിട്ട് അങ്ങേരും ചിരിച്ചു.

പൊന്ന അല്പം മാവെടുത്ത് കലക്കി രണ്ടു സവാളയും മുളകും അരിഞ്ഞു ചേർത്ത് ദോശയുണ്ടാക്കി. അവൾക്ക് അതിൽ ഒന്നും കഷ്ടപ്പാടില്ല. മുത്തശ്ശിക്കും ഒന്ന് കൊടുത്തു. "നിനക്ക് എവിടെ നിന്നാണ് ഈ കൈപുണ്യം കിട്ടുന്നത് എന്നറിയില്ല. വഴുതിന വച്ചാൽ നല്ല രുചിയും മണവും. ദോശ നല്ല രുചിയോടെ ഉണ്ടാക്കിയിരിക്കുന്നല്ലോ പൊന്നാ. നിന്റെ കൈക്ക് വള ഉണ്ടാക്കി ഇട്ടുതരണം." മുത്തശ്ശി പറഞ്ഞു.

"കൈക്ക് വളയും ഇടാനാവില്ല. കഴുത്തിൽ ചെയിനും ഇടാനാവില്ല. എന്തിന് കാതിൽ കൊമ്പും ഇടാനാവില്ല. വിധവയ്ക്ക് നിങ്ങൾ പറഞ്ഞതു മതിയോ മുത്തശ്ശീ." പൊന്ന പറഞ്ഞു. നാവു പിഴച്ചു പറഞ്ഞുപോയതിന്റെ വേദന മുത്തശ്ശിക്കുണ്ടായി. "അതുവിട്. ഇട്ടിട്ട് ആട്ടുന്നവരും അവസാനം എല്ലാം അഴിച്ചുവച്ചിട്ട് ശൂന്യമായിട്ടാണ് പോകുന്നത്." എന്നു പറഞ്ഞിട്ട് മുത്തശ്ശി പിടിച്ചു നിന്നു.

നല്ലുപ്പയ്യൻ ആസ്വദിച്ചു കഴിച്ചു. ഒരു ദോശ കൂടി ചുട്ടു കൊടുത്തു.

വയറും നിറഞ്ഞു മനസ്സിനും തൃപ്തിയായി. സന്തോഷമായി. അത് സംസാരത്തിൽ വെളിപ്പെടുത്തി. "ഇങ്ങനെ ഈ തൊഴുത്തിൽ വന്നു കിടന്ന് കിട്ടുന്നത് തിന്നോളാം. എന്റെ സ്വത്ത് മരുമകളുടെ പേരിൽ എഴുതിവയ്ക്കാം. എന്തു പറയുന്നു ചേച്ചീ." അദ്ദേഹം പറഞ്ഞു. "അങ്ങനെയെങ്കിലും ചെയ്യ്. നിനക്കൊരു ഇരിപ്പിടം കിട്ടും." മുത്തശ്ശി പറഞ്ഞു. "അതൊന്നും ശരിയാവില്ല നല്ലാൻ." മാരായി പറഞ്ഞു. അവളുടെ ശബ്ദത്തിൽ ചെറിയൊരാശ വെളിപ്പെട്ടതുപോലെ പൊന്നയ്ക്കു തോന്നി. ഉടനെ പുറത്തേക്കു പോയി കല്ലിൽ ഇരുന്നുകൊണ്ട് സാവധാനം പറഞ്ഞു.

"മാമാ, ഞങ്ങൾക്ക് ഒരു സ്വത്തും വേണ്ട. ഉള്ള ഈ വയലിൽ കൃത്യമായി പണിയെടുത്ത് രണ്ടു കുടുംബത്തിന് കഴിയാം. ഇപ്പോൾത്തന്നെ നാട്ടുകാർ എന്തൊക്കെയോ പറയുന്നു. നിങ്ങളുടെ സ്വത്ത് ഞങ്ങൾ വച്ചാൽ കുറച്ചൊക്കെയാണോ പറയുക? നിങ്ങൾ എന്നെ വച്ചിരിക്കുകയാണെന്നും അതാണ് എന്റെ കെട്ടിയോൻ മരിച്ചുപോയതെന്നും സാധാരണപോലെ പറയും. നിങ്ങൾക്ക് എന്റെ ഭർത്താവിനോട് സ്നേഹമായിരുന്നെന്ന് എനിക്കറിയാം. നാട്ടുകാർക്കറിയുമോ? ഞങ്ങൾക്ക് നാട്ടിൽ ജീവിക്കണം. എന്റെ ഭർത്താവിന്റെ കുഞ്ഞിനെ തന്നെയാണ് ഞാൻ പ്രസവിച്ചതെന്ന് പത്തുപേരുടെ മുന്നിൽ വന്നുനിന്ന് പറയണം. ഇത് വിട്ടിട്ട് ഞങ്ങൾക്കെവിടെ പോകാനാവും? പിന്നെ ഞങ്ങൾ സ്ത്രീകളാണ്. നിങ്ങളുടെ അനിയന്മാരുമായി ഞങ്ങൾക്ക് ലഹളയുണ്ടാക്കാനാവുമോ? നിങ്ങൾതന്നെ ഭയന്നിട്ട് അങ്ങുമിങ്ങും ഒളിച്ചു കഴിയുന്നു. ഞങ്ങളെ വെട്ടാൻ വന്നാൽ ഞങ്ങൾക്ക് തിരിച്ചുവെട്ടാനാവുമോ? സ്വത്തും വച്ചുകൊണ്ട് സമാധാനമില്ലാതെ ഞങ്ങളോട് കാലം കഴിക്കാനാണോ പറയുന്നത്? എപ്പോഴെങ്കിലുമൊക്കെ ഇതിലെ വാ. ഞങ്ങളെക്കൊണ്ട് കഴിയുന്നത് ഞങ്ങൾ തരും. സ്വത്തിന്റെ സംസാരമേ വേണ്ട. ഭർത്താവ് നഷ്ടപ്പെട്ട് ഞാൻ വേദനിച്ചു കഴിയുകയാണ്. മറ്റൊന്നുകൂടി എന്തിനാണ് മാമാ."

പൂവരശിൻ മേൽ വീശുന്ന കാറ്റും അടങ്ങി.

മുപ്പത്

പങ്കുനി മാസത്തിലെ ആദ്യത്തെ വ്യാഴാഴ്ച പൊന്നയ്ക്ക് ആൺകുട്ടി ജനിച്ചു. വൈകുന്നേരം. കാളിയാണ് വന്നു ജനിച്ചിരിക്കുന്നത് എന്നതിൽ ആർക്കും സംശയമില്ല. സ്വന്തക്കാർ ഓരോരുത്തരും വന്ന് നോക്കുന്നു. കാളിയുടെ ഛായ എന്നു പറയുന്നു. എന്നാൽ കുഞ്ഞ് ജനിച്ച് ഒരു മാസമായപ്പോൾ പൊന്ന ഓർത്തോർത്ത് കരഞ്ഞു. ആൺകുട്ടി ജനിച്ചതിനാലോ ഇവനും അല്പായുസ്സാണോ എന്ന ഭയത്തിന്റെ കാരണമായോ എന്തിനാണ് തനിക്ക് ഇങ്ങനെ കരച്ചിൽ വരുന്നത് എന്ന് അവൾക്കുതന്നെ അറിയില്ല. ശരീരം ഇനിയും ആരോഗ്യം വീണ്ടെടുത്തിട്ടില്ല. നേരത്തെ തന്നെ കുടിലിനകത്തു പോയി കിടക്കാൻ മാരായി പറയും. കുഞ്ഞിനെ എടുക്കുന്നതും കുളിപ്പിക്കുന്നതും എണ്ണതേക്കുന്നതും മറ്റെല്ലാ ജോലികളും ചെയ്യുന്നത് അമ്മയും അമ്മായി അമ്മയുമാണ്. അവൾക്ക് ആരോഗ്യത്തിനുവേണ്ടി എന്തൊക്കെയോ ചെയ്തു കൊടുക്കുന്നു.

പ്രസവിക്കാൻ പൊന്ന വല്ലാതെ കഷ്ടപ്പെട്ടിരുന്നു. കുറച്ചു കഷ്ടപ്പെടേണ്ടി വരും. വെങ്കായി പറഞ്ഞു. അങ്ങനെയല്ല. വളരെ കഷ്ടപ്പെട്ടു. ആദ്യ ദിവസം രാവിലെ മുതലേ ചെറിയ വേദന തോന്നിയിരുന്നു. അത് പേറ്റുനോവാണെന്ന് അവൾ അറിഞ്ഞില്ല. ചില ദിവസം രാവിലെ നടുവും അടിവയറും പെട്ടെന്ന് വേദനിക്കും. അത് സമയം കഴിയുംതോറും കുറഞ്ഞു വരും. അതുപോലെയായിരിക്കുമെന്നാണ് അവൾ വിചാരിച്ചത്. എന്നാൽ ഇതു കൂടിക്കൊണ്ടിരുന്നു. ഉച്ചകഴിഞ്ഞിട്ടും സഹിക്കാനാവാതിരുന്നപ്പോൾ അവൾ നല്ലായിയോടു പറഞ്ഞു. എങ്ങനെയുണ്ട് എന്ന് അന്വേഷിച്ചിട്ട് അവൾ ഇത് ആ വേദനയാണെന്നു തീർത്തു പറഞ്ഞു. വേദന കൂടി വന്നപ്പോൾ അല്പം ഭയം തോന്നി. വെങ്കായിയെ അയച്ച് നഴ്സിനെ കൂട്ടിക്കൊണ്ടു വരാൻ പറഞ്ഞു. മാരായി തൊട്ടടുത്ത പാടത്തെ പണിക്കാരൻ

ചെറുക്കനെ വിളിച്ച് കീഴേരിപ്പട്ടി വരെ പോയിട്ടു വരാൻ പറഞ്ഞു. നഴ്സ് തങ്കായി എല്ലാ ഏർപ്പാടുകളും ചെയ്തിട്ടുവരാൻ വൈകുന്നേരമായിരുന്നു. അവൾ എപ്പോഴാണ് വരിക എന്ന് പൊന്ന ഇടയ്ക്കിടെ ചോദിച്ചു കൊണ്ടേയിരുന്നു. അവൾ വന്നാൽ എല്ലാ വേദനയും അവസാനിക്കും എന്നതുപോലെ.

സാവധാനം വന്ന അവൾ പൊന്നയുടെ വയറിൽ തൊട്ടുനോക്കിയിട്ട് പുലരുന്നതിന് മുൻപ് പ്രസവിക്കും എന്നു പറഞ്ഞു. പൊന്നയ്ക്ക് ആകെ സങ്കടമായി. തങ്കായി വന്നാൽ പ്രസവിക്കും എന്ന് അവൾ വിചാരിച്ചിരുന്നു. ഈ വേദന രാത്രി മുഴുവൻ സഹിക്കണോ? വെങ്കായി വീട്ടിൽ പോയിട്ടു വരാമെന്നു പറഞ്ഞിട്ട് പോയി. മാരായി ആടുമാടുകളെ കെട്ടാനായി പോയി. തങ്കായി "പൊന്ന ഒന്നും വിഷമിക്കണ്ട, പേടിക്കണ്ട, ആദ്യ കുഞ്ഞായതിനാൽ വേദന അല്പം കൂടും. സഹിക്കണം. എത്രയോ മനോവിഷമങ്ങളൊക്കെ സഹിച്ചവളാണ് നീ. ഈ വേദന അതിലും വലുതാണോ. ഇത് നല്ലതിനുള്ള വേദനയാണ്." എന്നു പറഞ്ഞു. "ഇനി ചോറൊന്നും കഴിക്കണ്ട." എന്നു പറഞ്ഞു. ഇപ്പോൾത്തന്നെ ഒന്നു വെളിക്കു പോയിട്ടു വരാനും പറഞ്ഞു.

കരുപ്പട്ടി കാപ്പി കുടിക്കാൻ പറഞ്ഞു. ഒരു പെട്ടിയിൽ എന്തൊക്കെയോ കൊണ്ടുവന്നിരുന്നു. അതിൽ നിന്നും ഒന്നും എടുത്തില്ല. വീട്ടിൽ പോയിട്ടുവരാമെന്നു പറഞ്ഞിട്ട് അവളും പോയി. അവസാനം പൊന്നയും നല്ലായിയും മാത്രമായി. എന്തോ എല്ലാവരും തന്നെ കൈയൊഴിയുന്നതായി അവൾക്കു തോന്നി. വെളിക്കു പോകുന്നതിനുമുമ്പ് കറുപ്പനാർ കോവിലിൽ പോയി പ്രാർത്ഥിച്ചു. നേരെ നിന്ന് തൊഴാനായില്ല. ഇടുപ്പിൽ പിടിച്ചുകൊണ്ട് "എല്ലാം നന്നായി ചെയ്തുതാ." എന്നു മാത്രം ആവശ്യപ്പെട്ടു. മറ്റു വാക്കുകളൊന്നും വന്നില്ല.

കരുപ്പട്ടി കാപ്പി കുടിച്ചിട്ട് കട്ടിലിൽ കിടന്നു. ഒരു നിമിഷം പോലും കിടക്കാനായില്ല. എഴുന്നേറ്റിരുന്ന് മറുഭാഗത്തേക്ക് ചെരിഞ്ഞു കിടന്നു. അതുകൊണ്ടും ഫലമൊന്നും ഇല്ല. അവൾ പുറത്തേക്കു വന്നു. കല്ലിൽ ഇരുന്ന അവൾക്ക് കരച്ചിൽ വന്നു. അതുകണ്ട നല്ലായി "കരഞ്ഞാലും കുഞ്ഞിനെ നീ തന്നെ പ്രസവിക്കണം." എന്ന് ചിരിച്ചുകൊണ്ട് പറഞ്ഞു. "എനിക്ക് കരച്ചിൽ. നിങ്ങൾക്ക് ചിരിയാണോ?" എന്ന് ദേഷ്യത്തോടെ ചോദിച്ചു. "ഈ വേദന സഹിക്കാൻ പറ്റുന്നില്ലെങ്കിൽ എങ്ങനെയാണ്." പ്രസവിക്കാൻ ഇനിയും വേദന വരണം. അതുവന്നാൽ ഉടനെ പ്രസവിക്കും. അത് നടുതന്നെ തകരുന്നതുപോലെയുണ്ടാകും. സഹിക്കണം." എന്നു പറഞ്ഞു. ഓരോരുത്തരായി എല്ലാവരും വന്നുചേർന്നു. തൊഴുത്തിൽ കൊള്ളാത്ത ആൾക്കൂട്ടം. നഴ്സും വന്നുചേർന്നു. ഒരു കഷായം കാച്ചി ഒരു കോപ്പയിൽ ഒഴിച്ചുകൊടുത്തിട്ട് മുഴുവനും കുടിക്കാൻ പറഞ്ഞു. കയ്പും ചവർപ്പുമായ കഷായം കുടിച്ചാൽ വേദന കുറയും അല്ലെങ്കിൽ കൂടുതലായി വേഗത്തിൽ കഷ്ടപ്പാട് തീർക്കും എന്നവൾ വിചാരിച്ചു. ഒറ്റയടിക്ക് മുഴുവനും കുടിച്ചുതീർത്തു. ഒന്നും സംഭവിച്ചില്ല. വന്നവർ

ഓരോരുത്തരായി പിരിഞ്ഞു പോയി. ഏതായാലും കാലത്തേ പ്രസവിക്കൂ എന്ന് പരസ്പരം പറഞ്ഞുകൊണ്ടിരുന്നു. ഇരുന്നിരുന്നവർ സന്തോഷ ത്തോടെ ചിരിച്ചു സംസാരിച്ചുകൊണ്ടിരുന്നു. ചിലർ അങ്ങിങ്ങായി കിടന്ന് ഉറങ്ങിക്കൊണ്ടിരുന്നു. പൊന്നയ്ക്ക് ദേഷ്യം വന്നു. നഴ്സ് ഇടയ്ക്കിടെ വന്ന് വേദന എങ്ങനെയുണ്ടെന്ന് അന്വേഷിച്ചു. അവളും കിടന്നുറങ്ങി.

എത്ര മണിയായിക്കാണുമെന്നറിയില്ല പൊന്നയ്ക്കും കുറേശ്ശെ ഉറക്കം വരുന്നതുപോലെ തോന്നി. എത്രനേരം ഉറങ്ങിയിരിക്കുമെന്ന് പറ യാനാവില്ല. ഉറങ്ങിയതുപോലെയും തോന്നി. ഉറങ്ങാത്തതുപോലെയും ഉണ്ടായിരുന്നു. പുലർച്ചെ വീണ്ടും ഒരു തവണ കൂടി തങ്കായി കഷായം കൊടുത്തു. വെളുക്കാൻ നേരം പനമരത്തിലെ കരിംകുരുവികൾ കര യാൻ തുടങ്ങിയപ്പോൾ വേദന കൂടി. സഹിക്കാനാവാതെ "അയ്യോ, അയ്യോ." എന്ന് അലറി. നഴ്സ് "അങ്ങനെ പറയരുത്." ദൈവമേ ദൈവമേ എന്നു പറ കുട്ടീ" എന്നു പറഞ്ഞു. ഗർഭപാത്രം തുറന്നപ്പോൾ മലർന്നു കിടന്നിട്ട് മുക്കാൻ പറഞ്ഞു. ശ്വാസം പിടിച്ചുകൊണ്ട് പൊന്ന മുക്കി. തങ്കായി വയറ്റിൽ അമർത്തിത്തടവി. എന്നിട്ടും അതു മതിയായില്ല. ഉടനെ കയർ കൊണ്ടുവന്ന് കുടിലിന്റെ പിട്ടത്തിൽ കെട്ടിത്തൂക്കിയിടാൻ പറഞ്ഞു. മുത്തു വന്ന് കെട്ടിയിട്ട് അവളുടെ ഭാഗത്തേക്ക് തിരിഞ്ഞുനോക്കാതെ പുറത്തേക്കു പോയി. രണ്ടുമൂന്നു സ്ത്രീകൾ പൊന്നയെ കട്ടിലിൽനിന്നും സാവധാനം പിടിച്ചെഴുന്നേല്പിച്ച് തൂങ്ങുന്ന കയറിനടുത്തേക്ക് കൊണ്ടു വന്ന് അതിൽ പിടിക്കാൻ പറഞ്ഞു. പൊന്ന രണ്ടുകാലുകളും അകറ്റി കുനിഞ്ഞു നിന്ന് കയറിൽ പിടിച്ചു. പൂരവരശു മരത്തിൽ നിന്നും കയർ തൂങ്ങുന്നതു പോലെയുണ്ടായിരുന്നു.

കണ്ണുകൾ അടച്ചുകൊണ്ട് കയറിൽ പിടിച്ച് മുക്കി. ഒരേ മുക്കൽ. ശ്വാസം നിന്ന് വയർ ഇളകുന്നതുപോലെ തോന്നി. പുറത്തേക്ക് തള്ളി വിടുന്ന നേരത്ത് "ആൺകുട്ടിയാണ്" എന്ന ശബ്ദം കേട്ടും കേൾക്കാ തെയും അവൾ മയങ്ങിപ്പോയി. പിന്നെ അവൾ ഉണർന്നപ്പോൾ എല്ലാ വരും ചിരിച്ചുകൊണ്ട് ഉലാത്തുന്നതുകണ്ടു. "പയ്യൻ അങ്ങനെതന്നെ അവന്റെ അച്ഛനെ ഉടച്ചുവാർത്തതുപോലെ പിറന്നിരിക്കുന്നു പൊന്നാ." എന്നു നാത്തൂന്റെ ശബ്ദം കേട്ടു. പൊട്ടിക്കരയുവാൻ ശക്തിയില്ലാതെ അവൾ വിതുമ്പിക്കരഞ്ഞു. കുഞ്ഞിനെ അവൾ കാണിച്ചു. കുഞ്ഞിനെ അവൾ ശരിക്കും നോക്കിയില്ല. ഒരു മാസമായി അമ്മയും അമ്മായിഅ മ്മയും താരാട്ടിക്കൊണ്ടിരുന്നു. പൊന്ന അല്പാല്പമായി ഓരോന്നും തിന്നു വാൻ തുടങ്ങി. ആൾത്തുണ ഇല്ലാതെ തന്നെ പുറത്തേക്കു പോയിവ രാൻ സാധിച്ചു. കുഞ്ഞ് ജനിച്ചിട്ട് ഒരു മാസം ആയി എന്നു പറഞ്ഞ അമ്മ "ഇന്ന് വിളക്ക് കുഞ്ഞിനെ കാണിക്കണം" എന്നു പറഞ്ഞു എന്തൊ ക്കെയോ ചെയ്തു കൊണ്ടിരുന്നു. പുതുതായി ആട്ടി എടുത്തുകൊണ്ടു വന്ന വിളക്കെണ്ണ വലിയ ഒരു മൺവിളക്കിൽ ഒഴിച്ചു. തടിച്ച തിരിയിട്ട് അതുവച്ചു. അമ്മായിഅമ്മയും അകത്തേക്കു വന്നു. പൊന്ന കട്ടിലിൽ ഇരുന്നിരുന്നു.

കട്ടിലിന്റെ തലയ്ക്കൽ കുഞ്ഞിന് കാണാൻ പറ്റുന്ന വിധത്തിൽ നല്ലായി വിളക്ക് കത്തിച്ചുവച്ചു. തിരി അല്പാല്പമായി കത്താൻ തുടങ്ങിയപ്പോൾ കുടിലിനകം മുഴുവൻ മഞ്ഞപ്രകാശം പടർന്നു. കണ്ണുകൾ അടച്ചിരുന്ന കുഞ്ഞിന്റെ കവിളത്ത് തട്ടി "ഇങ്ങോട്ടു നോക്കെടാ രാജാ" എന്ന് മാരായി പറഞ്ഞു. കുഞ്ഞ് ചിണുങ്ങിക്കൊണ്ട് കണ്ണു തുറന്നു. പ്രകാശം കണ്ട് മഞ്ഞളിച്ച കണ്ണുകൾ സാവധാനം തുറന്ന് മൂടി. പിന്നെ ചലിക്കുന്ന പ്രകാശത്തെ ആശ്ചര്യത്തോടെ നോക്കി. കുഞ്ഞ് ആദ്യമായി ഈ ലോകത്തു കണ്ട അത്ഭുതം ആണ് പ്രകാശം. ഇരുവരും കുഞ്ഞിനെ കൊഞ്ചിച്ചിട്ട് കണ്ണേറ്റ് കഴിക്കാൻ എന്തോ എടുത്തു കൊണ്ടുവരാൻ പുറത്തേക്കു പോയി.

പ്രകാശം ചലിക്കുന്നതും കുഞ്ഞിന്റെ കണ്ണുകൾ അനങ്ങുന്നതും പൊന്നയ്ക്കു മനസ്സിലായി. കുഞ്ഞിനെ പൂർണ്ണമായി കാണാൻ ആ നിമിഷം അവൾക്ക് ആശ തോന്നി. അവൾ അടുത്തേക്കു ചെന്നു. കുഞ്ഞിന്റെ നോട്ടം അവളുടെ മുഖത്ത് പതിയുകയും പിന്നെ ജ്വാലയിലേക്ക് പോവുകയും ചെയ്തുകൊണ്ടിരുന്നു. അവൾ സന്തോഷത്തോടെ അതിനെ തലോടി. ഇതുവരെയും കുഞ്ഞിനോടു തോന്നാത്ത താല്പര്യവും സ്നേഹവും വർദ്ധിച്ചു. അതിന്റെ കാലുകൾ തടവി നോക്കി. കൈവിരലുകൾ നിവർത്തി കവിളത്തുവച്ചു. ചുക്കാമണിയിലേക്കു നോക്കി. മറ്റൊരു വിരൽ പോലുണ്ടായിരുന്നു "ചെറിയ ചുക്കാമണി" എന്നു പറഞ്ഞ് അതിൽ തൊട്ട് വിരലുകൾകൊണ്ട് നുള്ളിയെടുത്ത് ഉമ്മ വച്ചു. കാലുകൾ ചലിച്ചുകൊണ്ട് എന്തോ ശബ്ദമുണ്ടാക്കി. സ്വയമറിയാതെ അവൾ കുഞ്ഞിനെ കൊഞ്ചിക്കാൻ തുടങ്ങി.

അവളുടെ മുഖം വെളിച്ചം തട്ടി വലുതാകുന്നതും പിന്നിലേക്കു പോകുമ്പോൾ ചെറുതാകുന്നതും അത്ഭുതത്തോടെ കണ്ണുകൾ വിടർത്തി നോക്കി. തുടർന്ന് അവൾ നാലഞ്ചു തവണ അങ്ങനെ ചെയ്തപ്പോൾ കുഞ്ഞ് ചിരിച്ചു. വാ തുറന്ന് ചിരിച്ചു. ആ പൂപോലത്തെ വായിലേക്ക് കൈ കൊണ്ടു പോയപ്പോൾ പെട്ടെന്ന് "ഇത് വലിയവായാ നോക്കി പറയ്" എന്ന ശബ്ദം വന്നു. കുഞ്ഞാണോ സംസാരിച്ചത്? കുഞ്ഞിന്റെ മുഖത്തേക്കു നോക്കിയ പൊന്നയ്ക്ക് അപ്പോൾ ആ വായും ശബ്ദത്തിൽ വന്നു ചേർന്നു. പതിനാലാം നാൾ ഉത്സവത്തിൽ കണ്ടുമുട്ടിയ ആ മുഖം. "എനിക്ക് വലിയ വായാ" എന്നു ചോദിച്ച മുഖം.

പൊന്നയുടെ മനസ്സിൽ ആഴത്തിൽ പതിഞ്ഞിരുന്ന ആ മുഖം.

മുപ്പത്തൊന്ന്

വലിയ ജനക്കൂട്ടത്തിനകത്ത് തനിച്ചു നിന്നിരുന്ന പൊന്നയെ അവൻ കണ്ടു. പിന്നെ അവനെ അവളും കണ്ടു. അവൾക്ക് അവനായിട്ട് "ശെൽവി" എന്നു പേരിട്ടു. അവൾക്ക് അവനെ പേരു പറഞ്ഞ് വിളിക്കേണ്ടിയിരുന്നില്ല. പതിനാലാം നാൾ ഉത്സവത്തിൽ ദൈവത്തെ കാണാൻ എങ്ങും തിരക്കാണ്. വീഥികളിൽ ധാരാളം കലാ പ്രദർശനങ്ങൾ. അവനെയും അവളെയും നോക്കി പലരും ചേഷ്ട കാണിച്ചു. "ഓയ്" എന്ന് ഒച്ച വച്ചു. പൊന്ന തലകുനിച്ചു നടന്നു. അവളുടെ കൈപിടിച്ച് അധികാരത്തോടെ അവൻ വളരെ വേഗത്തിൽ ജനക്കൂട്ടത്തെ കടന്ന് വിളിച്ചുകൊണ്ട് വന്നു. മലയ്ക്കു ചുറ്റും ഇരുട്ടിനെ അകറ്റി പൊലിവു പടർത്തിയ നിലാവെളിച്ചത്തിൽ ഇരുവരും നടന്നു. ഇപ്പോൾ അവളുടെ അരക്കെട്ടിൽ കൈവച്ച് അവൻ ചേർത്തുപിടിച്ചു. അവളുടെ ഭയത്തെ അകറ്റാനാണ് ആ ചേർത്തു പിടിക്കൽ എന്ന് അവൾക്കു തോന്നി. അവൾ കൂടുതൽ ഒട്ടിച്ചേർന്നു.

ഏകദേശം കാളിയുടെ രൂപവും ശരീരവും പോലെയായിരുന്നു അവനും. അരയിൽ ഒരു ഡബിൾമുണ്ട് ഉടുത്തിരുന്നു. നഗ്നദേഹത്ത് ഒരു തോർത്ത് ചുമലിലൂടെ ഇരുഭാഗത്തേക്കും ഇട്ടിരുന്നു. തലയിൽ വലിയൊരു ഉറുമാൽകെട്ടിയിരുന്നു. തന്റെ അടയാളത്തെ മറയ്ക്കാൻ അവൻ അങ്ങനെ ചെയ്തതായിരിക്കും എന്ന് അവൾക്കു തോന്നി. കാളിയും എങ്ങോട്ടെങ്കിലും പോവുകയാണെങ്കിൽ ഡബിൾ മുണ്ടാണ് ഉടുക്കുക. തോർത്ത് തോളത്തിടും. ചിലപ്പോൾ അതെടുത്ത് തലയിൽ കെട്ടും. അവന്റെ ശരീരവും ഉരസുമ്പോൾ ഇങ്ങനെതന്നെയാണ് കരിങ്കല്ലുപോലെയിരിക്കും. അവൾ തലകുടഞ്ഞുകൊണ്ട് കാളിയെ മറക്കാൻ ശ്രമിച്ചു. ഇവൻ കാളിയല്ല. മനസ്സിനകത്തുള്ള കാളിയെ എടുത്ത് എന്തിനാണ് ഇവനുമായി

താരതമ്യം ചെയ്യുന്നത്? ഇവൻ മറ്റൊരുത്തനാണ്. എവിടേക്കോ വിളിച്ചു കൊണ്ടു പോകാൻ വന്നിരിക്കുന്ന ദൈവമാണിവൻ. അവന്റെ അരക്കെട്ടിൽ തെല്ലുമടിയോടെ അവളും കൈവച്ചു. കൈയിൽപിടിച്ചു വലിച്ച് നന്നായി പിടിപ്പിച്ചു. എങ്ങോട്ടാണ് കൂട്ടിക്കൊണ്ടു പോകുന്നത്? അത് ഏതു വഴിയാണെന്ന് അവൾക്കറിയില്ല. ചിലർ വന്നുകൊണ്ടിരുന്നു. അതല്ലാതെ മിക്കവാറും ആൾ പെരുമാറ്റമില്ലാതെ നിലാവെളിച്ചം മാത്രം പരന്നു കിടന്നിരുന്നു.

പെട്ടെന്ന് മലയിലേക്കു കടന്നു. അവൾക്ക് അങ്ങനെയാണ് തോന്നിയത്. അവിടെ വഴിയുണ്ടാകുമെന്ന് അവൾ കരുതിയിരുന്നില്ല. വെറും പാറയാണ്. അതിനകത്തേക്കു അവളെയും കൊണ്ടവൻ പോയി. പാറയിൽ ഒരു വെള്ളാടിനെപ്പോലെ അവൻ കയറി. അവളെ ചിലപ്പോൾ നടത്തിയും ചില സ്ഥലങ്ങളിൽ കാലുകൾ പാറയിൽ തൊടാതെ അല്പം എടുത്തും കൂട്ടിക്കൊണ്ടുപോയി. ഏകദേശം കാൽഭാഗം കയറിയതു പോലെയുണ്ടായിരുന്നു. അവിടെ വലിയൊരു പാറ നിന്നിരുന്നു. അതിന്റെ പിൻഭാഗം പാറ നിലംപോലെ നിരപ്പായി കിടന്നിരുന്നു. നിലാവല്ലാതെ കണ്ണിൽ മറ്റാരെയും പെടാത്ത സ്ഥലം. അത്രവേഗം കണ്ടുപിടിക്കാനാവാത്ത സ്ഥലം. അവൻ തലയിൽ കെട്ടിയിരുന്ന ഉറുമാൽ അഴിച്ചു. അത് തോർത്തുമല്ല, മുണ്ടും അല്ല. ദുപ്പട്ടയാണ്. അത് നിവർത്തി വിരിച്ചു. അവൻ ഇരുന്നിട്ട് അവളെയും ഇരിക്കാൻ ക്ഷണിച്ചു. അവളും ഇരുന്നു. അവൻ അവളെ മാറിലേക്ക് ചായ്ച്ചു. അവനെ ചേർത്തുപിടിച്ച് തഴുകാൻ ആശയായിരുന്നു അവൾക്ക്.

അവളുടെ കൈകളിൽ പിടിച്ച് അവൻ തന്റെ പുറത്തേക്കിട്ടു. നിലാവ് ലോകത്തിനു മുഴുവൻ ഇമ്പം നല്കി നീങ്ങിക്കൊണ്ടിരുന്നു. ഒരു തുണ്ട് മേഘം പോലും ഇല്ല. നിലാവ് ആകാശത്തുമുഴുവൻ തന്റെ പ്രകാശം പരത്തി. അതിന്റെ അമൃതധാര കുടിച്ച ഭൂമി കണ്ണു ചിമ്മി കിടന്നു. അവൻ ചോദിച്ചു.

"കുഞ്ഞ് വേണമെന്ന് വിചാരിച്ച് വന്നതാണോ?"

അവൾ ഒന്നും പറയാതെ അവന്റെ മാറിൽ മുഖം പൂഴ്ത്തി. "കിട്ടും" അവൻ പറഞ്ഞു. അവൻ അവളുടെ ചുണ്ടുകളിൽ തലോടി. "സംസാരിക്കില്ലേ?" അവളുടെ കൈകളാണ് സംസാരിച്ചത്.! "കുഞ്ഞിന് എന്റെ പേരിടുമോ?" അവൾ മെല്ലെ അവന്റെ കാതിൽ "ഉം" എന്നു പറഞ്ഞു. "ആൺകുട്ടി ജനിച്ചാലും പെൺകുട്ടി ജനിച്ചാലും ഇടണം. "ഉം" എന്ന അവളുടെ സന്തോഷത്തെ പ്രതീക്ഷിച്ച് അവൻ ചോദിച്ചു. അവൾ തലയാട്ടിയത് അവന്റെ നെഞ്ചറിഞ്ഞു. "എന്റെ പേര് മണി" അവൻ പറഞ്ഞു. "എന്റെ പേര് പറ നോക്കട്ടെ." അവൻ പറഞ്ഞു. അവൾ മുമ്പത്തെ പോലെതന്നെ അവന്റെ കാതിൽ "മണി" എന്ന് കുശുകുശുത്തു. "ആ നിലാവ് ചെവിക്കകത്തേക്ക് പായുന്നതു പോലെയുണ്ട്." അവൻ പറഞ്ഞു.

അവളുടെ മുഖം തന്റെ മുഖത്തിനു നേരെ ഉയർത്തിപ്പിടിച്ച് "എനിക്കു മറ്റൊരു പേരും ഉണ്ട്." എന്നു പറഞ്ഞിട്ടവൻ ചിരിച്ചു. "നോക്ക് ചിരിക്കു

മ്പോൾ എന്റെ വായ വലുതായി കാണുന്നുണ്ടോ? ഞാൻ വലിയ വായ നാണോ നോക്കിയിട്ട് പറ" അവൻ വായ തുറന്ന് വിടർത്തിക്കാണിച്ചു. വലിയ വായ തന്നെ. എങ്ങനെ പറയും? അവൾ പുഞ്ചിരിച്ചത് അവനു മനസ്സിലായി.

"വലിയ വായ തന്നെ. അതിനാലാണ് എനിക്ക് നാട്ടിൽ വലിയ വായൻ എന്ന ഇരട്ടപ്പേരുള്ളത്. എനിക്ക് വലിയവായാണോ? നീ പറ ഞാൻ വലിയ വായനാണോ? ആൺകുട്ടിയാണ് ജനിക്കുന്നതെങ്കിൽ വലിയ വായൻ എന്ന് പേരിട്, പെൺകുട്ടിയാണെങ്കിൽ വലിയ വായച്ചി എന്താ?"

അവൾക്ക് ആ പേരു കേട്ടപ്പോൾ ശരിക്കും ചിരി വന്നു. "ചിരിക്കുക യാണോ? വലിയ വായ എന്തൊക്കെ ചെയ്യുമെന്ന് അറിയാമോ?" എന്നു പറഞ്ഞിട്ട് അവളുടെ മുഖം താഴേക്കു താഴ്ത്തി. അവൾ നിലാവെളിച്ച ത്തിൽ വീണ്ടും കുളിർത്തു. "എന്റെ നാടേതാണെന്ന് നിനക്കറിയാമോ?" അവൻ ചോദിച്ചു. അവൾ അവന്റെ വായ പൊത്തി വേണ്ടെന്നു പറഞ്ഞു. "ഈ മലതന്നെയാണ് ഒന്നും പേടിക്കണ്ട." അവൻ പറഞ്ഞു.

"അടുത്ത കൊല്ലവും വരണം. കുഞ്ഞിനെയും എടുത്തിട്ടു വരണം. നിന്നെയും പ്രതീക്ഷിച്ചുകൊണ്ട് ഞാൻ നില്ക്കും. നീ വരും എനിക്കറി യാം. എന്നെ മറക്കില്ല. നീ മറന്നാലും എനിക്ക് മറക്കാനാവില്ല. എന്റെ കൂടെ വരുന്നോ പറയ്, ഇപ്പോൾത്തന്നെ കൂട്ടിക്കൊണ്ട് പോകാം. നിന്നെ എനിക്ക് വല്ലാതെ ഇഷ്ടപ്പെട്ടിരിക്കുന്നു. വാ," എന്ന് അവന്റെ വാക്കുകൾ ഇടതടവില്ലാതെ വളർന്നുകൊണ്ടിരുന്നു.

പൊന്നയ്ക്ക് എല്ലാം വെറും ശബ്ദമായി കാതിൽ വീണു.

മുപ്പത്തിരണ്ട്

കുഞ്ഞിന്റെ വായ് അവൾ വീണ്ടും വീണ്ടും നോക്കി. വലിയ വായ തന്നെ. വലിയ വായ്. അതേ ഛായ. കുഞ്ഞ് ഇപ്പോൾ വായടച്ചിട്ട് ജാല യിലേക്ക് നോക്കി. പിന്നെ അവളെ നോക്കി. മൗനത്തിൽ സംസാരിക്കുന്ന ഇത് കാളിയുടെ മുഖം. അമ്മയും അമ്മായിയും അകത്തേക്കുവന്ന് കണ്ണേ റുഴിഞ്ഞു. "വിളക്കിലേക്കു തന്നെ നോക്കുന്നത് നോക്ക്. അതിൽ എന്താ ണെടാ കാണുന്നത് കണ്ണ്," എന്നു പറഞ്ഞിട്ട് മാരായി തിരിചുറ്റിയിട്ടു. "അച്ഛന്റെ മുഖം തന്നെ." നല്ലായി പറഞ്ഞു. ഇവൻ ജനിച്ച ഈ ഒരു മാസത്തിൽ എത്രതവണ പറഞ്ഞിരിക്കുന്നു. വരുന്നവരും പോകുന്നവരും എല്ലാം അങ്ങനെതന്നെയാണ് പറയുന്നത്. അവൾക്കു മാത്രം അതിൽ മറ്റൊരു മുഖം കാണുന്നു. "അത് എന്നെ കാണാൻ വരണം." എന്നു പറയുന്നു. ഇനിയും ഒരു മാസത്തിൽ വൈകാശി പിറക്കും. ഈ വർഷം വൈകാശി തുടക്കത്തിൽ തന്നെ തേര് ഉത്സവം വരുന്നു. പോയി ആ മുഖം കണ്ടാലോ?

തീർച്ചയായും അത് കാത്തിരിക്കും. ശെൽവി വരും എന്ന് വിശ്വസി ച്ചിരിക്കും. വെള്ളപ്പുടവ തിരിച്ചറിയുമോ? തിരിച്ചറിയും. ശെൽവിയുടെ കൈ പിടിക്കും. എന്നാൽ കാളിയോട് എന്ത് ഉത്തരം പറയും? അത് മായ മുഖ മല്ലേ. മായ ആണെങ്കിലും അത്രയും ജീവന്റെ തുടിപ്പോടെ അവൾക്കു മുന്നിൽ അത് തിളങ്ങി നില്ക്കുന്നു. ഭയത്തോടെയും സ്നേഹത്തോ ടെയും അതിന് ദിവസവും മറുപടി പറഞ്ഞുകൊണ്ടുതന്നെയാണിരിക്കു ന്നത്. രണ്ടു മുഖങ്ങളും മാറിമാറി അവളുടെ മുന്നിൽ പ്രത്യക്ഷപ്പെട്ട് ചിരി ച്ചു. അവൾക്ക് വളരെ നേരം ഉറക്കം വന്നില്ല. അതിനുശേഷം കുഞ്ഞ് കരഞ്ഞതുപോലും അറിയാതെ അവൾ ഉറങ്ങിപ്പോയി. കരച്ചിൽ ശബ്ദം കേട്ട് അമ്മവന്ന് ഉണർത്തിയതിനുശേഷമാണ് ബോധം വന്നത്. "കൈ

ക്കുഞ്ഞുകാരി ഇങ്ങനെയാണോ ഉറങ്ങുന്നത്?" എന്ന് എന്തൊക്കെയോ പറഞ്ഞു. കാതിൽ വീണതും വീഴാത്തതുമായി അവൾ സ്വാഭാവികമായി കുഞ്ഞിന് മുലയൂട്ടി.

മുലക്കണ്ണിൽ കുഞ്ഞ് വായ വച്ചപ്പോൾ അവൾ കണ്ണുകളടച്ചു. ഏത് വായയാണിത്? കാളിക്ക് ചെറിയ വായയാണ്. അവന് വലിയ വായ്. ഇത് ഏതാണ്? വലിയ വായ വച്ച് ചെറിയ വായ ഈമ്പുന്നതുപോലെയുണ്ട്. കാളിയുടെ വിശപ്പ് വേഗതയിൽ മനസ്സിലാകുന്നു. അവൾ മുലമാറ്റി. വയർനിറഞ്ഞതുപോലെ തോന്നി. ചുണ്ടുകൾ കൊണ്ട് മുലഞെട്ട് നുണഞ്ഞു കളിക്കാൻ തുടങ്ങി. ഇത് അവന്റെ കളിയാണ്. വായിൽ മുലവച്ചുകൊണ്ടുതന്നെ കുഞ്ഞ് ഉറങ്ങിപ്പോയി. സാവധാനം എടുത്ത് അവൾ കട്ടിലിൽ കിടത്തി. പാൽ തുള്ളി പുരണ്ടിരുന്ന ചുണ്ടുകൾ സാവധാനം വിരലുകൾ കൊണ്ട് തുടച്ചു. കുഞ്ഞ് വായ മൂടി. ഇത് ഏതു ചുണ്ടാണ്? അവൾ എഴുന്നേറ്റ് പുറത്തേക്കു വന്നു.

നേരം പുലർന്ന് വളരെ നേരം ആയിരുന്നു. ഇതെന്താ ഇങ്ങനെ ഒരു കുഴപ്പം. പൂവരശ് മരം കണ്ണിൽ പെട്ടു. അതിന്റെ ബ്രഹ്മാണ്ഡമായ രൂപത്തെ അവൾ കണ്ണുയർത്തി നോക്കി. വലിയ കുട നിവർത്തിയതു പോലെ തൊഴുത്തിനെ മുഴുവൻ ആക്രമിച്ചിരുന്നു. ഇത് ഒരിഞ്ചു സ്ഥലത്തേക്കും വിടില്ല. എല്ലാ ഭാഗത്തേക്കും തന്റെ ശിഖരങ്ങൾ വിടർത്തി പടർന്നുകൊണ്ടേയിരിക്കും. തന്റെ ഒരു ശിഖരം നഷ്ടപ്പെട്ടതിനുശേഷം ഇതിന്റെ വേഗത വർദ്ധിച്ചിരിക്കുന്നു. ഈ പത്തുമാസത്തിൽ ഇലകളും തളിരുകളും കൊമ്പുകളും ഒക്കെയായി ഇത് എങ്ങും നീണ്ടുപോകുന്നു. ഈ മരത്തെ അടിയോടെ വെട്ടിയാൽ ആ സ്ഥലം എങ്ങനെയിരിക്കും എന്ന് ആദ്യമായി അവൾ സങ്കല്പിച്ചു നോക്കി. വിജന പ്രദേശമായാൽ മറ്റൊരു കൊമ്പ് നടാം. ഒന്നും ഇല്ലെങ്കിൽ കൂടി വെയിൽ പരക്കുന്ന സ്ഥലമാക്കാം. എന്നാൽ വെട്ടിയതിനു ശേഷവും മരം നിന്നിരുന്നു. എടുത്തെറിയാൻ തന്നെക്കൊണ്ടാവും വിധം അവൾ പരിശ്രമിച്ചു. മരം അനങ്ങാതെ നിന്നു. മരം അവിടെയല്ല, മനസ്സിലാണ് ഉള്ളത്. ഏതു കോടാലിയാലും വാളാലും വെട്ടി മാറ്റാനാവാത്ത സ്ഥലം.

അമ്മയോട് കുഞ്ഞിനെ നോക്കിക്കൊള്ളാൻ പറഞ്ഞിട്ട് അവൾ പാടത്തേക്കു പോയി. പുലർകാല വെളിച്ചം തട്ടി കോവിലിന്റെ കല്ലുകൾ തിളങ്ങി. അവൾ പോയി നോക്കി. കല്ല് വേരൂന്നി നിന്നിരുന്നു. നട്ടുവച്ച് ചോര നല്കി വളർത്തിയത്. ഇനി പിഴുതെറിയാനാവില്ല. വിളക്കും പൂജയും പൊങ്കലുമൊക്കെയായി തുടരും. ഇടയ്ക്കിടെ ബലിയും വേണം. എന്നെ കഷ്ടപ്പെടുത്താതിരിക്കില്ലേ നീ? അവൾ ചോദിച്ചു. വേറൊന്നും ചോദിക്കാൻതോന്നിയില്ല. അവൾ തൊഴുത്തിലേക്ക് മടങ്ങി. അവളുടെ പിന്നാലെ നിഴലായി എന്തോ പിന്തുടർന്നതുപോലെയുണ്ടായിരുന്നു. ഒന്നിനെയും കണ്ടില്ല. "ഞാ ഇങ്ങനെതന്നെ എന്നെ പറ്റിക്ക്." അവൾ പറഞ്ഞു. കുഞ്ഞ് അപ്പോഴും ഉറങ്ങിക്കൊണ്ടിരുന്നു. കല്ലിൽ ഇരുന്നിട്ട് അവൾ അമ്മ

കൊടുത്ത ചുക്കുകാപ്പി കുടിച്ചു. കുഞ്ഞിന് തണുപ്പ് പിടിക്കാതിരിക്കാനായി അമ്മ ദിവസവും കാലത്തു നല്കുന്നതാണ്.

"പൊന്നാ വൈകാശി പിറന്നാൽ മൂന്നു മാസമാകുന്നു. നാട്ടിൽ പോയി ഒന്നോ രണ്ടോ ദിവസം നിന്നിട്ടുവരാം. അങ്ങനെ തന്നെ കുഞ്ഞിന് പേരും വയ്ക്കാം എന്നാണ് നിന്റെ അമ്മായി പറയുന്നത്. എന്തുപേരാണ് വയ്ക്കുന്നത് പറ." എന്നു പറഞ്ഞു.

മാരായി തൊഴുത്തിനടുത്തുനിന്നും ഇത് ദൈവത്തിന്റെ കുഞ്ഞാണ് അർദ്ധനാരി എന്ന് വയ്ക്കണം. ആ പേരു വച്ചാൽ നാട്ടാർക്ക് മനസ്സിലായിക്കൊള്ളും. ചോദിക്കുന്നവരോടൊന്നും നമ്മളെ കൊണ്ട് മറുപടി പറയാനാവില്ല. ആ പേര് വയ്ക്കാം. എന്നാൽ വിളിക്കാനായി വേറെ എന്തെങ്കിലും വയ്ക്കണം. ഇനിയും ഇരുപതു വർഷം കഴിഞ്ഞ് കല്യാണമൊക്കെ ആവുമ്പോൾ അർദ്ധനാരിയെന്നു പറയാം. അപ്പോൾ ആരാണ് വന്ന് ചോദിക്കാൻ പോകുന്നത്. അകത്തൊന്ന് പുറത്തൊന്ന് എന്നായാൽ തെറ്റില്ല. ദൈവത്തിന് തന്നെ ആയിരം പേര് വച്ച് കുമ്പിടുന്നു. മനുഷ്യനെന്താ? അവൾ പറഞ്ഞു.

കുഞ്ഞ് അകത്തുനിന്നും ശബ്ദമുണ്ടാക്കി. അവൾ ഓടിപ്പോയി നോക്കി. കണ്ണു തുറന്ന് കൈകാലുകൾ ഇട്ടടിച്ച് അവളെ നോക്കി ചിരിച്ചു. തന്റെ ഭാഷയിൽ എന്തോ ഒച്ചയുണ്ടാക്കി. "അർദ്ധനാരീ... അർദ്ധനാരീ.. അർദ്ധനാരീയെന്നാണോ നിന്റെ പേര്? ശരി നിന്നെ മണിയെന്നു വിളിക്കാം. മണിക്കുട്ടി മണിച്ചെല്ലം." കുഞ്ഞ് വായകത്തി ചിരിച്ചു. "ഇങ്ങോട്ടു നോക്ക് നിനക്ക് മറ്റൊരു പേര് വയ്ക്കുന്നുണ്ട്. ആരോടും പറയരുത്. എന്താ... ആലവായാ.. എടാ ആലവായാ" എന്ന് രഹസ്യശബ്ദത്തിൽ വിളിച്ച് കുഞ്ഞിന്റെയരികിൽ കിടന്ന് മാറോടണച്ചു.

www.ingramcontent.com/pod-product-compliance
Lightning Source LLC
LaVergne TN
LVHW100306051026
849517LV00006B/2212
* 9 7 8 9 3 9 3 4 6 8 2 4 6 *